कालपुरुष

निर्विकार काळाची कहाणी...

मूळ गुजराती लेखक

दिनकर जोषी

अनुवाद

सुषमा शाळिग्राम

मेहता पब्लिशिंग हाऊस

KAAL PURUSH by DINKAR JOSHI
Originally Published in Gujarati

© Dinkar Joshi

102, A, Park Avenue, Dahanukar Wadi, M. G. Road,
Kandiwali (W), Mumbai - 67. Mobile : 09969516745
Email : dinkarmj@gmail.com / Website : www.dinkarjoshi.com
Translated into Marathi Language by Sushma Shaligram

कालपुरुष / अनुवादित कादंबरी

अनुवाद : सुषमा अशोक शाळिग्राम
१००४, ट्विन टॉवर्स 'ए', डी.पी.रोड, औंध,
पुणे – ४११००७ ✆ ९९२१०१४४३३

मराठी अनुवादाचे व पुस्तक प्रकाशनाचे हक्क मेहता पब्लिशिंग हाऊस, पुणे.

प्रकाशक : सुनील अनिल मेहता, मेहता पब्लिशिंग हाऊस,
१९४१, सदाशिव पेठ, माडीवाले कॉलनी, पुणे – ४११०३०.
✆ +९१ ०२०-२४४७६९२४ / २४४६०३१३
Email : info@mehtapublishinghouse.com
Website : www.mehtapublishinghouse.com

मुखपृष्ठ : चंद्रमोहन कुलकर्णी
प्रकाशनकाल : मे, २०१७

P Book ISBN 9789386454775

E Book ISBN 9789386454782

E Books available on : play.google.com/store/books
m.dailyhunt.in/Ebooks/marathi
www.amazon.in

मित्र - दंपती
नीलिमाताई
आणि
धीरूभाई
यांना

साहित्याची भाषा सार्वत्रिक असते

यमुना एकदा का गंगेला मिळाली की ती यमुना उरत नाही, ती गंगाच होते. ही गंगा पुढे सागराला जाऊन मिळाली की सागर होऊन जाते. साहित्याचा प्राथमिक परिचय भाषेद्वारा होत असला तरी वास्तवात साहित्य हे निखळ साहित्य असते. माणूस भारतीय असतो, अमेरिकन असतो... त्या भूभागावरचा त्याचा निवारा हा एक प्रकारे अपघात असतो; तो पूर्वनिर्धारित नसतो. मुळात खऱ्या अर्थाने 'माणूस' असेल तर तो असेल तिथे, जाईल तिथे संस्कृतीची नवनवीन उद्याने फुलवू शकतो.

साहित्याचेही तसेच आहे. वि. स. खांडेकर जन्माने मराठी असतील; परंतु एकदा गुजरातीत अनुवादित झाल्यानंतर कोणाही गुजराती भाषक वाचकाला ते मराठी आहेत असे आठवतसुद्धा नसेल. मर्मज्ञ वाचकाचा संबंध भाषेशी नसतो, त्याचे नाते असते साहित्याशी... आणि साहित्याची भाषा सार्वत्रिक असते. 'प्रकाशाची सावली' (मूळ गुजराती - प्रकाशनो पडछायो) ही माझी कादंबरी १९९३ मध्ये मराठीत प्रकाशित झाली. त्यानंतरच्या या दोन दशकांत माझी पंधरा एक पुस्तके मराठीत अनुवादित झाली आहेत. मराठी वाचकांच्या स्वीकृतीविना प्रकाशकांनी ती प्रकाशित केली नसती, हे सांगायची गरज नाही. मराठी वाचकांना भाषेचा अडसर कधीच नसतो; त्यांच्या संवेदना साहित्याशी जुळलेल्या असतात, याची प्रचिती मराठी वाचकांनी मला करून दिली आहे. त्यांच्या या सद्भावाचे ऋण मी मान्य करतो.

'कालपुरुष' ही कादंबरी पुस्तकरूपाने प्रकाशित झाली १९९५ मध्ये. त्याआधी गुजराती दैनिकाच्या साप्ताहिक पुरवणीत ती क्रमशः प्रसिद्ध होत होती. आज ही कादंबरी मराठीत प्रकाशित होत असताना मी सर्वप्रथम अनुवादक सुषमा शाळिग्राम यांचे आभार मानतो. याआधीही माझे साहित्य मराठी वाचकांपुढे सादर करताना त्यांनी स्नेहपूर्वक केलेले सहकार्य कसे विसरता येईल?

मराठीतील आघाडीच्या 'मेहता पब्लिशिंग हाऊस'नी यापूर्वी माझी पुस्तके प्रकाशित केली आहेत.

— दिनकर जोषी
मुंबई ४०००६७

चार शब्द

श्री. दिनकरभाई जोषींचे मी अनुवादित केलेले हे पाचवे पुस्तक असले तरी संपूर्णपणे सामाजिक विषयावरचे पहिलेच आहे.

रामायण असो की महाभारत, पुराण असो की इतिहास किंवा मग अगदी अद्यतन काळ असो, 'कालपुरुषा'ने आपले अस्तित्व दाखवून दिले नाही असे झाले नाही, होत नाही.

तुमच्याआमच्या सभोवती घडणारी, सामाजिक विषयपटावर रेखाटलेली ही कौटुंबिक कहाणी मराठी वाचकांपर्यंत पोहोचविण्याची संधी दिल्याबद्दल लेखक श्री. दिनकरभाई जोषी आणि प्रकाशक मेहता पब्लिशिंग हाऊस,पुणे यांची मी आभारी आहे.

बाकी... कालपुरुषाधीन!

– सुषमा शाळिग्राम

इथून पुढे रस्त्याला तीन फाटे फुटत होते. एस. टी. स्टँडच्या बाहेर येऊन गौतम तिकटीच्या कडेला थांबला. तो ज्या बसमधून उतरला होता ती बस नजरेसमोरच्या सरळ रस्त्यानं पुढं चालली होती. रस्त्यावरची धूळ आणि बसनं सोडलेला धूर एकत्र झाल्यामुळे त्या काँक्रिटच्या रस्त्यावरूनही बसमागे धुरळ्याचे लोट उठत होते. त्या धुरळ्यातून अस्पष्ट दिसणारी बस लहान होत होत ठिपक्याएवढी दिसू लागली. लांब, एका टेकडीपाशी बस अचानक वळली आणि अदृश्य झाली. हवेतला धुरळा अजून खाली बसला नव्हता. गौतमनं बसमागं दूर गेलेली नजर पुन्हा रस्त्याकडं वळवली. तिकटीवरच रोवलेल्या खांबाकडं त्यानं पाहिलं. त्यावरच्या पाटीवर ठळक अक्षरात लिहिलं होतं, अहमदाबाद १४० किलोमीटर. त्याखाली अहमदाबादची दिशा दाखवणारा बाण.

एस. टी. स्टँडच्या उजव्या हाताला गाव. गावातला उंच टॉवर तिथून स्पष्ट दिसत होता. टॉवरच्या चारही बाजूंना प्रत्यक्ष काळालाच मापायला निघाल्यासारखी चार घड्याळं होती आणि महाकाळाला मापण्याचं धारिष्ट्य करता करता चारी मुंड्या चीत व्हावं तशी चार वेगवेगळ्या वेळा दाखवत बंद पडली होती. एखाद्या डायलवरचे आकडे उखडलेले होते; तर दुसऱ्या एखाद्याच्या काट्यांचा पत्ता नव्हता. एका बाजूचं तर पूर्ण डायलच नाहीसं झालं होतं! डायलविना खांबावर नुसतीच पोकळी...

गौतमनं आकाशाकडं पाहिलं. नंतर जमिनीवर पसरलेल्या उन्हाकडं पाहिलं. उन्हं कलू लागली होती. त्यानं मनातल्या मनात हिशेब केला. ही बस अहमदाबादला पोहोचेपर्यंत दिवस पूर्णपणे मावळला असेल. तिन्हीसांजेला, ऐन दिवेलागणीच्या वेळी त्याच्या वाटेकडं डोळे लागलेले असतील. त्याआधी अजमेरला जाणारी गाडी पकडायला हवी. रेल्वे स्टेशन इथून सात किलोमीटर अंतरावर आहे हे गौतमला माहीत होतं. सर्व अंतर पायी चालून जायचं त्यानं ठरवलं होतं. सात किलोमीटर चालणं त्याला फारसं जड नव्हतं. त्यानं नकळत आपल्या पायांकडं पाहिलं. आता आधार या दोन पायांचाच. यांच्या भरवशावर पुढचा मार्ग आक्रमायचा होता. आज

सात किलोमीटर... उद्या सत्तर... परवा सातशे... आकड्यांना अंत नव्हता.

आपल्याला बसनं इथवर घेऊन येणाऱ्या लांबलचक रस्त्यावर त्यानं नजर टाकली. नजर पोहोचेल तेथवर रस्ता अगदी सरळ होता. तिकटीवरच्या पाटीपाशी रुंद वाटणारा तो रस्ता क्षितिजाशी पोहोचेपर्यंत एखाद्या रेषेसारखा अरुंद झाला होता. त्याच्या दोन्ही अंगांना वाळक्या- कोळक्या काटेरी झुडपांशिवाय फारसं काही नव्हतं. कुठं एखाददुसरं झाड असलं तर देवाची कृपा म्हणायची! दोन तासांपूर्वी तो या रस्त्याच्या दुसऱ्या टोकाला होता. आता ते दोन तास फार जास्त वाटू लागले होते. दोन तास म्हणजे निव्वळ एकशेवीस मिनिटं नव्हती... एकशेवीस दिवस... कदाचित एकशेवीस महिने...कोण जाणे किती!

एस. टी. स्टँडमधून बाहेर आलेले प्रवासी एव्हाना गावाकडे निघून गेले होते. काही थोडे टांगेवाले आणि रिक्षावाले आपापल्या सोयीची गिऱ्हाइकं गाठून निघून गेले होते. ज्यांना मनाजोगती भाडी मिळाली नव्हती ते तिथंच थांबले होते. हातावर तंबाखू मळत किंवा विडी फुंकत दोघा-तिघांची टोळकी करून ते वेळ घालवू लागले. चहाच्या कपांचा खडखडाट, उसाचा रस विकणाऱ्यांच्या आरोळ्या, सगळं आता थंडावलं होतं. शेंगदाणे विकणारा, पाटीतले दोन-चार दाणे उचलून आपल्याच तोंडात टाकत होता.

तिकटीच्या तिसऱ्या बाजूनं गेलेल्या रस्त्याकडं गौतमनं दृष्टी वळवली. या वाटेनंच तो आता जाणार होता. इतर दोन्ही वाटांप्रमाणे या फाट्यावरसुद्धा मार्गदर्शक पाटीचा खांब होता. त्या पाटीवरच्या बाणाकडे त्यानं पाहिलं. पाटीवरच्या किलोमीटरच्या आकड्याला आता अर्थ उरला नव्हता. आकड्याकडे पाहूनही त्यानं न पाहिल्यासारखं केलं. पाटीपासून सुरू झालेली ही वाट फारच थोडी नजरेच्या टप्प्यात येत होती. तेथे सरळ उभा चढ होता. त्यामुळं पुढचं फारसं काही दिसत नव्हतं. जरा पुढं गेल्यावर ती चढण टेकडीवरून मागे खोल कुठंतरी जात होती. उतरणीवरून पुढची वाट नजरेला पडत नव्हती. गौतमला वाटलं, वाट दिसत नसली तरी दिशा दाखवणारा बाण अगदी स्पष्टपणे सांगतो आहे, की वाट पुढं जाणार आहे. त्याला जिथं जायचं आहे, तिथं हीच वाट त्याला नेणार आहे. त्या ठिकाणी उभं राहून ती वाट दिसत नसेल तर नसो, सरळसोट रस्ता नसेल तर नसो, पण हाच त्याचा निश्चित मार्ग आहे. त्याचं गंतव्यस्थान याच रस्त्यावरच आहे!

गौतमनं पावलं उचलली. उचलली की उचलली गेली? त्याला कळेना. रोजच्यापेक्षा आज त्याला स्वतःचं चालणं काही वेगळंच वाटलं. पावलं लांब पडत होती की चालायचा वेग आपोआप वाढत होता? की देहाचं वजन एकाएकी कमी झालं होतं? थोड्या वेळात एस. टी. स्टँड मागं पडला. चढण चढून तो टेकडीवर पोहोचला. वळणावर दोन पावलं त्यानं मागं पाहिलं. आता स्टँड अजिबात दिसत

नव्हता. थोडेफार आवाज ऐकू येत होते. गावातला टॉवर टाचा उंच करून पाहायची धडपड करत असावा तसं त्याचं टोक तेवढं दिसत होतं. गौतम झपाट्यानं पुढे निघाला. थोड्याच वेळात त्याला दिसलं- चारी बाजूला केवळ निर्जन रान पसरलेलं होतं. ना माणसाची चाहूल ना कसला आवाज.

रस्त्याच्या कडेनं, उताराच्या जरा मागे एक खड्डा होता. खड्ड्याजवळ ऐसपैस फांद्या पसरलेला एक वृक्ष होता. गौतम तिथं थांबला. त्यानं इकडे-तिकडे पाहिलं. नीरव शांततेत मधूनच कुठूनतरी त्याला कुठल्याशा पक्ष्यांचा कलकलाट ऐकू येत होता. तो लगबगीनं झाडामागे खड्ड्यात उतरला. खांद्यावरनं पिशवी उतरवली. पिशवीत कपड्यांचे दोन-तीन जोड, अंग पुसायला टॉवेल, अंथरा-पांघरायला उपयोगी पडेल अशी एक चादर आणि...दोन भगवी वस्त्रं होती. गुडघ्यापर्यंत पोहोचणारा झब्बा आणि कमरेभोवती गुंडाळायची लुंगी...!

गौतमनं दोन्ही भगवी वस्त्रं चटकन हातात घेतली. उरलेलं सामान पुन्हा पिशवीत कोंबलं आणि परत एकदा आजूबाजूला पाहिलं. कोणी नव्हतं. आकाशात फिरणाऱ्या एखाद्या घारीची सावली खाली दिसत होती. दूरवर होले ओरडत होते. गौतमनं पटकन कपडे बदलून घेतले. फिकट निळी पँट आणि पांढरा शर्ट काढून भगवी वस्त्रं चढवली. रुद्राक्षाची माळ त्याच्या गळ्यात पूर्वीपासून असायची. दोन्ही वस्त्रं नवी कोरी होती. केव्हातरी कपड्यांचं नवेपण जाणवून देणारा, एखाद्या टोकाचा गौतमच्या शरीराला स्पर्श व्हायचा. मुठीत चुरगळून त्यानं कपड्यांचा कोरेपणा घालवायचा प्रयत्न केला. त्याला वाटलं- आता आपण 'गजाबापांचा गौतम' राहिलो नाही. आता आपण गौतम आहोत. फक्त गौतम...आणि 'गौतम' तरी कुठवर? अजमेर स्टेशनवर उतरून गोपालस्वामींच्या आश्रमात पुष्करधामला पोहोचायचा अवकाश! मग आपण गौतमही नसू, दुसराच कोणी असू!

भगवी वस्त्रं धारण करून गौतम मुख्य रस्त्यावर आला. त्याला अगदी हलकं हलकं वाटू लागलं. डोक्यावर सूर्य अजून तळपत होता, पण आता गौतमला ती किरणं तापदायक वाटत नव्हती. कोण्या अदृश्य शक्तीच्या मागं आपसूक ओढलं जावं तसे त्याचे पाय त्याला पुढं पुढं खेचून नेत होते.

समोरून दोन-चार माणसं सायकलवरून येत होती. यांतला एखादा कोणी आपल्याला ओळखणारा असला तर... गौतमच्या मनात भीती दाटून आली. आसपासच्या पंचक्रोशीतले सगळे गजाबापांना ओळखत होते. त्यानं कोणाला ओळखलं नाही, तरी कोणी त्याला ओळखेल; म्हणेल, 'अरे, हा बघा गजाबापांचा गौतम!' आणि सायकल थांबवून विचारेल, 'हा काय अवतार केलायस? अन् निघालास कुठं? असलं काही घडलं तर उत्तर काय देणार? गौतमला चिंता वाटू लागली.

...परंतु चिंता करावी असं फारसं काही घडलं नाही. सायकलस्वार जवळ

आले. त्यांनी गौतमकडे पाहिलं. गौतमनं त्यांच्या नजरेला नजर मिळवायचं टाळलं.

"जय सीयाराम, बापू!" सायकलस्वारांनी हात उंचावून त्याला अभिवादन केलं. गौतमच्या तोंडून शब्द फुटेना. अजून तो 'बापू' कुठं झाला होता? अजून गौतमच होता- फक्त गौतम!

"जय सीयाराम." उजवा हात किंचित उंच करून गौतमनं घाईघाईनं म्हटलं. सायकलस्वार निघून गेले. उलट दिशेनं गौतम भरभर चालू लागला. एकाएकी, आत्मविश्वासाची एक लाट त्याला वेढून गेली. सगळं काही ठीक असल्याची त्याची खात्री पटली. अगदी परक्या माणसांनी अगदी वेगळ्याच गोष्टीसाठी त्याला अभिवादन केलं होतं. तेही मोठ्या आदरानं! हा आदर, हा सन्मान कोणाचा होता? घटकाभरापूर्वीच्या त्या शर्ट-पँटवाल्या गौतमकडे तर त्यांनी ढुंकून पाहिलंही नसतं!

तासभर चालणं झालं. गौतमला तहान लागली. मोठ्या रस्त्यालगत एक पायवाट दिसत होती. त्या वाटेनं गौतम निघाला. थोडं अंतर चालून गेल्यावर एक शेत दिसलं. शेतात कसलसं पीक डुलत होतं. विहिरीवर मोट चालली होती. एखाद दुसरा माणूस मोटेपाशी होता. इकडं तिकडं आणखी कोणी आपापल्या कामात मग्न होते. गौतम त्या वावराकडे वळला. शेतकरी आपापलं काम सोडून त्याच्याकडे बघू लागले.

"या बापू! जय रामजी की...या, या." गौतम जवळ येताच त्यांच्यातल्या एका वयस्क माणसानं त्याचं स्वागत केलं.

हे असं स्वागत गौतमला अगदी अनपेक्षित होतं. 'बापू' म्हणणाऱ्या त्या प्रौढाचं वय नक्कीच पन्नाशीच्या पलीकडे होतं. गौतमच्या वयाच्या दुपटीहून जास्त!

"जय रामजी की!" गौतमनं गंभीरपणे म्हटलं, "पाणी हवं होतं थोडं. मिळेल का?"

"आसं का म्हन्ता वं बापू?" त्या वयस्क माणसाच्या स्वरात अपराधीपणाचा भाव उमटला. "यवढी भरलीय विहीर तुडुंब ती तुमचीच किरपा हाय महाराज! द्येवानं दिलेलं पानी तुमच्यासारख्या द्येवमानसाच्या उपेगी पल्ड न्हाय तं मग यवढं पानी असन्याचा फायदा काय म्हन्तो मी?" तेवढ्यात एकानं बाजूची खाट आडवी केली. वर गोधडी टाकली. दोघांनी ती खाट उचलून झाडाखाली सावलीत मांडली.

"आसं इथं टेका महाराज. वाईच दम खावा..."

गौतम बसला. ताज्या पाण्यानं भरलेला चकचकीत लोटा त्याच्या पुढं आला. सगळं लोटाभर पाणी त्यानं पिऊन टाकलं.

गौतमला तिथं जास्त वेळ थांबायचं नव्हतं. त्या शेतकऱ्यांच्या चौकशा सुरू झाल्या की कुठून तरी कसली तरी ओळख निघेल आणि आपलं बिंग फुटेल अशी त्याला धाकधूक वाटू लागली. प्रत्यक्ष ओळखलं नाही तरी, कोणी एखादा असा

प्रश्न विचारील की खोटं उत्तर देण्यावाचून त्याला गत्यंतर उरणार नाही.

गौतमला ते नको होतं.

तो उठून उभा राहिला.

"अरे, अरे, बाबाजी इतकी घाई कशापायी वं? आजच नवी मोट जोडली बगा आन् आजच तुमचं पाय लागलं वावराला. तुमचं आशीर्वाद आसू द्या म्हाराज." त्यातला एक घाईघाईनं पुढं येत म्हणाला.

विचित्र परिस्थितीत आणखीच रुतत चालल्याचं गौतमला जाणवत होतं. तो काय आशीर्वाद देणार? चेहऱ्यावरचा गोंधळ झटकून टाकत त्यानं पटकन म्हटलं, "आशीर्वाद देवाचा असतो भाई!"

"द्येवानंच तर तुमाला हिकडं धाडलं बापू, ब्येस झालं. औंदा पीक सोळा आनं निघणार बघा. आमची यवढी फूल नाही फुलाची पाकळी घ्यावा महाराज!" मळकट धोतराच्या सोग्याच्या टोकाला बांधलेली एक रुपयाची नोट काढून त्यानं पुढं केली.

गौतम अधिकच गोंधळला. घडत होतं ते सगळं सर्वस्वी अनपेक्षित होतं. त्यानं आपल्या भगव्या वस्त्रांकडे दृष्टी टाकली. वस्त्रांचा रंग सोडला तर इतर काहीच बदललं नव्हतं. तरी...इतका प्रभाव या भगव्या रंगाचा?

"या रुपायाचे दाणे टाका पक्ष्यांना भाई! जीव शांत होईल बिचाऱ्या मुक्या पाखरांचा!" एवढं बोलून तो चटचट पाय उचलून चालू लागला.

"पायलं? पैशाला शिवलं बी न्हाई. ह्येला म्हन्तात खरा संत मानूस. आपलं नशीब मोठं गड्या!" पाठीमागून शब्द येत होते.

गौतमच्या छातीत धडधडायला लागलं. छातीचे ठोके जलद पडू लागले. त्यानं मागं वळून पाहिलंच नाही. सगळे जण आपल्याकडेच पाहत असतील याची त्याला खात्री होती. त्यांच्या नजरेच्या टप्प्यातून लवकरात लवकर दूर जाण्यासाठी तो जवळजवळ धावूच लागला. बरंचसं अंतर कापल्यावर त्यानं मागं वळून पाहिलं. आता तिथं कोणी नव्हतं.

घरघर आवाज करत समोरून एक बस निघून गेली. मागून भरधाव येणाऱ्या ट्रकचा हॉर्न वाजला. दचकून गौतम कडेला सरला.

'या भगव्या वस्त्रांचा आणि 'रामजी'चा काय संबंध?' त्याच्या मनात विचार आला, 'रामजी तर राजकुमार होते, राजा होते. ते कुठं साधू- संन्यासी होते? चौदा वर्षांचा वनवास भोगावा लागला ती गोष्ट वेगळी! पण तसं तर भगवान शंकरासकट कित्येक देवांनी अरण्यात राहून तप केलं आहे. या सगळ्यांमध्ये एक रामजीचंच नाव का लोकांच्या तोंडी रुळलं असेल?

त्याला हसू आलं.

गेली कित्येक वर्षं या असल्या विचारांनी त्याला भंडावून सोडलं होतं. या

प्रश्नांची उत्तरं शोधण्यासाठीच तर तो निघाला होता.

बस्स!

पुष्करधामला पोहोचायचाच काय तो अवकाश. गोपालस्वामींपाशी प्रत्येक प्रश्नाचं उत्तर मिळाल्यावाचून राहणार नाही!

रेल्वे स्टेशन अगदीच लहान नव्हतं. फारसं मोठंही म्हणता आलं नसतं. सकाळच्या दोन-तीन तासांत वेगवेगळ्या दिशांनी तीन-चार गाड्या ये-जा करत. संध्याकाळीसुद्धा दोन-तीन तास स्टेशन गजबजलेलं असायचं. तेव्हा तीन एक गाड्या यायच्या, जायच्या. दुपारी एखादी मालगाडी. शंटिंग चालायचं. वॅगन्स भरल्या जायच्या. मधूनच एखादं इंजीन किंचाळायचं. इंजिनाची भकभक आणि भपकन वाफ सोडल्याचा आवाज यामुळं हवेत कितीतरी वेळ कंप जाणवायचा.

गाड्या येता-जाताना दगडी प्लॅटफॉर्म जणू जिवंत व्हायचा. स्टेशनवर प्लॅटफॉर्म दोनच. दोन्हींवर प्रवाशांच्या सोयीसाठी लाकडी अथवा दगडी बाकं. म्हणायला प्रवाशांची 'सोय' पण लाकडी बाकं तर ढेकणांनी भरलेली किंवा लाकडाच्या पट्ट्या अशा काही उखडलेल्या की बसणाऱ्यानं कितीही काळजी घेतली तरी उठताना त्याची वस्त्रं आपली काहीतरी खूण तिथं सोडून जाणारच! शिवाय स्टेशनवरची भटकी कुत्री बाकड्याला आपला ओनरशिपचा फ्लॅट मानून सहकुटुंब तिथे विराजमान झालेली; त्यामुळं प्रवासी बिचारे येतील तसतसे प्लॅटफॉर्मवरच्या दोन-चार झाडांखाली कोंडाळं करून बसत. झाडाखालची सावली पुरेनाशी झाली, की उरलेले प्रवासी प्लॅटफॉर्म चढाय-उतरायला असलेल्या पायऱ्यांवर बसून घेत. प्लॅटफॉर्मपासून आडवी जाणारी एक 'डेड' रेल्वेलाईन होती. जरा पुढं गेल्यावर 'डेड-एण्ड' होता. त्यामुळं काही लोक आपलं सामानसुमान घेऊन त्या रुळांवरच ठाण मांडत. मधूनच केव्हातरी चहावाला पोऱ्या हातातल्या कपबशांचा खडखडाट करत फेरी मारे. त्यातच केव्हातरी गाडीच्या येण्या-जाण्याची कसलीशी सूचना देणाऱ्या घंटेचा टोल वाजे.

गौतमने केलेला हिशेब बरोबर ठरला. तो स्टेशनवर पोहोचला तेव्हा तिथे गजबज सुरू झाली होती. नेमक्या वेळीच स्टेशनवर पोहोचलेलं बरं असं त्याला वाटत होतं. स्टेशनवर फार काळ बसावं लागू नये अशी त्याची इच्छा होती. आसपासच्या पाच-सात गावांतल्या लोकांसाठी हे एवढंच एक स्टेशन होतं आणि पाच-सात गावातले लोक म्हणजे...

प्लॅटफॉर्मच्या टोकाला असलेल्या नळावर गौतमनं आपले धुळीनं माखलेले पाय धुतले. पाणी मारून चेहरा स्वच्छ केला. दोन चुळा भरल्या. घोटभर पाणी प्यायला. त्याला भूक लागली होती, पण खावंसं वाटत नव्हतं. उन्हं कलली होती. लोक लगबगीनं प्लॅटफॉर्मवर येत-जात होते. गौतम तिकिटाच्या खिडकीशी गेला. अजमेरला जाणारी मेल यायला अजून तासभर अवकाश होता! त्यानं तिकीट काढलं. घरून निघताना गजाबापांनी अगदी पक्का हिशेब करून त्याच्या हातावर पैसे ठेवले होते. ''हे तुझं जातानाचं बसभाडं! येताना तुझ्यासोबत जानकी असेल म्हणजे तिच्या भाड्यासाठी पैसे लागतील. तिच्या पोराचं तिकीट नाही काढलं तरी चालेल. चौथं वर्ष लागलंय, पण तसा आहे बारकुडा. खुशाल सांग अडीच वर्षांचा आहे म्हणून! कोणी काही विचारणार नाही. म्हणजे दोन तिकिटं. वर ही थोडी वाटखर्ची. पुरतील एवढे. काटकसरीनं वापर...आणि हो, कोणी टग्या डल्ला मारणार नाही तेवढी काळजी घ्यायची...कळलं का?''

खरंच होतं त्याचं म्हणणं. काटकसर केल्याविना चालण्यासारखं नव्हतंच आता. शंकरभाईलासुद्धा गजाबापा नेहमी म्हणायचे, ''शंकर, तुझा हात फार सैल आहे रे बाबा. जरा काटकसर करायला शीक. चार पैसे वाचवशील तर अडीअडचणीला उपयोगी पडतील.''

शंकरभाई उधळ्या नसला तरी ऐपतीपेक्षा जरा जास्तच उदार होता.

गजाबापांचा सल्ला ऐकून शंकरभाई हसायचा. म्हणायचा, ''बापू, तुम्हीच तर म्हणता, माणसाच्या हातातलं कोणी नेईल हिसकावून, पण कपाळी लिहिलं असेल ते थोडंच हिसकावलं जाणार आहे? नशिबी असेल तेवढं राहणारच आणि नसेल नशिबात ते कितीही वाचवायचा प्रयत्न केला तरी कुठं राहतंय? जायचं ते जाणारच.''

उरलेले पैसे गौतमनं पिशवीत ठेवले होते. त्यातून त्यानं तिकीट घेतलं. पैसे देताना गजाबापांनी जे योजलं होतं त्यापेक्षा अगदी वेगळ्या मार्गानं तो निघाला होता. तिकिटाच्या पैशांतूनच त्यानं शहरात जाऊन ही भगवी वस्त्रं खरीदली होती. उरलेल्या रकमेतून त्याचं अजमेरचं गाडीभाडं निघालं होतं. खूपच थोडे पैसे उरले होते. त्याला वाटलं, फार भूक लागली आहे...या एवढ्या पैशातूनच काही खायला घेतलं तर...तर मग अजमेरहून पुष्करला बसनं जावं लागेल तेव्हा काय करायचं? त्या वेळी किती पैसे लागतील ते कुठं ठाऊक आहे!

प्लॅटफॉर्मवर फिरता फिरता गौतम एकाएकी थांबला. घरून निघताना त्यानं पक्कं ठरवलं होतं- छे! आता या घराबद्दल, घरातल्या माणसांबद्दल मुळीच विचार करायचा नाही. जे सगळं सोडून तो निघाला होता ते त्यानं निराशा, संताप, वैफल्य असल्या कोणत्या नकारात्मक भावनेच्या भरात सोडलं नव्हतं. अगदी विचारपूर्वक

उचललेलं निग्रही पाऊल होतं ते. आपलं घर अन् त्या आपल्या घरातल्या चार-पाच माणसांच्या जागी संपूर्ण विश्वाला आणि त्या विश्वातल्या जीवमात्राला स्वजन बनवण्यासाठी तो निघाला होता. आता ना कोणी गजाबापा, ना शंकरभाई, ना कोणी जानकी, ना कोणी... नाही... नकोच! त्यानं जीभ दातांखाली दाबली. त्यातलं आता कोणीच नको!

...अन् तरीसुद्धा घर सोडल्याला एक दिवस व्हायला आला तोवर त्याला ही सगळी नावं वारंवार आठवत होती. हाच तो संघर्ष! हा संघर्ष आता कुठं सुरू झाला आहे. एकदा का पुष्करला पोहोचून गोपालस्वामींच्या आश्रमात, त्यांच्या निकट बसलो की हा संघर्षही मग त्यांच्या चरणाशीच...

उंटाच्या पाठीवरच्या भारातल्या शेवटच्या काडीसारखं त्यांचं ते वाक्य नव्हतं का... 'का मे जननी को मे पिता'- या संसारात कोण माता आणि कोण पिता? ज्यांच्यामुळं हा देह निर्माण झाला असं आपण मानतो ते आपले माता-पिता तरी आपले कुठं असतात? 'का ते कान्ता? कस्ते पुत्र:?' महाभारतातल्या यक्ष-युधिष्ठिर संवादात यक्षानं भले युधिष्ठिराला विचारलं असेल की, युधिष्ठिरा, 'किंस्विन्मित्र गृहे सत:' गृहस्थाचा खरा मित्र कोण?... आणि त्या वेळी युधिष्ठिरानं म्हटलं असेल,- 'भार्या मित्रं गृहे सत:'-पत्नी हाच खरा मित्र!...पण गोपालस्वामींनी त्याचच खंडन करत म्हटलं होतं- "असेल! पत्नी हाच संसारातला खरा मित्र असेल! परंतु हा संसारच जर व्यर्थ आहे, एक माया आहे; तिथं मग मैत्री काय अन् काय काय? ते निव्वळ वाळवंटातलं मृगजळ...कोणी माता नसतं, कोणी पिता नसतं. पत्नी नसतं अन् पुत्रही नसतं. असतो फक्त एकमात्र- आत्मा! ही सगळी नाती म्हणजे आत्म्याच्या उद्धाराच्या मार्गातले अडथळे आहेत, अडथळे. या अडथळ्यांचा त्याग करून..."

एवढं बोलून मग गोपालस्वामींनी रामायण लिहिणाऱ्या आदिकवी वाल्मिकींच्या पूर्वायुष्यातली गोष्ट सांगितली होती. वाल्या दरोडेखोरानं लुटलेल्या लुटीतला वाटा घ्यायला सगळे कुटुंबीय तयार होते पण त्याच्या पापाचे वाटेकरी व्हायला त्याच्या पत्नीनं, त्याच्या माता-पित्यांनी, सगळ्या- सगळ्यांनी नकार दिला. वाल्यानं अशा त्या माता-पित्यांचा त्याग केला, त्यानं बायका-मुलांचा त्याग केला. तेव्हा कुठं वाल्याचा वाल्मिकी झाला. त्यागाविना काहीच प्राप्त होत नसतं.

गोपालस्वामींच्या अस्खलित वाणीनं त्या दिवशी सगळे श्रोते मंत्रमुग्ध झाले होते. गौतमनं तेव्हाच मनोमन निर्णयही घेऊन टाकला होता. त्याला वाटलं होतं, गोपालस्वामींचं हे बोलणं ऐकायला भगीरथही आज इथं हजर असता तर...

संध्याकाळ ढळली होती. समोरच्या प्लॅटफॉर्मवर एक गाडी लागत होती. त्या प्लॅटफॉर्मवर चैतन्य संचारलं. गौतम फिरत होता त्या प्लॅटफॉर्मवर कडुनिंबाचा एक भला मोठा वृक्ष होता. असंख्य पक्षी किलबिलाट करत त्यावर विसावत होते.

वृक्षाभोवती पार बांधलेला होता. पार विशेष उंच नव्हता. अध्येमध्ये कुठंतरी तुटला होता. गौतम पारापाशी आला. इथं गर्दी कमी होती. गौतम पारावर टेकला. मग मांडी घालून बसला. पाय दुखू लागले होतेच शिवाय गर्दीपासून दूर गेलं म्हणजे कोणाशी बोलावं लागणार नाही असं त्याला वाटलं होतं.

बाकी काही केलं नाही तरी या भुकेचं काय? लोकांना टाळलं तरी भूक कशी टाळणार? भुकेल्या पोटीच गौतमला हसू आलं. सकाळीच तर जेवलो होतो पोटभर! काही तासच फक्त उलटलेत. एक वेळची भूक विसरता येत नाही असं हे परमचक्र ज्यानं रचलं त्याच्याबद्दल गौतमच्या मनात अनिवार कुतूहल दाटून आलं. झाडाच्या बुंध्याला टेकून त्यानं डोळे मिटून घेतले. वाऱ्याची झुळूक आली. त्याची थकली गात्रं सुखावली. 'आता एकदाची पटकन गाडी येईल तर बरं. गडबड-गर्दीत ही भूक विसरायला होईल' त्याला वाटलं. तोवर प्लॅटफॉर्मवर माणसांचे घोळकेच्या घोळके दिसू लागले.

"आरे वा, वा! बापू बसलेत वाटतं इथं. आपण पण इथंच बसावं, चागलं मोकळं ढाकळं आन गर्दी बी कमीच हाय." एकाएकी कोणीतरी मोठ्यानं बोललं. गौतमनं तिकडं पाहिलं. कसली कसली गाठोडी, तऱ्हेतऱ्हेच्या पिशव्या, थैल्या हातात, खांद्यावर, डोक्यावर...जमेल तिथं जमेल तसं उचलून घेतलेल्या पंधरा-वीस जणांचं टोळकं प्लॅटफॉर्मच्या दुसऱ्या बाजूकडून त्याच्या दिशेनं येत होतं. दोन-पाच तरुण पोरंपोरी सोडून बाकी सगळे वयस्क होते. कपड्यांवरून, सामानावरून खेड्यातली माणसं वाटत होती. गौतम बसला होता ते प्लॅटफॉर्मचं टोक होतं. स्टेशनाभोवतीची भिंत एके ठिकाणी तुटली होती. भिंतीच्या त्या खिंडारातूनच टोळकं आत घुसलं होतं.

"होय रं बाबा! गाडी बी चांगली दीड तास लेट हाय. आता यवढा वेळ करायचं तरी काय म्हन्तो मी! ह्यो बाबा बरा बसलाय हितं. त्येंच्याशी सत्संग करू या!" दुसऱ्या एकानं दुजोरा दिला.

"नाय तं काय! आता यात्रंलाच निघालो म्हणताना सतसंगाविना दुसरं करायचं काय हाय म्हना! एका जाडगेल्या प्रौढ बाईनं बसक्या आवाजात म्हटलं. "जय सीताराम बापू" असं म्हणत तिनं आपल्या डोईवरचं गाठोडं गौतमच्या पायाशीच उतरवलं. हात जोडून तीही तिथंच बसली. ती बसली तशी तिथं उभी असलेली इतर दहा-पाच माणसं आपापलं सामान खाली ठेवत पटापट तिथं बसली. कोणी गौतमकडे पाहत उभे राहिले. एकानं बिडी पेटवली.

काय करावं गौतमला कळेना. अजमेरला जाणाऱ्या गाडीला अजून दीड तास अवकाश आहे एवढं त्याला समजलं. त्याला वाटलं होतं, गाडी आली रे आली की एकदा चढून जाऊ गाडीत म्हणजे मग लोकांच्या गर्दीत मिसळलं की डोक्यातले हे

विचार तरी जातील निघून पण झालं भलतंच. एकांत दूरच राहिला; गर्दी सापडली, अगदी आपणहून येऊन त्याच्या पुढ्यात, त्याच्या पायांशी पोहोचली. पण कशी? त्याच्याशी सत्संग करायला उत्सुक!

''आपुन बघा, ह्या जल्मी, इतक्या वरसांनी गोकुळ, मथुरा न् काशी पयल्यांदा बघनार. पर बापूंनी चार धाम यात्रा केली आसंल. किती तरी वेळा! त्येंनाच विचारू चला, यात्रेचं सांगा म्हनावं.'' तेवढ्यात कोणा एकानं गौतमकडं पाहून हात जोडले. मस्तक झुकवलं. ''यात्रेला निघालोय, बापू. तुमची सोबत मिळाली. क्येवढं आमचं भाग्य! आता हितून फुडं आमच्या बरोबरच ऱ्हावा. देवाधर्माचे दोन शब्द आमाला ऐकवा.''

गौतम अतिशय गोंधळून गेला. धर्माबद्दल त्याला कुठं काय ठाऊक होतं? त्याला काहीच येत नव्हतं. बिचारे भोळेभाबडे लोक! त्याच्या भगव्या वस्त्रांकडे पाहून भलतीच समजूत करून बसले होते. थोडेसे रुपये मोजून घेतलेल्या वस्त्रांनी इतक्या माणसांवर असा परिणाम करता येत असेल तर गोपालस्वामींसारखा खराखुरा संन्यासी, खरा ज्ञानी किती उच्च, किती पवित्र म्हणायचा! मला काहीच येत नाही असं म्हटलं तर या लोकांना काय वाटेल? काय म्हणतील मला? सांगावं तरी कसं? गौतमनं डोळे मिटून घेतले.

''आमच्या यात्रेच्या पयल्या पावलीच तुमची भ्येट झाली. धन्य धन्य वाटलं बघा. वाईच काय तरी भजन-कीर्तन करा की. आमच्यासारख्या अडान्यांना देवाधर्माचे चार शब्द ऐकवा की!''

''व्हय, व्हय बापू...जय सीयाराम!'' चार-पाच जण एकदम बोलायला लागले.

गौतमनं डोळे उघडले. उठून दुसरीकडे कुठंतरी निघून जावं असं त्याला वाटू लागलं. तो काय बोलणार? काय सांगणार होता तो? अजून तो संन्यासी झालाही नव्हता. आपण म्हणजे घरातून पळून निघालेला एक साधा पळपुटा माणूस आहोत याची पुसटशी जरी कल्पना या लोकांना आली तरी...

''जय सीयाराम!... जय सीयाराम...!'' लोकांच्या घोळक्यातून चार-पाच आवाज उठले.

दृष्टी स्थिर ठेवून गौतमनं पुटपुटल्यासारखं केलं. हात जोडले. शिर नमवलं. बोलला मात्र काहीच नाही.

''आशीर्वाद द्यावा बापू! आमची यात्रा सुखात पार पडू दे.'' एक जण म्हणाला.

गौतमनं त्याच्याकडं पाहिलं. साठीच्या आसपास वय असावं त्याचं. गजाबापांसारखीच शरीरयष्टी आणि वयही साधारण तेवढंच! आवाजसुद्धा तसाच. गौतमला वाटलं आपण ऐकलं ते खरं की भ्रम? एवढा मोठा वयस्क माणूस माझा आशीर्वाद कशाला मागेल? अन् आशीर्वाद देणारा मी कोण? आशीर्वाद देवाचा असतो.

उजवा हात उंचावून त्यानं आकाशाकडे बोट दाखवलं.

“आरं बापू म्हन्तात त्येच खरं! आशीर्वाद द्येवाकडं मागायचा. पण मी काय म्हन्तो बापू, तुमच्या मुखातून चार शब्द आइकले असते तर...”

काही न बोलता गौतमनं ओठ मिटून घेतले.

“माला काय वाटतं, हे बापू म्हंजे बघा, हे मौनीबाबा आसनार.” मघाच्यातला एक म्हणाला.

“व्हय, व्हय खरंच की! आशीर्वाद दिले त्ये पण आकाशाकडं बोट दाखवून.”

“वा. वा! वा रं वा! यात्रेची सुरुवातच झाली तं कशी? मौनीबाबांच्या दर्शनानं. क्येवढा मोठा शकुन म्हनायचा! बोला- मौनीबाबा की...”

“जय..!” एका सुरात घोष झाला.

हे सगळं गौतमला अगदी अनपेक्षित होतं. तो विलक्षण गोंधळला. त्याला काही सुचेना पण त्याच वेळी त्याला जरा हायसंही वाटलं. आता काही बोललं नाही तरी हरकत नव्हती. मौन त्याच्या मदतीला आलं होतं. त्याचं अज्ञान मौनाच्या कवचाखाली ज्ञान बनून तळपणार होतं. त्याला जरासं हसू आलं. ज्ञान आणि अज्ञान, दोन्हीचं रक्षण करायला मौन समर्थ आहे!

“मौनीबाबा, आता हितून फुडं तुमी आमच्याबरोबरच ऱ्हावा. आमची सर्व्यांची तिकिटं रिजर्वेशनची हायेत. आमच्यात तुमी बी येवून जाल. आजून गाडी यायला टाईम हाये. तवर आपुन सगळे दोन दोन घास खावून घ्येवू. चल रे, ए काढ ते ढेबरे! चला रं...” एकानं पुढाकार घेतला.

ढेबऱ्यांचा खमंग वास श्वासात मिसळताच अजूनपर्यंत दाबून ठेवलेली गौतमची भूक उफाळून आली. भुकेनं गौतमचा ताबाच घेतला...आणि आता ‘हो- नाही’ काही म्हणणं शक्य नव्हतं. आता तो मौनीबाबा होता!

पुरता एक दिवसही उलटला नव्हता अजून, अन् गजाबापांचा गौतम तेवढ्यात मौनीबाबा झाला होता! त्याचं हवं नको बघायला, त्याच्याकडे लक्ष पुरवायला एका पायावर तयार असणारा एक जथासुद्धा एव्हाना त्याच्याभोवती जमला होता. गौतमच्या आश्चर्याला आणि त्याहूनही अधिक आनंदाला पारावार उरला नाही. शब्दांचा महिमा त्याला माहीत होता. गोपालस्वामींच्या शब्दांनीच तो ओढला गेला होता; पुष्करधामला जायला निघाला होता पण अनुच्चारित शब्दांतसुद्धा एवढं सामर्थ्य असतं याची त्यानं कधी कल्पनाही केली नव्हती. वाणीच्या अस्खलित प्रवाहानं मंत्रमुग्ध झालेले शेकडो लोक त्यानं पाहिले होते. स्वत: अनुभव घेतला होता; परंतु एक शब्दही उच्चारला नसताना एवढा मोठा जमाव त्या नि:शब्द मौनाची पूजा करायला निघतो, हा अनुभव त्याला अत्यंत रोमांचक वाटत होता. घर सोडून निघाल्यावर पहिल्याच दिवशी असा अद्भुत रोमांचक अनुभव यावा ही आपल्या निर्णयाच्या सच्चेपणाची प्रचिती आहे असं त्यानं मानून घेतलं. आपण खरोखरच भाग्यवान आहोत याची त्याला खात्री वाटू लागली.

शरीराचा सगळा थकवा दूर करणारे, मन तृप्त करणारे पदार्थ आणि त्याहून विशेष असा आग्रह! त्याची भूक तर भागलीच, भरीला गाडी प्लॅटफॉर्मवर शिरते न् शिरते तोच एका बाकावर त्याची बसायची खास सोयही झाली. गाडीत बेसुमार गर्दी होती. इंचन् इंच जागा व्यापली गेली होती. हातपायदेखील हलवता येऊ नयेत अशा प्रकारे माणसं आडवी तिडवी ठासून भरली गेली होती. गोकुळ-मथुरेच्या यात्रेला निघालेली ती मंडळी घटकेत राम तर घटकेत कृष्ण, घटकेत बमबम भोले तर घटकेत 'जय बजरंग' असा गजर करत रिझर्व्हेशन असलेल्या डब्यात चढली. मौनीबाबा गौतमची बसायची खास सोय त्यांनी आपल्यासोबतच केली.

गाडी निघाली. सगळे आपापल्या जागी स्थिरस्थावर झाले. डहुळलेल्या गढूळ पाण्यातली माती हळूहळू तळाशी जाऊन स्थिर व्हावी, तसा एवढा वेळ चाललेला गोंधळ शमला. सगळे शांत झाले. रात्र झाली होती, पण झोपेनं डोळे जड व्हावेत अशी स्थिती झाली नव्हती. गौतमला एकाच गोष्टीची चिंता होती. तोंडानं काही

बोलायची आता संधी उरली नव्हती. त्यामुळे थोडी सोय झाली होती; परंतु हे लोक रात्री उशिरापर्यंत जागत बसले उगाच तऱ्हेतऱ्हेचे प्रश्न विचारत सुटले आणि नुसतं 'हो-नाही' म्हणता म्हणता घोटाळा झाला तर...असा काही गुंता गौतमला नको होता.

"बापू, आता आमच्याबरोबर यातरेला चला तुमी." कोणीतरी सुचवलं.

"हा, हा बापू! एवाना तुमच्या सऽऽऽगळ्या यात्रा करून झाल्या असतील. म्हंजे त्याचा आमाला पण लाभ हुईल बघा."

"गोकुळ, मथुरा, बिंद्रावन, झालंच तर...ते आपलं काशी, प्रयाग, चित्रकूट...वा...वा...काय आमचं भाग्य! बापू यातराभर तुमी आमच्या संगती म्हटल्यावर आमची नाव लागनार पैलतीराला म्हनायची." एक प्रौढ माणूस बोलता बोलता उत्साहाच्या भरात उठून उभा राहिला.

गौतमला हसू आलं. त्यानं या भागात कधी पाऊलही टाकलं नव्हतं. फार कशाला, या तीर्थस्थानांची त्याला माहितीदेखील नव्हती. अहमदाबादच्या पलीकडे कुठल्याही ठिकाणाची माहिती फक्त शाळेतल्या भूगोलाच्या पुस्तकातल्या नकाशापुरती मर्यादित होती. नाही म्हणायला रामायण, भागवत पुराण, गीता, हरिवंश असलं बरंचसं त्यानं वाचलं होतं. त्यातल्या कथा, त्यातले विचार, त्यातली ठिकाणं थोडीफार परिचित होती पण ते पोथीतलं पुराण! आज प्रथमच त्या पोथ्या- पुराणांच्या बाहेर निघायचं होतं.

"आरं, पन बापू सोता कुटं जायला निघाल्येत त्ये तर विचारून घ्या म्हन्तो मी."

"ते बी खरंच! हां, तर बापू तुमचं तिकीट कुठवरचं? पाहू बरं!"

गौतमनं झब्ब्याच्या खिशातून तिकीट काढून त्या माणसापुढे धरलं. त्यानं डोळे बारीक करत तिकिटावरची अक्षरं वाचायचा प्रयत्न केला.

"ह्ये बघा राव! बापूंचं तिकीट अजमेरपर्यंतच हाये!"

"त्येचं काय नाय. आपण तिकीटमास्तरला सांगून बापूंचं तिकीट फुडे लांबपर्यंतचं करून घेऊ."

हे सगळं आणखी जास्त लांबत जायच्या आधीच त्याला आवर घातला पाहिजे, असं गौतमला तीव्रतेनं वाटू लागलं. तिकीट स्वत:कडे घेऊन त्यानं ते खिशात नीट ठेवलं. किंचितसं हसून मान डोलावली.

"तुमाला कसला तरास होऊ देनार नाही. तुमची काय खास अडचन नसंल तर आमच्याबरोबर राहा. एका पैशाचा खर्च पडू देनार नाही." एका व्यवहारी माणसानं व्यवहारी लालूच दाखवून पाहिली.

गौतमनं स्मित करत हात जोडले. ओठ घट्ट मिटून घेतले. चुकून एखादा शब्द तोंडातून निघून जाईल की काय अशी त्याला सारखी भीती वाटत होती. उत्साही यात्रेकरूंच्या चेहऱ्यावर थोडीशी निराशा पसरली. गौतमला स्वत:ची लाज वाटली.

त्या सगळ्यांना वाटत होतं, तसा तो मौनीबाबा होता का? तो कोणी संतही नव्हता. एक सामान्य साधू तरी तो अजून कुठे झाला होता? केवळ भगवी वस्त्रं अंगावर चढवली होती एवढंच काय ते! सगळा प्रताप होता या भगव्या रंगाचा! शेकडो वर्षांपासून कोट्यवधी माणसांच्या मनावर श्रद्धेच्या रूपात पसरलेल्या त्या भगव्या रंगाच्या प्रतापाचा हा साक्षात्कार त्याला आतल्या आत अस्वस्थ करत होता. पुन्हा पुन्हा त्याच्या मनात एकच विचार येत होता- संन्यासाच्या वाटेनं निघाला असताना नवप्रयाणाच्या आरंभीच तो कळत नकळत या सगळ्यांना फसवत तर नव्हता? या फसवणुकीबद्दल तो स्वत:ला अपराधी मानत होता. अपराधीपणाच्या एका विचित्र भावनेनं त्याला वेढून टाकलं.

"बरं चला, जाऊ द्या. आमचं नशीब आसेल तसं! आमाला आशीर्वाद द्या बापू. आमची यात्रा निर्विघ्नपणे पार पडू द्या," एक म्हातारासा माणूस जणू गौतमच्या मदतीला धावून आला.

गौतमनं दोन्ही हात उचलून आकाशाच्या दिशेनं तळवे पसरले.

"मौनीबाबा की जय!" कोणीतरी आरोळी ठोकली.

सुदैवानं तेवढ्यावरच भागलं.

गडबड, गोंधळ, कोलाहल हळूहळू शांत होऊ लागला. सगळे झोपायच्या तयारीला लागले. गाडी एका लयीत वेगानं पुढे धावत होती.

भल्या पहाटेच अजमेर येईल असा अंदाज होता. सगळे जण सरत्या रात्रीच्या साखरझोपेत असतील तेव्हा आपण शांतपणे उतरून जावं असा गौतमनं विचार केला. कावळ्याच्या झोपेसारख्या किंचित डुलक्या घेतल्या तेवढ्याच. बाकी तो रात्रभर जागा होता. अजमेर यायला खूप अवकाश होता तेव्हापासूनच त्याची झोप उडाली होती. अर्ध्या मिटल्या डोळ्यांनी तो खिडकीजवळच्या जागेवर शांतपणे बसून राहिला.

"जय सीयाराम बापू!" वरच्या बर्थवरून कोणीतरी मान उंचावून म्हटलं, "इतक्या लवकर उठलात म्हनायचं!"

"रातभर झोपलेच न्हाही बघा," गौतमच्या समोरच्या बर्थवर झोपलेल्या त्या म्हाताऱ्याशा माणसानं कुशीवर वळत म्हटलं. "रातभरातनं मला दोन-तीन वेळा जावं लागतंय बाथरूमला. परतेक वेळी मी पायलं तं बापू जागेच!"

"आवं, बापूंना रात काय न् दिस काय सगळं सारखंच आसतं. साधू मानूस सदा जागा असतो." तिसऱ्या कोणी वेदवाणी उच्चारावी तसं ठामपणे म्हटलं.

गौतम उठला. त्यानं आळोखेपिळोखे देऊन आळस झटकला. वर ठेवलेली आपली पिशवी काढून हातात घेतली. गाडीची गती अगदी संथ झाली होती. स्टेशन जवळ आल्याची सगळी चिन्हं दिसू लागली होती. बाहेर फटफटलं होतं. अंधार मावळून उजेडाचं साम्राज्य पसरू लागलं होतं.

"आरं उठा, उठा. आजमेर आलं, आजमेर आलं. बापू निघाले."

जागे झालेले झोपलेल्यांना उठवू लागले. सगळे पटापटा उठले. गाडी प्लॅटफॉर्मवर पोहोचण्याआधी त्यांनी गौतमला चारी बाजूंनी वेढून टाकले.

गौतम दाराकडे निघाला. पाठोपाठ लोकही दाराच्या दिशेनं सरकले. गाडी थांबली. गौतम खाली उतरला. मागे वळून त्यानं लोकांकडे नजर टाकली आणि हात जोडले.

"तुमचा सत्संग लाभला बापू, मागच्या जल्माचं पुण्य आमचं. यवढी दक्षिणा ठेवून घ्या बापू..." एका म्हाताऱ्या बाईनं पाच रुपयांची नोट गौतमच्या पायाशी ठेवली. गौतम दोन पावलं मागे सरला. हे फारच अनपेक्षित होतं!

"व्हय, व्हय बापू...न्हाई म्हनू नका..." असं म्हणत इतर दोन-चार जणांनी जमतील तशी नोटा- नाणी त्याच्या पायाशी ठेवली. "आमी यातरेला निघालोय, दान-धर्म करायलाच निघालोय. तुमच्यासारक्या म्हाराजानं दिलं तं पुण्य लागतंय."

गौतमनं 'हो-नाही' म्हणायच्या आत, पाहता पाहता प्लॅटफॉर्मवर त्याच्या पायाशी पैशांचा लहानसा ढीग निर्माण झाला. आपलं नाणं, आपली नोट गौतम स्वत: केव्हा उचलून घेतो याची सगळे जण मोठ्या श्रद्धेनं आणि भक्तिभावानं वाट बघत होते. गाडी सुटली आणि न जाणो, स्वत:च्या हातानं घेण्याऐवजी दुसऱ्या कोणाच्या हातून बापूंनी पैसे घेतले तर आपल्या पदरी पुण्य पडायचं राहून जाईल अशा भावनेनं "घ्या बापू, ते तिथलं घ्या बापू..." असं म्हणत सगळे नकळत धक्काबुक्की करू लागले. त्यांच्यात जणू स्पर्धा लागली.

गौतमला गोपालस्वामींची आठवण झाली. आपल्या गुरुस्थानी त्यानं गोपालस्वामींची मनोमन स्थापना कधीच करून टाकली होती. गोपालस्वामी प्रवचन करायचे, श्रोत्यांना कथापान करवायचे तेव्हा व्यासपीठावर त्यांच्या पायाशी नोटांचा असाच ढीग जमलेला त्यानं पाहिला होता. गोपालस्वामी त्या ढिगाकडे बघायचेही नाही. या सगळ्यापासून ते अगदी अलिप्त राहत. गोपालस्वामी पैशाला हातही लावत नाहीत, असं त्यानं ऐकलं होतं. त्यांच्या वाणीमध्ये अद्‌भुत जादू होती. ऐकणारा अगदी मुग्ध होऊन जाई. ते म्हणत- 'सगळ्या अनर्थाचं मूळ आहे संपत्ती! धनाप्रती वीतराग बाणला तर अर्धी लढाई जिंकली म्हणून समजा! धनाचा स्पर्श सगळं दूषित करून टाकतो...'

गोपालस्वामी पैशाला स्पर्शही करत नव्हते. गौतम स्वत:ला आता गोपालस्वामींचा शिष्य मानत होता. गोपालस्वामींच्या आश्रमाच्या हवेतच तो जगत होता. त्यानं धनाला स्पर्श करणं ही शक्यता उरली नव्हती. दोन्ही हातांनी 'नाही नाही' म्हणत तो दोन पावलं मागे हटला.

"येवढं आमचं म्हननं ऐका बापू. या पैशाचा उपयोग तुमच्या हातानं ज्यास्त

चांगला होईल...बापू...'' गौतम दोन पावलं मागे हटला तर ते टोळकं तिन्ही बाजूंनी तीन पावलं पुढे चालून आले. दहा-वीस हात एकदम त्याच्यासमोर आले. गाडी सुटण्याची सूचना देणारा घंटानाद प्लॅटफॉर्मवर भरून उरला.

''आरं बाबानुं कसं समजंना तुमाला! आरं मौनीबाबा पैशाला हातच लावत नसतील. पैसा त्यांच्या हातात ठेवायचा नसतो. आसा त्यांच्या झोळीतच टाकायचा असतो.'' अचानक कोणीतरी मार्ग काढला.

गाडीनं शिटी दिली. एकच घाई उडाली. गौतमला कळायच्या आत, आत्तापर्यंत नोटा घेऊन त्याच्यासमोर आलेले हात एकदम त्याच्या पिशवीकडे वळले. नोटांचं पुडकं त्याच्या पिशवीत कोंबलं गेलं. गाडी सुटली.

''मौनीबाबा की जय''- एकच मोठा आवाज घुमला आणि सगळे धावपळ करत गाडीत चढू लागले. गौतम थक्क होऊन पाहत राहिला. हळूहळू गाडी प्लॅटफॉर्मच्या बाहेर निघून गेली. लोक घाईघाईनं प्लॅटफॉर्मच्या बाहेर पडले होते. गर्दी पांगली होती. त्यानं आपल्या पिशवीकडे पाहिलं. मोठी रक्कम पिशवीत जमा झाली होती.

तो स्टेशनच्या बाहेर आला तेव्हा दिवसाच्या प्रकाशानं आसमंत उजळून निघाला होता. त्याला थोडं हलकं वाटू लागलं. थोडी चौकशी करून त्यानं पुष्करकडे जाणाऱ्या बसचा स्टँड शोधून काढला. सकाळच्या आल्हाददायक गारव्यात बस हळूहळू डोंगरवाट चढून जात होती. त्या नव्या वातावरणाला गौतम प्रसन्न चित्तानं स्वत:मध्ये सामावून घेत होता.

इतका दूरचा प्रवास आणि सर्वस्वी अनोळखी वातावरण! गौतमला हे सगळं अगदी नवं होतं आणि तरीही त्याला ते अनोळखी, परकं वाटत नव्हतं. तो स्वस्थचित्त, निवांत झाला. हृदयात अनेक भाव उफाळून आले. ओठ हलकेच गुणगुणू लागले.

'ईशावास्यमिदं सर्वं यत्किञ्च जगत्यां जगत् ।
तेन त्यक्तेन भुञ्जीथा मा गृध: कस्य स्विद् धनम् ॥
असतो मा सद्गमय, तमसो मा ज्योतिर्गमय
मृत्योर्मा अमृतंगमय ॥'

पुष्करधामच्या बस स्टँडवर एक गचका देऊन बस थांबली तेव्हा गौतमची तंद्री भंगली. थोडे लोक उतरले. गौतम सर्वांत शेवटी उतरला. गोपालस्वामींच्या आश्रमाचा पत्ता लिहिलेलं चिटोरं त्यानं बाहेर काढलं. पत्त्याची चौकशी करून एका बारीकशा पायवाटेनं तो निघाला. थोडंसं चालला न चालला तोच, पुष्करचं प्राचीन पवित्र सरोवर त्याच्या दृष्टीस पडलं. यात्रेकरू, साधू असे काही लोक तिथे स्नान करत

होते. गौतम थांबला. त्या विशाल सरोवराचं निर्मळ जल त्याचं मन आकर्षून घेत होतं. त्यालाही स्नान करावंसं वाटू लागलं. एका घाटावर त्यानं आपली पिशवी ठेवली. अंगावरची भगवी वस्त्रं उतरवली. एक पांढरं वस्त्र गुंडाळून घेतलं आणि तो पाण्यात उतरला. थंड पाण्याच्या स्पर्शानं त्याला ताजंतवानं वाटू लागलं, तो पोहू लागला. मग पाण्यातच उभं राहून तो मंत्रोच्चार करू लागला. उगवत्या सूर्याला त्यानं अर्घ्य दिलं. प्रात: संध्या केली. बाहेर येऊन पुन्हा एकदा त्यानं तीच भगवी वस्त्रं धारण केली.

पुन्हा एकदा गोपालस्वामींच्या आश्रमाबद्दल चौकशी करून तो त्या दिशेनं झपझप चालू लागला. उन्हं तापू लागली होती. रस्त्यावर रहदारी अगदी तुरळक होती. थोडे यात्रेकरू, काही देशी पर्यटक, काही थोडे परदेशी पर्यटक आणि थोडेफार साधू. अधेमधे रस्त्याच्या दोन्ही बाजूंना धार्मिक कार्यासाठी, पूजाविधींसाठी आवश्यक वस्तू, पुस्तकं असं काहीबाही विकणारी छोटी छोटी दुकानं होती. सुरुवातीला एकमेकांना लागून असणारी घरं पुढे विरळ होत गेली होती.

कुठे झोपडीवजा घरं तर कुठे दुमजली इमारती.

पत्त्यात लिहिलेल्या ठिकाणी गौतम पोहोचला तेव्हा आसपासच्या झोपड्या आणि लहानमोठी घरं यांमध्ये एखाद्या महाराजासारखी दिमाखात उभी असलेली तीन मजली भव्य इमारत त्याला दिसली. इमारतीभोवती मोटारींचा ताफा उभा होता. शेकडो माणसं मावतील एवढ्या मैदानाभोवती चौफेर भिंत बांधलेली होती. आत चाललेल्या प्रार्थनेचा नाद बाहेरपर्यंत गुंजत होता. गौतम भारावून गेला. प्रवेशद्वाराशी दोन मोठे कोरीव गजराज होते. काळ्या आरसपानाचे असावेत. त्यांच्या उंचावलेल्या सोंडेतून सुवासिक जल वाहत होतं. तिथेच दोन रखवालदार उभे होते.

गौतम पाहत राहिला.

हा...हा गोपालस्वामींचा आश्रम? आश्रम?

आश्रमाबद्दलच्या त्याच्या कल्पनेला हलकासा धक्का बसला.

"**कोण** पाहिजे महाराज?" रखवालदारानं भरदार आवाजात विचारलेल्या प्रश्नानं गौतमला विचारतंद्रीतून जागं केलं.

"हा...हा गोपालस्वामींचा आश्रम आहे का, भाई?"

"पुष्करधामला पहिल्यांदाच येताय वाटतं!" गौतमच्या भोळसटपणाला हसून तो म्हणाला, "गोपालस्वामींचा आश्रम सगळ्या जगाला माहीत आहे."

गौतमला स्वत:च्या अज्ञानाची कीव आली. जे सत्य अवघ्या जगाला ज्ञात आहे- आणि सगळ्या जगाला ते माहीत आहे याचं ज्ञान या सामान्य रखवालदाराला आहे- ती गोष्ट आपल्याला तेवढी माहीत नसावी!

"खरंय तुमचं म्हणणं, भाई!" गौतम हळू आवाजात म्हणाला. "मी प्रथमच येतोय इथे." मग पुढे म्हणाला, "मला गोपालस्वामींना भेटायचं आहे."

"स्वामीजींना भेटायचंय?"

एखाद्या बावळटाकडे पाहावं तसं गौतमकडे पाहत रखवालदारानं विचारलं. "कुठून आलात हो? आणि नाव काय तुमचं?"

गौतमला आपली चूक कळून आली. तो गोपालस्वामींना भेटला त्याला सहा महिने होऊन गेले होते. त्या वेळी गौतमच्या गावात त्यांची प्रवचनं झाली होती. त्यानिमित्तानं स्वामीजी दहा एक दिवस गावात राहिले होते. ते गावच काय, आसपासची कितीतरी गावं त्या दहा दिवसांत धार्मिक भावनेत न्हाऊन निघाली होती. आपापली कामंधामं खोळंबून ठेवून हजारो भाविक श्रोते येत होते. स्वामीजींचं प्रवचन ऐकत तासन्तास बसत होते. स्वामीजींची ओघवती वाणी, त्यांचा खणखणीत आवाज, जनमनाचा अचूक वेध घेणारी सर्वंकष जाण, थेट हृदयाला जाऊन भिडणारं त्यांचं मार्मिक आध्यात्मिक ज्ञान यानं सगळं वातावरण भारून गेलेलं असायचं. गावात असताना स्वामीजी जिथे राहत होते तिथे त्यांना भेटायला गौतम एकदा गेला होता. त्या विशाल घरात सगळ्या सोयी होत्या. तिथली स्वामीजींची खोली मात्र त्या काळात एक तीर्थस्थान बनली होती. त्या खोलीला लोकांनी नवं नाव बहाल केलं होतं. सगळे जण त्या जागेला 'रामजी कुटीर' म्हणू लागले होते.

खरं म्हणजे गोपालस्वामी केवळ रामाचे भक्त नव्हते. ज्या भावानं ते रामाबद्दल बोलायचे, तेवढ्याच भक्तिभावानं श्रीकृष्णाचं आणि तथागत भगवान बुद्धांचं आख्यान लावायचे. महावीरांचं देहदमन असो की नरसिंह मेहतांच्या वा मीरेच्या वेदना असोत, स्वामीजी असे काही भावविभोर होऊन बोलायचे की श्रोत्यांच्या डोळ्यांत पाणी उभं राहायचं!

या रामजी-कुटिरात स्वामीजी बहुत करून एकांतवासात राहत असत. त्यांना संपूर्ण एकांत मिळावा म्हणून त्यांचे यजमान आणि दोन-चार शिष्य सोडून इतर कोणाला तिथे जाता येत नसे. प्रवचनांची वेळ ठरलेली होती. त्याखेरीज रोज एक तास स्वामीजी त्यांच्या निवासाच्या जागी लोकांना भेटत. त्यांच्या या भेटण्याला 'स्वामीजी भक्तांना दर्शन देतात,' असे लोक म्हणत. अशाच एका 'दर्शना'च्या वेळी गौतम स्वामीजींजवळ पोहोचला होता. दीर्घ काळ त्याच्या मनात घर करून बसलेली समस्या अखेरीस स्वामीजींपाशी व्यक्त झाली होती. स्वामीजी त्या दिवशी आदि शंकराचार्यांबद्दल बोलत होते. राजकुमार सिद्धार्थानं पत्नी, पुत्र, पिता...सर्वांचा त्याग केला आणि...तो भगवान बुद्ध झाला! राजकुमार वर्धमानानेही कुटुंब त्यागलं आणि...तो चोविसावा तीर्थंकर झाला. विधवा आईचा अबोध पुत्र शंकर गृहत्याग करून संन्यासी झाला आणि इतक्या कोवळ्या वयात आदि शंकराचार्य बनला. मायामोहाचा आणि संसारी वृत्तीचा त्याग केल्याविना सिद्धी प्राप्त होत नसते. संसार व्यर्थ, निरर्थक आहे. माणसाच्या विकासाच्या आड येणारा अडथळा आहे, एक बंधन आहे. देवत्वाचा स्पर्श करून घ्यायचा असेल, तर हे बंधन तोडावंच लागेल. जो कोणी हे बंधन तोडू शकला, त्याला...फक्त त्यालाच आत्मतत्त्वाची प्राप्ती झाली आहे...

गौतमचं हृदय भरून आलं होतं. गेल्या कित्येक दिवसांपासून आपल्याला चक्रावून टाकणाऱ्या प्रश्नांचाच हा प्रतिध्वनी! त्याच दिवशी तो स्वामीजींच्या निवासस्थानी तडक जाऊन पोहोचला होता. त्यांच्या पायांवर गौतमनं डोकं ठेवलं होतं. स्वामीजींना साष्टांग दंडवत घालणाऱ्यांची तिथे भरपूर गर्दी होती.

"तुमचा शिष्य होण्याची माझी इच्छा आहे, स्वामीजी! मला शिष्य म्हणून स्वीकारा स्वामीजी, माझा स्वीकार करा!" थरथरत्या संथ आवाजात गौतमनं म्हटलं होतं.

"बाबा रे, स्वीकार आपण सर्वांनी त्या सच्चिदानंदाचा करायचा," स्वामीजींनी गौतमच्या डोक्यावर हात ठेवत म्हटलं होतं. त्यांच्या चेहऱ्यावर अगम्य स्मित झळकलं होतं. "यावंसं वाटेल तेव्हा कधीही पुष्करधामच्या आश्रमात ये. तुझं मन शांत होईल बघ!"

बस्स. एवढंच काय ते. हाच काय तो क्षण.

आज त्या गोष्टीला सहा महिने उलटल्यावर तो स्वामीजींना भेटायला आला होता. मनात ही गोष्ट, तो क्षण त्यानं आजपर्यंत जपून ठेवला होता. मनाच्या खोल

कप्प्यात जतन करून ठेवलेल्या त्या शब्दांची साठवण सोबतीला घेऊन त्यानं घर सोडलं होतं. इतक्या दिवसांनंतर आता त्यानं आपलं नाव स्वामीजींना कळवलं तरी ते ओळखणार कसे?

त्यानं स्वामीजींचं केवळ दर्शन घेतलं होतं. त्याला भेटणं म्हणतात का? रखवालदाराच्या प्रश्नातून गौतमची चूक सूचित होत होती. गौतमच्या ते लक्षात आलं.

"समजलो, समजलो भाई!" आपली चूक कबूल करावी तसं गौतम उद्गारला. "स्वामीजींच्या दर्शनाला आलो आहे!"

"स्वामीजी सध्या अनुष्ठानाला बसलेत. संध्याकाळच्या प्रार्थनेसाठीसुद्धा ते बाहेर निघत नाहीत. वाट पाहावी लागेल तुम्हाला!" रखवालदारानं माहिती पुरवली.

"केव्हा संपेल अनुष्ठान?" गौतमनं चिंतायुक्त स्वरात विचारलं.

"पुढच्या आठवड्यात गीताजयंती आहे, त्या दिवशी संपेल अनुष्ठान. स्वामीजी तेव्हाच दर्शन देतील. गीताजयंतीचा उत्सव आहे तेव्हा!"

"तोपर्यंत आश्रमात राहायची सोय होईल का?"

"त्या तिकडे अतिथिभवन आहे. तिकडे जा. आश्रमाच्या भोजनगृहात जेवायची सोय होईल. वेळेवारी जाऊन तिथे तुमची हजेरी नोंदवून टाका."

गौतमला हायसं वाटलं. भल्या मोठ्या मैदानाला वळसा घालून तो अतिथिभवनात पोहोचला. अतिथिभवन खूप विशाल होतं. त्या दोन मजली भवनाच्या बहुतेक सर्व खोल्या बंद होत्या. तळमजल्यावरची एक मोठीशी खोली तेवढी उघडी होती. त्याच्यासारखे बरेचसे एकटे दुकटे यात्रेकरू तिथे उतरले होते. गौतमनंही तिथेच मुक्काम ठोकला.

त्याच्यापाशी आता भरपूर वेळ होता. गीताजयंतीपर्यंत काहीच काम नव्हतं. आजूबाजूचा प्रदेश, तऱ्हेतऱ्हेची ठिकाणं, मंदिरं... सगळीकडे भ्रमंती करायचं गौतमनं ठरवून टाकलं. आश्रम खूप मोठा होता. कितीतरी गोष्टी घडत तिथे! त्या घडामोडी, तिथल्या घटना, तऱ्हेतऱ्हेची कामं तो आवडीनं पाहू लागला. कितीतरी स्त्री-पुरुष तिथल्या कामकाजात गुंतलेले असायचे. सगळं कामकाज अतिशय शिस्तीत, सुरळीतपणे, पद्धतशीरपणे चालायचं. नवं वातावरण, नव्या घटना, नवे उपक्रम...गौतमला सगळं आवडू लागलं. रोज तो आसपासच्या भागात तासन्तास फिरत राही. नंतर आश्रमाच्या कामकाजाचं निरीक्षण करी. आश्रमाचं ग्रंथालय उत्तम होतं. आजवर ज्यांची फक्त नावं ऐकली होती, पण प्रत्यक्षात कधी पाहिली नव्हती अशी कित्येक पुस्तकं त्या ग्रंथालयात पाहून त्याला अतिशय आनंद झाला. तो ग्रंथालयात बराच वेळ घालवू लागला. एवढ्या विशाल जागेच्या मानानं माणसं इथे कमीच आहेत, असं त्याला वाटलं.

मैदानाच्या अगदी टोकाला एकीकडे कोपऱ्यात गोशाळा होती. तिथे दहा-बारा

गाई बांधलेल्या असत. सगळ्या अगदी धष्टपुष्ट, निरोगी. गाईंची उत्तम निगा राखली जात असावी असं अगदी स्पष्टपणे जाणवत होतं. सगळ्या गाई एका जागी बांधल्या होत्या- एकच गाय तेवढी त्या सगळ्यांपासून जरा लांब, वेगळ्या जागी ठेवलेली होती. त्या वेगळ्या जागेच्या बाहेर एक पाटी लटकत होती. पाटीवर लिहिलं होतं- कामधेनू! या कामधेनूखेरीज इतर सगळ्या गाईंना रोज सकाळी दोन माणसं आसपासच्या रानात चरायला घेऊन जात. त्यानंतर एक खास माणूस एकट्या कामधेनूला बाहेर घेऊन जाई. तिला बाहेर कुठे चरू देत नसत. थोडा वेळ मोकळ्या हवेत फिरवून झालं की परत आणत. कामधेनू स्वामीजींची विशेष आवडती गाय होती. स्वत:साठी आणि पूजाविधींसाठी स्वामीजींना कामधेनूचंच दूध हवं असायचं. कामधेनूच्या पोटात वेडंवाकडं काही जाऊ नये, म्हणूनच तिला स्वतंत्रपणे कुठेही चरू देत नसत. तिच्या चाऱ्याचं पावित्र्य जपलं जावं आणि त्यायोगे तिच्या दुधाचं पावित्र्य अबाधित राहावं एवढ्यासाठी त्या गाईची काळजी घ्यायला दोन खास माणसं नेमली होती.

एरवीसुद्धा गाईखेरीज अन्य कोणत्याही प्राण्याचं दूध स्वामीजींनी कधीपासून वर्ज्य केलं होतं. कामधेनू आल्यापासून ते कटाक्षानं गाईंच्या दुधाबाबतही संपूर्ण शुद्धता पाळत होते. गाईच्या चाऱ्यावर तिच्या दुधाची शुद्धता अवलंबून असणार! गाईनंच अभक्ष्य भक्षण केलं तर तिचं दूध शुद्ध कसं म्हणता येईल? आणि पूजेत असं अशुद्ध दूध वापरलं तर ते नकळत केलेलं परंतु पापकर्मच ठरणार! झालंच तर असं अशुद्ध दूध आहारात आल्यानं पापान्न ग्रहण केलं जाणार...आणि आहारशुद्धीच नसेल तर धर्माच्या गहन आणि सूक्ष्म तत्त्वांचं रक्षण कसं होणार? नाहीच होणार. स्वामीजी आपल्या आहारशुद्धीबद्दल इतके आग्रही होते म्हणून ते कामधेनूला सदैव स्वत:जवळ ठेवत. वर्षातून किमान सहा महिने ते प्रवासाच्या आणि प्रवचनाच्या निमित्ताने आश्रमाबाहेर असत. त्या एकूण एक ठिकाणी कामधेनूला नेण्या-आणण्याची, सांभाळायची, तिची बडदास्त ठेवायची सगळी जबाबदारी यजमानाला पार पाडावी लागे. स्वामीजींच्या अशा काटेकोर आहारशुद्धी- पालनामुळे जनमानसात त्यांना एक विशेष स्थान प्राप्त झालं होतं.

आहारशुद्धीबद्दल इतकं आग्रही असल्यामुळे स्वामीजींच्या भोजनासाठी वापरलं जाणारं धान्य, भाज्या इत्यादींचं उत्पादन आश्रमाच्या भूमीवरच केलं जायचं; कारण बाहेरून विकत आणलेलं धान्य, भाजीपाला वगैरे पेरताना त्यासाठी अशुद्ध खतं वापरली जातात हे उघड सत्य होतं. भाजीपाल्याला कधीकधी नाल्याचं घाणेरडं पाणी देतात ते वेगळंच. या सगळ्यातून सोडवणूक करून घ्यायची असेल तर मार्ग एकच- भाजीपाला अन् धान्य आश्रमातच पिकवायचं! तेवढ्यासाठी स्वामीजींनी आश्रमात तज्ज्ञ बाळगले होते. स्वामीजींसाठी केलेल्या स्वयंपाकात फक्त त्या तज्ज्ञांच्या देखरेखीखाली खास उगवलेल्या भाजीपाल्याचा आणि धान्याचा वापर होत

असे. स्वामीजी प्रवासाला जात तेव्हाही कटाक्षानं हेच धान्य आणि याच भाज्या सोबत न्याव्या लागत. यजमानांकडे भले हजार माणसं जेवत असोत, पण स्वामीजींचं स्वयंपाकघर नेहमी वेगळं असे.

दूध, धान्य, भाजीपाला याखेरीज वापरातलं पाणी हीसुद्धा एक अतिमहत्त्वाची गोष्ट होती. गंगाजलाशिवाय दुसरं कोणतंही पाणी स्वामीजींना चालत नसे. गंगाजल पुरेशा प्रमाणात साठवून ठेवण्याची खास तरतूद आश्रमात केली होती. गंगा नदी हजारो मैल वाहत येते. हजारो मैल पसरलेल्या त्या नदीकिनाऱ्याच्या प्रत्येक कणात गंगेचं पावित्र्य जपलं जात नाही हे सगळ्यांनाच माहीत आहे. किनाऱ्यावरच्या शेकडो कारखान्यांमुळे गंगेच्या पाण्यात सर्व प्रकारची घाण मिसळली जाते, त्यामुळे गंगाजल दूषित होतं, अपवित्र होतं. गंगेकाठी राहणारे लोक पवित्र गंगाजलाला अपवित्र करण्यात हातभार लावतात. या सर्व अपवित्रपणापासून दूर राहण्यासाठी स्वामीजींनी आपल्या शिष्यांच्या आग्रहाखातर एक नामी उपाय योजला होता. गंगेचा प्रवाह डोंगराळ मुलूख सोडून सपाट प्रदेशात येण्याआधीच गंगेचं पाणी थेट आश्रमात आणण्याची व्यवस्था त्यांनी करून घेतली. हरिद्वारपासून गंगा सपाट प्रदेशात वाहू लागते म्हणून हरिद्वारच्या उत्तरेला देवप्रयागपासूनच गंगेचं निर्मळ पवित्र जल खास टँकरद्वारे पुष्करधाम आश्रमात पाठवलं जात होतं. स्वामीजींची स्नान-संध्या, पूजा-अर्चा सर्व काही त्याच पाण्याने होई. आश्रमाच्या चारी दिशांना ते त्याच पाण्याची अंजली अर्पण करत आणि भोजनातही तेच पाणी वापरत. स्वामीजी प्रवासाला निघाले की त्यांच्या लवाजम्यात या पाण्याचा टँकर हमखास असे.

अर्थात, स्वत: स्वामीजी म्हणत, की बाळांनो, जल कधीच मलीन होत नसतं. वाहतं पाणी सदैव निर्मळच असतं. अरे, एवढे कष्ट उपसून माझ्यासाठी गंगाजल येथवर आणायची गरज नाही!

पण काय करणार? त्यांच्या भक्तांचा हट्टच फार. स्वामीजींच्या शुचितेला जराही धक्का लागू नये यासाठी वाटेल तेवढे कष्ट सहन करायला ते एका पायावर तयार असत. भक्तांच्या हट्टापुढे स्वामीजींचं काही चालत नसे.

गीताजयंतीचा दिवस जवळ येऊ लागला. गौतम सगळं बघत होता. त्याच्या मनात अनेक प्रकारचे प्रश्न निर्माण होत होते. त्याग, वैराग्य, माया...व्यासपीठावरून उच्चारले गेलेले हे शब्द अत्यंत मुग्ध होऊन ऐकताना आपल्या मनावर उमटलेला अर्थ कुठेतरी पुसला जात आहे असं त्याला वाटू लागलं. असे विचार मनात येणं ही गुरूबद्दलची अश्रद्धा आहे असं वाटल्यानं त्या नास्तिक विचारांना मनात थारा न देण्याचा तो प्रयत्न करू लागला.

गीताजयंतीच्या आदल्या दिवशी आश्रमातील मैदान, अतिथिभवन, आश्रमातलं मंदिर, स्वामीजींचं निवासस्थान...सगळं नव्यानं साजशृंगार करत असावं, अशी

धामधूम सर्वत्र दिसू लागली. एकाएकी तऱ्हेतऱ्हेच्या लोकांची गर्दी जमू लागली. नव्या कोऱ्या चकचकीत मोटारगाड्यांची आश्रमाकडे रीघ लागली. अतिथिभवनातल्या सुखसोयींनी परिपूर्ण खोल्या फटाफट उघडल्या जाऊ लागल्या. स्वामीजींचं वातानुकूलित निवासस्थान फुलांच्या माळा-तोरणांनी सजून निघालं. गीताजयंतीच्या दिनी पहिल्या सूर्यकिरणानं आश्रमाला स्पर्श करण्याआधीच मैदानावरील इंचन्इंच जागा लोकांच्या गर्दीनं फुलून गेली होती.

इतके दिवस गौतम एकट्या-दुकट्या माणसाच्या संपर्कात होता; तेव्हाही त्याच्याकडे कोणी फारसं लक्ष दिलं नव्हतं. एखाद्या राजप्रासादासारखा हा भव्य विस्तार अनेक प्रकारच्या स्त्री-पुरुषांनी गच्च भरला होता. यांत तर गौतम अगदी नगण्य होता. कोणी त्याची दखल घ्यायचं काही कारणच नव्हतं. मैदानावर विशाल मंडप उभारलेला होता. मंडपाच्या एका टोकाला सुशोभित, झगमगीत व्यासपीठ तयार केलं होतं. या व्यासपीठावर गोपालस्वामी सर्वप्रथम श्रीमद्‌भगवद्‌गीतेच्या ग्रंथाची पूजा करून नंतर गीतेवर प्रवचन करणार होते. बैठकीची व्यवस्था वेगवेगळ्या प्रकारची होती. कुठे आरामशीर सोफा, कुठे खुर्च्या, कुठे गाद्या अंथरलेल्या; तर इतर ठिकाणी केवळ सतरंज्या!

इथे आला तेव्हा स्वामीजींच्या पायावर डोकं ठेवून त्यांचं शिष्यत्व पत्करायला गौतम उतावीळ झाला होता. घरदार सोडून आला होता तो! माया, राग, लोभ, कुटुंब सगळ्यांचा त्याग करून तो आत्मकल्याण साधायला निघाला होता. हे सर्व त्याला पूर्वीपासूनच निरर्थक वाटत होतं. जे व्यर्थ होतं ते त्यानं केव्हाच सोडून दिलं होतं. आता सार्थक तेवढं सिद्ध करायचं होतं आणि स्वामीजींचं शिष्यत्व पत्करण्यातच ती सार्थकता होती. आता...अनुष्ठान संपवून स्वामीजी बाहेर येण्याचाच काय तो अवकाश...!

भल्या पहाटेपासून वातावरणात सुगंध दरवळत होता. सर्वत्र सुगंधी जल शिंपडलं जात होतं. चारी बाजूला उदबत्या लावल्या होत्या. असंख्य फुलांमुळे अवघं वातावरण सुगंधमय झालं होतं. माणसांचा प्रवाह अविरत सुरू होता. अनेक मोटारींची सर्वदूर गर्दी झाली होती. एकाएकी मोठ्या उत्साहाने केलेल्या कसल्याशा जयजयकारानं गौतमचं लक्ष वेधून घेतलं. गौतमनं तिकडे पाहिलं. गोप-गोपीसारखी वस्त्रं नसलेल्या स्त्री-पुरुषांचा एक जमाव बाळकृष्णाच्या वेषात नटवलेल्या, दीड-दोन वर्षांच्या एका मुलाला घेऊन येत होता. त्यांच्या उत्साहाला अगदी उधाण आलं होतं. मस्तकावर मोरपिसांचा मुकुट, तोंड लोण्यानं माखलेलं, रेशमी वस्त्रं, त्यावर मोत्यांची माळ आणि कमरबंध. बाळकृष्णाचं असं ते सुंदर रुपडं! त्याला घेऊन

येणाऱ्यांनी इथे साक्षात व्रजभूमीच साकारली होती जणू! कोणी राधा तर कोणी ललिता, कोणी उद्धव तर कोणी बलराम! मैदानातले लोक बाळकृष्णाकडे धावले. धक्काबुक्की सुरू झाली. लोणी-साखर उधळले गेले. पुष्पवृष्टी झाली. जयजयकार दुमदुमू लागले.

दूर उभा राहून मोठ्या कुतूहलाने गौतम हे सर्व निरखत होता. बाळकृष्णाला घेऊन येणारा जमाव पलीकडच्या टोकाला असलेल्या गोपालस्वामींच्या भल्यामोठ्या निवासगृहातूनच निघाला होता.

"बाळकृष्णाच्या वेषातला हा लहानगा किती छान दिसतोय! कोण हो हा मुलगा?" शेजारच्या माणसाला गौतमनं सहजच विचारलं.

"तो छानच असणार की! तुम्ही ओळखत नाही त्याला?" त्या माणसानं चकित होऊन विचारलं.

"मी इथे अगदीच नवखा आहे. पहिल्यांदाच येतोय!"

"अहो महाराज, स्वामीजींचा पुत्र आहे हा. पाच मुलींनंतर अवतरलेला हा कुंवर म्हणजे साक्षात कन्हैया आहे. पाहिलं नाही का त्याचं तेज?" भारावलेल्या स्वरात त्या माणसानं निरागसपणे म्हटलं.

"काय? काय म्हणालात? हा...हा...गोपालस्वामींचा पुत्र? इतका लहान? आणि...पाच मुलींनंतर?" गौतमच्या तोंडून आश्चर्य बाहेर कोसळलं.

सहा महिन्यांपूर्वी त्यानं गोपालस्वामींना प्रथम पाहिलं होतं. चांगले पन्नाशीचे दिसत होते. पन्नासाव्या वर्षी स्वामीजींना दीड-दोन वर्षांचा मुलगा? तोही पाच-पाच मुलींनंतर?

"सगळी त्या ईश्वराची माया रे बाबा...!" त्या भक्तानं अगदी सहजपणे म्हटलं.

"स्वामीजींच्या थोरल्या दोघी मुली लग्न होऊन सासरी नांदताहेत. त्या पोरींची सासरी पाठवणी झाल्यावर मगच स्वामींच्या घरी साक्षात परमेश्वर पुत्ररूपानं अवतरावा असं विधिलिखितच असेल. स्वामीजींना ते कळलं असेल म्हणून आज हे बाळ इथे आहे. ईश्वराची लीला कोणाला कळलीय बाबाऽऽऽ?"

एकाएकी हे काय होतंय त्याला कळेना. त्याच्या पोटात ढवळून आलं. गौतमला वाटलं, खरं आहे. ईश्वराची माया कळली असती तर आज तो इथे कशाला आला असता? दोन पेले भरून पाणी त्यानं घटाघटा पिऊन टाकलं.

पूजेची वेळ झाली. पूजेसाठी सगळी सामग्री व्यासपीठावर मांडून ठेवली होती. स्वामीजींच्या आगमनाची वेळ होत आली. लोकांची ये-जा, लगबग, धक्काबुक्की, वाढता कोलाहल...मधूनच घंटानाद, केव्हा शंखनाद...वाऱ्यावर फडफडणाऱ्या ध्वजापताकांचा आवाज त्यातच मिसळत होता. मैदानाच्या एका कोपऱ्यात तात्पुरतं स्वयंपाकघर उभं केलं होतं. वेगवेगळे पदार्थ भाजल्याचे, तळल्याचे खमंग वास

सुटले होते. कामाच्या ऐन घाईतसुद्धा लोकांच्या तोंडाला पाणी सुटायला तेवढं पुरेसं होतं.

मंडपाच्या एका कोपऱ्यात उंचशा भिंतीजवळ लहानशी वेगळी बैठक होती. गौतमचं तिकडे लक्ष गेलं. इथे गर्दी भरपूर होती; पण सगळे अगदी शिस्तीत, रांगेनं उभे होते. दोन-तीन रांगा करून खूप लोक उभे होते. सगळे चांगल्या, संपन्न घरातले असावेत हे त्यांच्याकडे पाहताक्षणीच कळत होतं. रांग हळूहळू ज्या दिशेनं पुढे सरकत होती त्या ठिकाणाकडे गौतमनं मान उंचावून पाहिलं. दोन मोठ्या टेबलांच्या मधोमध एक तिजोरी होती. तिजोरीभोवती चार सशस्त्र पहारेकरी होते. टेबलाशी बसलेली माणसं रांगेतल्या माणसांकडून रोख रकमा-नोटांच्या गड्ड्या स्वीकारत होते. गौतमला कमालीचं आश्चर्य वाटलं. टेबलालगतच छोट्याशा मंडपासारखं काहीतरी होतं. त्याच्या वरच्या बाजूला, सर्वांचंच लक्ष वेधलं जाईल अशा मोठमोठ्या अक्षरात लिहिलं होतं- 'गुरुचरणी' आणि त्यानंतर लहान अक्षरात-'रोख भेट येथे स्वीकारली जाईल.'

या लहान मंडपाजवळ आणखी एक तिसरी व्यवस्था होती. एका टेबलाशी बसून दोन-तीन माणसं भेटी स्वीकारत होती. वस्त्रं, दागिने, विविध वस्तू अशा स्वरूपातल्या भेटी भक्तजन इथे आणून ओतत होते. फ्रीज, एअर कंडिशनरपासून व्याघ्रचर्म-मृगचर्मापर्यंत हरतऱ्हेच्या भेटींचा ढीग जमला होता. या मंडपावर लिहिलं होतं- 'गुरुचरणी'- 'येथे भेटवस्तू स्वीकारल्या जातील.'

'भेटी स्वीकारण्याची' प्रक्रिया गौतम बराच वेळ पाहत होता. भेटी स्वीकारण्याचं काम पटपट होत होतं परंतु भेटी देणाऱ्यांची रांग काही कमी होत नव्हती. उलट रांगेतल्या लोकांमध्ये एकसारखी भर पडत होती. नोटांची पुडकीच्या पुडकी तिजोरीत रचली जात होती. वस्तूंचा बघता बघता ढीग जमत होता. थोड्या थोड्या वेळानं काही जण तो ढीग आतल्या खोलीत ढकलून देत होते. नव्या ढिगासाठी जागा रिकामी होत होती. भेट देणाऱ्या प्रत्येकाला स्वामीजींच्या आशीर्वादाचं प्रतीक म्हणून एक छोटं पाकीट दिलं जात होतं. त्यात थोडं गंगाजल, गीतेचं एक पुस्तक, थोडी फुलं, साखर आणि स्वामीजींचा फोटो! प्रत्येक जण हा 'आशीर्वाद' आपल्या मस्तकी टेकवून स्वीकारत होता.

गौतमला आठवलं. गोपालस्वामी स्वत: धनाला कधी स्पर्शही करत नसत. धन कसं अपवित्र असतं ते त्यांनी एका प्रवचनात अगदी सविस्तरपणे सांगितलं होतं. साधू झाल्यावर आपणही पैशाला हात लावायचा नाही हे गौतमनं तेव्हाच ठरवून टाकलं होतं. घर सोडून निघाल्यादिवशी त्या शेतातल्या मोट चालवणाऱ्या वृद्ध शेतकऱ्यानं त्याच्यापुढे ठेवलेला रुपया त्यानं नाकारला होता तो यामुळेच!

...अजमेरच्या प्लॅटफॉर्मवर त्या भाविक यात्रेकरूंनी कितीतरी नोटा बळजबरीनं

त्याच्या पिशवीत कोंबल्या होत्या! त्या नोटा अजूनपर्यंत त्यानं वापरल्या नव्हत्या. पिशवीत तशाच पडून होत्या!

त्या दिवशी प्रवचनात गोपालस्वामींनी म्हटलं ते किती खरं होतं- कलियुगाच्या आरंभीच महाराज परीक्षितानं कलीला राहण्यासाठी स्थान निवडलं ते सुवर्णाचं! कलियुग सुवर्णातच वसतंय. सुवर्ण म्हणजेच संपत्ती, धन, पैसाअडका. या संपत्तीचा स्पर्श म्हणजे कलियुगात होणाऱ्या विनाशाचा आरंभ! विनाशाच्या आरंभापासून स्वत:ला वाचवण्यासाठी साधुपुरुषांनी धनाला सदैव अस्पर्श्य समजून त्यापासून दूर राहिलं पाहिजे. या अखिल ब्रह्मांडातील कोणताही प्राणी आपल्या व्यवहारात धनाचा उपयोग करत नाही...सगळे कसे आनंदाने, खाऊन पिऊन तृप्त असतात. एक मनुष्यप्राणीच काय तो असा आहे की, ज्यानं धन निर्माण केलं आणि त्यासोबत अतृप्ती आणि अशांती निर्माण केली. उपनिषदांमध्ये 'सत्याचे मुख सुवर्णाने बंद करून टाकले आहे' असं वर्णन करून उपनिषदांनीसुद्धा संपत्ती किती भयंकर असते हेच सांगितलं आहे. अशा या धनाचा त्याग म्हणजे परमात्म्याच्या दिशेनं टाकलेलं पाऊल...!

श्रोते मंत्रमुग्ध झाले होते त्या वेळी स्वत:जवळ असतील नसतील ते सगळे पैसे भावनेच्या भरात व्यासपीठाजवळ भेट म्हणून देऊन टाकून मुक्त झाले होते. परमात्म्याच्या दिशेनं चालू लागले होते. गोपालस्वामींनी त्या धनराशीकडे पाहिलंसुद्धा नव्हतं. श्रोते चारी बाजूला पांगले तोवर धनाचा तो ढीग जिथल्या तिथे पडून होता. स्वामीजींचे दोन शिष्य तिथे बसले होते. सगळे जण जाईपर्यंत त्या शिष्यांचा मंत्रजप सुरू होता. श्रोते निघून गेल्यानंतरच जप थांबला.

एखाद्या राजवाड्यासारख्या भासणाऱ्या त्या विस्तीर्ण परिसराकडे गौतमनं अबोधपणे पाहिलं. पैशांविना यातली एक तरी वस्तू इथे कशी आणता आली असेल? त्याला प्रश्न पडला. कलियुगाचा वास सोन्याच्या ठायी असतो ही कथा त्यानंही वाचली होती; परंतु तशा 'कलियुगा'ला स्पर्शही न करण्याचं कथासार फक्त गोपालस्वामींच्या हाती लागलं होतं. त्यामुळेच तर गोपालस्वामी लोकोत्तर पुरुष ठरले होते. त्यांनी धनाला स्पर्श करणं नेहमीच टाळलं होतं. तरीसुद्धा इथे धनसंपत्ती दशदिशांनी त्यांना वेढून टाकताना दिसत होती. साक्षात लक्ष्मीच महासागराप्रमाणे सर्वत्र पसरली होती.

ठीक ठरल्या वेळी गोपालस्वामी त्यांच्या अनुष्ठान कक्षातून बाहेर आले. त्यांच्या नावाच्या जयघोषानं सारं वातावरण दुमदुमलं. व्यासपीठावरून कोणीतरी कसलीशी धून गात होतं. रेशमी पितांबर नेसलेल्या गोपालस्वामींचा देह धष्टपुष्ट, बलदंड होता. गळ्यात रुद्राक्ष माळ होती. माळेत अधूनमधून असलेले हिरे चमचमत होते. पांढरं शुभ्र उत्तरीय उघड्या देहावरून लपेटून घेतलं होतं. करुणेनं ओथंबलेल्या

नजरेनं त्यांनी मोठ्या प्रेमानं श्रोत्यांकडे पाहिलं. व्यासपीठावरच्या पूजास्थानाला हात जोडले. मस्तक झुकवलं. त्यांच्या ओठांवर स्मित झळकलं.

पूजा सुरू झाली. स्तोत्रं म्हटली जाऊ लागली. यज्ञवेदी प्रगटली. पुष्पाक्षता चहूकडे टाकल्या गेल्या. धूम्ररेखांनी सगळा मंडप भरून गेला. त्यानंतर गीतापठण झालं. आरती झाली. आरतीचं तबक उपस्थितांमध्ये फिरवलं जाऊ लागलं. लोक आरती घेऊ लागले. प्रसाद वाटणारे स्वयंसेवक मंडपात फिरून प्रसाद वाटू लागले. यज्ञवेदीतून गोळा केलेलं भस्म भाविकांत वाटलं गेलं.

सर्व जण डोळ्यांत प्राण आणून ज्याची प्रतीक्षा करत होते, ते गोपालस्वामींचं व्याख्यान सुरू झालं. भ्रमराच्या गुंजारवासारखा त्यांचा आवाज प्रकट झाला. समुद्राच्या लाटांसारखा तो आवाज उसळू लागला. मेघगर्जनांसारखा सर्वांच्या मन-मस्तकाला भारून टाकू लागला. मधूनच आरतीच्या घंटेसारखा किणकिणता मंजूळ, तर मधूनच शंखनादासारखा गंभीर असा तो स्वामीजींचा स्वर! त्या स्वरांच्या आरोह-अवरोहानं अवघा श्रोतृवृंद मुग्ध झाला. स्वामीजींनी उलगडून दाखवलेला गीतेचा अर्थ ऐकून कित्येकांना वाटलं, खुद्द कृष्णाच्या तोंडून गीता ऐकताना अर्जुनही इतका प्रभावित झाला नसेल! कृष्णाला स्वतःला अभिप्रेत नसेल असं दिव्य तत्त्वज्ञान स्वामीजींच्या वाणीतून प्रकट होत होतं. सभागृहातल्या पहिल्या रांगेत बसलेले उद्योगपती, व्यापारी, संपादक, पत्रकार, साहित्यिक, राजकारणी पुढारी, विदुषी महिला, प्राध्यापक...सगळ्यांच्या चेहऱ्यावर व्हिडिओ फिल्मच्या कॅमेऱ्याचा झगमगता प्रकाशझोत स्थिरावत होता. प्रकाशाचा झोत आपल्या जवळ आल्याचं जाणवताच हे सगळे नकळतच ताठ होत. चेहऱ्यावर एकाग्रता दाटून येई. डोळे गंभीरपणे व्यासपीठावर खिळून राहत. एखाद्या सौंदर्यवतीच्या चेहऱ्यावर कॅमेरा जरासा रेंगाळत होता.

"- गीतेचा प्रत्येक मंत्र म्हणजे एक स्वयंसिद्ध मंत्र आहे." स्वामीजींच्या वाणीचा ओघ वाहत होता. "एकेका श्लोकावर असंख्य ग्रंथ लिहिले गेले आहेत. यापुढेही लिहिले जातील. शेकडो व्याख्यानं झाली आहेत. यापुढेही होत राहतील. कुरुक्षेत्रातल्या रणभूमीवर अठरा अक्षौहिणी सैन्याचा विनाश झाला, परंतु वायुमंडल कुठेही प्रदूषित झालं नाही. या भीषण संहारानंतर इतरत्र कुठेही हवा, पाणी, वनस्पती की इतर कशालाही, कशाचाही दोषस्पर्श झाल्याचं महाभारतात आढळत नाही. याचं कारण काय?"

स्वामीजींनी प्रश्नसूचक धारदार नजरेनं मंडपावरून दृष्टी फिरवली. हा प्रश्न आपल्याला विचारला जातो की काय या शंकेनं पहिल्या रांगेतले एक तर खाली पाहू लागले किंवा एकमेकांकडे बघू लागले.

"...याचं कारण? याचं कारण एकच. गीतेचं गान."

स्वामीजींनी स्वतःच उत्तर देऊन टाकलं. "श्रीकृष्णानं केलेल्या गीतागानाच्या

प्रभावामुळे तमाम प्रदूषण वितळून गेलं...विरघळून गेलं. श्रीकृष्णानं ज्याप्रमाणे अर्जुनाच्या रथाचं शत्रूच्या बाणांच्या अग्नीपासून रक्षण केलं होतं, तद्वतच पृथ्वीचं राज्यही सुरक्षित ठेवून कृष्णानं ते पांडवांना भेट दिलं होतं. या सुरक्षिततेचं आयोजन म्हणजेच मालिन्यमुक्त, दोषमुक्त वातावरण! आजही गीतेमध्ये ती क्षमता आहे... निश्चितच आहे, परंतु... आज जे प्रदूषण आणि घाण आपल्या पृथ्वीवर ओतली जात आहे ती एकजात सगळी, नवनव्या शोधांमुळे! या विज्ञानाच्या शोधांमुळेच पृथ्वीवरची हवा आणि वातावरण प्रदूषणानं भरून गेलं आहे. सूर्याचे किरणसुद्धा पृथ्वीभोवतालच्या दूषित वायूंचा पडदा भेदून जमिनीला स्पर्श करताना आता शुद्ध नसतात. पृथ्वीवर आता शुद्धतेची अनिवार्य गरज निर्माण झाली आहे. पृथ्वीला वेढून टाकणाऱ्या वातावरणाला गीतापठणाद्वारे शुद्ध करण्याचं अभियान आता आपण हाती घेतलं पाहिजे; न पेक्षा मानवजातीचं भवितव्य अंधकारमय आहे. त्याचं निवारण आपल्या हातात असूनही आपण ते अमलात आणलं नाही तर आपण भावी पिढ्यांचेच काय, पण साक्षात श्रीकृष्णाचे अपराधी ठरू!''

डोक्यावर घोंघावणाऱ्या भीतीने थरकाप व्हावा अशी शांतता सर्वत्र पसरली. कित्येकांनी आकाशाकडे पाहिलं. कोणी कोणी गीतापठण सुरूदेखील केलं. सर्वांच्या चेहऱ्यावर उत्कंठा व्यापून राहिली. डोळ्याची पापणी लववायची विसरून एकजात सगळ्या नजरा गोपालस्वामींच्या चेहऱ्यावर स्थिर झाल्या.

एखाद्याचा बारीकशा खोकल्याचा आवाजसुद्धा चारी कोपऱ्यांत ऐकू जाईल, इतकी शांतता गच्च भरलेल्या त्या सभागृहात पसरली होती. कान लांब करण्याची शक्यता निसर्गानं ठेवलीच नव्हती, तरी कान लांब करण्याचा व्यर्थ प्रयास करकरून शेकडो श्रोते स्वामीजींच्या मनात घोळणारी गोष्ट ऐकण्यासाठी डोळे विस्फारू लागले. कोणी भाविक श्रोते खोल श्वास घेऊन वायुमंडलात व्यापलेल्या प्रदूषणाचा साक्षात अनुभव घेऊ लागले आणि विनाश हातभर अंतरावरच असल्याची खात्री होऊन काही कोवळ्या चेहऱ्यांवर ताण स्पष्टपणे दिसू लागला.

मंडपातल्या पहिल्या दोन ओळींत, आरामशीर सोफ्यावर पाठ टेकवून व्याख्यान ऐकणाऱ्या महोदयांमध्ये मोहक मेहता बसले होते. मोहक मेहतांशी स्वामीजींचं नातं होतं. असं असताना अखिल मानवजातीवर ओढवलेल्या विनाशकारी संकटाच्या छायेची चाहूल स्वामीजींनी आपल्याला लागू न द्यावी या विचारानं मोहक मेहता अस्वस्थ झाले; परंतु त्यांनी आपल्या मनाची समजूत घातली. 'विनाशाच्या छायेचा संकेत स्वामीजींना या अनुष्ठानाच्या काळातच मिळाला असावा.' या स्पष्टीकरणामुळे त्यांचं मन जरासं हलकं झालं. अन्यथा, स्वामीजी आपल्याला सांगणार नाहीत, असं होईलच कसं?

मोहक मेहता हे त्यांचं बारशाच्या दिवशी ठेवलेलं पाळण्यातलं नाव नव्हतं. त्यांच्या आत्याबाईंनी नाव ठेवलं होतं मनमोहन. मनमोहन चौदा वर्षांचा झाला तेव्हा खासगी शिकवणीला येणाऱ्या शिक्षकांनी त्याला अवांतर वाचन म्हणून 'सत्याचे प्रयोग' ही आत्मकथा वाचायला सुचवलं होतं. ते वाचल्यावर मनमोहनलाही आत्मकथा लिहिण्याची इच्छा झाली. कसलीही इच्छा असो, एकदा मनात आली की ती आवरणं मनमोहनला कोणी शिकवलंच नव्हतं. पिता अतिशय संपन्न आणि मातेचा अत्यंत लाडका! मनमोहनला वाटलं, लेखक होणं किती सोप्पं! दोन दिवसांत त्यानं आत्मकथा लिहून काढली. ती वाचून शिक्षकांनी त्याला वेळीच रोखलं आणि साहित्य नावाची चीज समजून घेण्यासाठी काही उपयुक्त सूचना केल्या. एखाद्या आज्ञाधारक सैनिकाप्रमाणे त्यांनी त्या सूचना अंगीकारल्या आणि

त्यांच्या लक्षात आलं, की साहित्यिक व्हायचं असेल तर कवितेपेक्षा चांगला राजमार्ग दुसरा कोणताच नाही. त्यांनी कविता लिहायला प्रारंभ केला. त्यांना खात्री वाटली की जन्मजात कवीची सगळी लक्षणं त्यांच्यात आहेत! 'जो विद्वान असतो त्यालाच साहित्यिक म्हटलं जातं आणि जो कविता करू शकतो तोच विद्वान म्हणवला जातो,' या गोष्टीचं मनमोहनना वयाच्या मानानं खूपच लवकर ज्ञान झालं होतं. प्रत्येक दिवशी पाच कविता लिहून होईपर्यंत पापणीसुद्धा लववू द्यायची नाही अशी त्यांनी मनोमन प्रतिज्ञाच करून टाकली. कविता लिहून वह्या भरल्या, फायली भरल्या; कवितांवरच्या पुस्तकांनी कपाट भरलं.

मनमोहन कविता केवळ लिहून ठेवत असे असं नाही. वेगवेगळ्या मासिकांना ते रोज दोन-चार कविता न चुकता पाठवत. सोबत आपला पत्ता लिहिलेलं पाकीटही तिकिटं लावून पाठवत. मासिकाचे संपादक उलट टपाली त्या पाकिटांचा सदुपयोग करत. मनमोहनांच्या कविता छापल्या न जाताच परत फिरत. सुरुवातीला मनमोहन निराश झाले. स्वत: विकत आणलेले ग्रंथ त्यांनी पुन्हा एकदा चाळले आणि त्यांच्या लक्षात आलं की, यात त्यांचा किंवा त्यांच्या कवितांचा दोष नाही; दोष संपादकांचा आहे. त्यांनाच कविता कळत नाही. संपादकांना कवितांमध्ये स्वारस्य नाही कारण गुजराती वाचक कविता वाचत नाहीत, कवितांचा आनंद घेत नाहीत, त्यांना काव्यातलं काही कळतच नाही! या वाचकांनाच कविता नको असेल, तर मग वाचकांपर्यंत पोहोचण्याचा दुसरा मार्ग म्हणजे कथा. त्यांनी तो मार्ग अंगीकारला. मनमोहनांनी आपली लेखणी कथेकडे वळवली. ते रोज एक कथा लिहू लागले.

परंतु... गुजराती साहित्याच्या आणि गुजराती वाचकांच्या दुर्दैवाने संपादकांना त्यांच्या कथा समजून घेण्यातही यश आलं नाही. कवितांसाठी किमान तिकिटं लावलेलं पाकीट पाठवून चालत होतं. कथांसाठी टपालखर्च वाढला होता. अर्थात, मनमोहनांना खर्चाची फारशी फिकीर नव्हती. तरीसुद्धा इकडे तिकडे दोन-चार कथा छापून येण्यापलीकडे फारसं काही घडलं नाही. कथांच्या हस्तलिखितांच्या फायलींचा गठ्ठा वाढला गेला, तसे मनमोहन विचारात पडले.

दरम्यान शिक्षण पूर्ण झालं होतं आणि वडील आपल्या पुत्रासाठी योग्य व्यवसाय शोधू लागले होते. आपल्या मुलाला साहित्याची आवड आहे, ही गोष्ट वडिलांपासून लपलेली नव्हती. त्या आवडीला पोषक असा एक व्यवसाय लक्ष्मीच्या पावलांनी चालत यावा तसा आपणहून चालत आला होता. पित्याला वाटलं, आपला मुलगा नशीबवान! एरवी अशी संधी कुठून मिळाली असती?

एक दैनिक वर्तमानपत्र अनेक दिवसांपासून अत्यंत डबघाईला आलं होतं. वर्तमानपत्राची विक्री आणि जाहिराती यातून होणाऱ्या उत्पन्नापेक्षा सरकारी न्यूजप्रिंटचा कोटा विकून टाकण्यानं होणारा नफा जास्त होता. अशा या दैनिकांचे मालक

एकाएकी निजधामाला गेले आणि ते दैनिक मनमोहनांच्या वडिलांनी नगण्य किमतीला विकत घेतलं. त्यांना वाटलं, पुत्र विद्वान आहे, साहित्यिक आहे, आपलं आर्थिक पाठबळ आहे, आपल्या या संपत्तीवर प्रतिष्ठेचा तुरा खोवला जाईल! त्यांचा हिशेब खरा ठरला. हे दैनिक चालवून मनमोहननं सिद्ध करून दाखवलं की, वर्तमानपत्र चालवायला इतर काही असो की नसो, विक्री- कला आणि बाजाराची नाडी पारखण्याची हातोटी असणं महत्त्वाचं आहे.

वर्तमानपत्राच्या जगात पाऊल ठेवल्यापासून मनमोहन नाव टाकून ते मोहक मेहता बनले होते. त्यांचं व्यक्तिमत्त्व मोहक होतंच. कॉलेजात असताना त्यांनी आपल्या मोहक व्यक्तिमत्त्वाचा पुरेपूर लाभ घेतला होता. आपल्या मोहकपणाचा त्यांना स्वत:ला फार अभिमान होता. वर्तमानपत्राच्या जगात त्यांनी संपादक म्हणूनच थेट प्रवेश मिळवला होता. पत्रकारितेच्या कोणत्याही शिक्षणाची किंवा अभ्यासाची त्यांना गरज वाटली नव्हती. त्यांच्या मोहक व्यक्तिमत्त्वामुळे त्या व्यवसायातले अनेक लोक त्यांच्याकडे ओढले गेले होते, त्यांचे मित्र बनले होते...मनमोहन मेहता, वर्तमानपत्राचे संपादक म्हणून 'मोहक मेहता' नावाचं चलनी नाणं बनत चालले होते. आपल्या मित्रांच्या मदतीनं ते वर्तमानपत्र चालवायला शिकत गेले. वृत्तपत्र चालवण्यात संपादक, मुद्रक, प्रकाशक यांच्यापेक्षा न्यूजपेपर एजंटांचा वाटा अधिक असतो, हे लक्षात येताच मोहक मेहतांनी आपली एक आगळीच एजन्सी निर्माण केली होती.

या सगळ्याचा सर्वांत मोठा फायदा कोणता झाला असेल तर तो हा, की आजपर्यंत अप्रकाशित राहिलेल्या त्यांच्या एकूणएक साहित्यकृती आता प्रकाशित होऊ लागल्या. पत्रकार आणि संपादक असलेले मोहक मेहता थोड्याच काळात कवी आणि कथाकार म्हणून प्रस्थापित झाले. ज्या मासिकांच्या आणि वर्तमानपत्रांच्या संपादकांनी मोहक मेहतांच्या रचना काही वर्षांपूर्वी साभार परत पाठवल्या होत्या तेच संपादक आता त्या साहित्यकृती नजरेत भरतील अशा रीतीने छापू लागले होते. त्या रचनांमधून वाच्यार्थ, ध्वन्यर्थ, लक्षणार्थ असे विविध अर्थ प्रकट होऊ लागले. त्यांच्यावर तऱ्हेतऱ्हेच्या समीक्षा लिहिल्या- छापल्या जाऊ लागल्या.

शेवटचा श्वास घेते वेळी मोहक मेहतांच्या पित्याला आपल्या पुत्रानं आपला अंदाज खरा ठरवून दाखवल्याचं फार मोठं समाधान लाभलं. पत्राची आर्थिक बाजू फारशी भक्कम नसली तरी त्याची चिंता करायचं कारणही नव्हतं- मुलानं नाव मिळवलं होतं. वर्तमानपत्र 'चालवलं' होतं.

असे हे मोहक मेहता गोपालस्वामींचे जवळचे मित्र, रसिक, भाविक भक्त...जे म्हणाल ते मानले जात होते. गोपालस्वामींच्या विशुद्ध तत्त्वज्ञानाचं, त्यांच्या अनोख्या प्रतिभेचं, प्रजेच्या कल्याणासाठीच्या तळमळीचं सविस्तर वर्णन त्यांच्या वर्तमानपत्रातून अधूनमधून प्रसिद्ध होत असे.

आज मोहक मेहता या विशेष सोहळ्याला हजर होते आणि पहिल्या रांगेत बसून व्याख्यानातील अक्षरन् अक्षर आत्मसात करण्याचा प्रयत्न करत होते. वायुमंडलाच्या प्रदूषणाबद्दलचं स्वामीजींचं मत आणि त्याहूनही अधिक महत्त्वाचं म्हणजे त्याच्या निवारणार्थ गीतेचा आश्रय घेण्याचा त्यांनी दिलेला संकेत यामुळे त्यांचंच हृदय धडधडू लागलं. गीतेचं एक वैशिष्ट्य मोहक मेहतांना चांगलं ठाऊक होतं- एकमेकांचं खंडन करता येईल असे अनेक अर्थ विद्वानांनी गीतेतून शोधून काढले होते; परंतु गीतेद्वारे वायुमंडलाच्या प्रदूषणाबद्दलची ही गोष्ट म्हणजे स्वामीजींचं अगदी खास असं तत्त्वज्ञान होतं. आदि शंकराचार्यांपासून लोकमान्य टिळकांपर्यंत सर्वांचे डोळे फिरतील असं! मोहक मेहतांच्या चेहऱ्यावर प्रसन्नतादर्शक प्रश्नार्थक भाव उमटला.

चेहऱ्यावरच्या त्या भावासकट त्यांनी शेजारी बसलेल्या दामाशेठकडे पाहिलं. नेमक्या त्याच वेळी दामाशेठांची नजर मोहक मेहतांकडे वळली. हा योगायोग म्हणायचा की अतींद्रिय असं काहीतरी म्हणायचं असा प्रश्न मोहक मेहतांच्या मनात आला- आला तसाच तो त्यांनी दाबून टाकला!

आदल्या रात्रीच्या जागरणामुळे दामाशेठचे डोळे झोपाळले होते. या सोहळ्यासाठी पुष्करधामला वेळेवर पोहोचणं आवश्यक असल्यामुळे पहाटे पहाटे जयपूरला पोहोचणाऱ्या विमानानं दामाशेठनी प्रवास केला होता. जयपूरहून मोटार दौडवत ते पुष्करधामला पोहोचले होते. या सगळ्या धावपळीनं आलेला थकवा त्यांच्या डोळ्यात दिसत होता. व्याख्यान आटोपलं की स्वामीजींसोबत थोडासा वेळ घालवून शक्यतो संध्याकाळीच जयपूरला परतावं अशी ते मनातल्या मनात जुळवाजुळव करत होते. तेवढ्यात स्वामीजींनी केलेल्या या नव्या कोऱ्या करकरीत उल्लेखानं त्यांची झोप उडवून लावली होती. त्यांना वाटलं स्वामीजींनी याआधी कितीतरी गोष्टी उच्चारल्या होत्या. त्यातच कुठे ना कुठे हा उल्लेख नक्कीच केला असणार. एखाद्या अगदी नवीन गोष्टीचा श्रोत्यांपुढे प्रथमच उच्चार करण्याआधी स्वामीजी दामाशेठना त्या गोष्टीची आगाऊ चाहूल लागू देत, याबद्दल दामाशेठची खात्री होती. दामाशेठ स्वामीजींचे अगदी निकटचे होते. त्यांच्या बंगल्यावर स्वामीजी कित्येकदा राहिले होते. त्यातूनही आहारशुद्धीची मोहीम हाती घेतल्यापासून तर दामाशेठचा बंगला हेच त्यांचं उतरण्याचं ठिकाण ठरून गेलं होतं!

दामाशेठचं नाव दामोदर होतं. यशोदा मातेनं बाळकृष्णाच्या उदरावर दामन बांधला होता की नाही, हा श्रद्धेचा विषय असेल पण दामोदरशेठजी आजकाल आपल्या पोटावर 'दामन' नक्कीच बांधत होते आणि आपलं नाव सार्थ करत होते. पासष्ट वर्षांच्या वयाला दामाशेठचं पोट चांगलंच सुटलं होतं आणि त्याचा दामाशेठना त्रासही सहन करावा लागत होता. हा त्रास दूर करण्यासाठी इतर अनेक उपायांपैकी

विशिष्ट प्रकारचा पट्टा पोटावर बांधायचा हा एक उपाय होता. त्या उपचारासाठी दामाशेठ कपड्यांखाली पोटावर एक पट्टा बांधून ठेवत!

जवळपास साडेचार दशकांपूर्वी दामाशेठनी अर्थार्जनाला प्रारंभ केला त्या वेळी ते एका मेडिकल स्टोअरचे भागीदार झाले होते. वडिलांजवळ थोडीफार पुंजी होती आणि मेडिकल स्टोअर त्यांच्या मित्राचंच होतं. मित्राला भांडवलाची गरज होती आणि दामोदरला कुठल्यातरी उद्योगाची! उघडपणे या स्टोअरमध्ये अनेक प्रकारची देशी- परदेशी औषधं विकली जात होती; परंतु दामाशेठच्या त्या भागीदाराच्या हाती अलीकडे एक वेगळीच लाईन आली होती. परदेशात दुभत्या जनावरांना एक खास औषध देतात हे त्यांना माहीत होतं, पण आपल्या देशात त्यावर बंदी होती. कारण तसंच होतं. ज्या गुरांना व्याल्यानंतर लगेच हे औषध देऊन त्यांचं पोषण होई ती गुरं पुष्कळ दूध देत आणि दूध देत राहण्याचा काळही पुष्कळ लांबत असे; परंतु पुन्हा विण्याची त्यांची क्षमता मात्र नष्ट होत असे. त्या गुराच्या आयुष्यभराच्या दुधाची रक्कम एका विण्यातच वसूल होई आणि त्यानंतर त्याची रवानगी खासगी कत्तलखान्याकडे केली जाई. त्यामुळे त्याच्यावरचा खर्च अर्थातच वाचवता येई.

दामाशेठच्या भागीदारानं परदेशातून ते औषध चोरून मारून इकडे आणून गुप्तपणे भरमसाट भावानं विकायला सुरुवात केली होती. अचानक दसपट नफा देणारा हा जादूचा दिवा होता. या अफाट नफ्यातला एक भाग बाजूला ठेवून कोंडवाड्यातल्या गुरांच्या चाऱ्यासाठी गोग्रास म्हणून दिला जाई आणि त्याची जाहिरात त्या दिवशीच्या वर्तमानपत्रात न चुकता छापली जाई.

या गोष्टीला ठीक तीस वर्षे झाली.

वीस लाख रुपयांच्या या तस्करीच्या औषधांचा साठा दुकानात होता. रोख वीस लाख रुपये दामाशेठच्या भागीदारानं स्वतःच्या खिशातून भरले होते. विक्रीनंतर त्यातून हिशेबाप्रमाणे पैसे वळते करून घ्यायचे असं ठरलं होतं. झालं असं की, नेमक्या त्याच दिवशी सरकारी चौकशीला सामोरं जावं लागल्यानं दुकानातली औषधं मागेपुढे करून रचून ठेवावी लागली. तस्करीची ती औषधं दामाशेठनी एका सुरक्षित जागी नेऊन ठेवली आणि योगायोगाची गोष्ट म्हणजे त्या दिवशी त्या भागीदाराचा अचानक मृत्यू झाला. भागीदाराच्या मुलांना काही करता येईना. वीस लाख रुपयांचा माल दामाशेठनी गट्ट करून टाकला. 'मला काय ठाऊक' असं म्हणत त्यांनी हात वर केले. त्यानंतर दामाशेठनी पेढीच्या भागीदारीतून अंग काढून घेतलं. औषधं विकण्याचा अनुभव होताच. तेवढा अनुभव वेठीला धरून त्यांनी थेट औषधं बनवण्याचा कारखाना सुरू केला. 'छप्पर फाडून' झालेल्या वीस लाखांच्या वर्षावानं त्यांना खूपच हात दिला. हा हा म्हणता दामाशेठ औषध व्यवसायातले 'सम्राट' झाले.

एवढं यश मिळवल्यानंतरसुद्धा दामाशेठ तो गोग्रास काढायचं काम निष्ठेनं करतच होते. जसजशी त्यांच्या संपत्तीत भर पडत गेली तसतशी ते गोग्रासाची रक्कम अत्यंत उदार मनानं वाढवत गेले. अनेक धार्मिक, सामाजिक, सांस्कृतिक, शैक्षणिक कार्यात दामाशेठ अध्यक्षस्थानी असत. अतिथिविशेष म्हणून हजेरी लावत, भाषण देत...आणि उदारहस्ते मोठमोठ्या देणग्या जाहीर करत!

अशा दामाशेठ आणि मोहक मेहता यांनी एकमेकांना नजरखुणेनं केलेले इशारे त्यांच्यासमोरच बसलेले त्र्यंबकभाई अचूकपणे टिपत होते. त्र्यंबकभाईंचे दोन डोळे एकाच वेळी दोनच काय, बाराशे दृश्यं बघण्याइतके समर्थ होते.

दोन डोळ्यांनी एकाच वेळी खूप खूप काही टिपून घ्यायचं सामर्थ्य त्यांच्यात होतं, म्हणूनच तर दामाशेठ आणि मोहक मेहता यांसारख्या जबरदस्त लोकांच्या बरोबरीनं त्र्यंबकभाई गोपालस्वामींसारख्या परमपुरुषांचे सन्माननीय पाहुणे म्हणून सभामंडपात पहिल्या रांगेतल्या सोफ्यावर विराजमान झाले होते. डोळ्यांनी टिपलेल्या गोष्टीवरून क्षणार्धात निष्कर्ष काढून यथायोग्य निर्णय घेऊ शकणारी त्यांची बुद्धी आणि तो निर्णय ताबडतोब अमलात आणणारं आयोजन, या भांडवलावरच त्र्यंबकभाईंनी स्वत:चं आगळं स्थान मिळवलं होतं. एरवी आज ते इथे असतेच कसे?

त्र्यंबकभाईंचे मित्र आणि त्यांचे विरोधक, दोघांचंही एका बाबतीत एकमत होतं- त्र्यंबकभाईंना तिसरा डोळा असला पाहिजे! हा त्यांचा तिसरा डोळा आजवर कोणाला दिसला नव्हता हे खरं असलं तरी या तिसऱ्या डोळ्याला जे दिसायचं ते मात्र सर्व जण मान्य करून टाकत.

त्र्यंबकभाईंची धनदौलत ना वडिलार्जित होती ना स्वकष्टार्जित! फार काय, त्र्यंबकभाईंना विशेष अशी प्रतिष्ठाही नव्हती किंवा खास काही सामाजिक स्थानही नव्हतं. त्यांचं मोठं वैशिष्ट्य म्हणजे भल्याभल्या कामांचं आयोजन ते अगदी सांगोपांगपणे करू शकत. नगाऱ्यावर तालबद्धपणे पडणाऱ्या टिपरीसारखा त्यांचा आवाज होता आणि तेच त्यांचं खास भांडवल होतं. त्र्यंबकभाईंनी अद्याप साठीही गाठली नव्हती. वयाच्या प्रमाणात शरीरसौष्ठव मात्र चांगलंच संपादन केलं होतं. सरकारी पत्रकं किंवा इतर कसले फॉर्म्स भरताना ते आपल्या नावासमोर व्यवसाय या रकान्यात नेहमी 'समाजसेवक' असं लिहीत. ही समाजसेवा म्हणजे नेमकं काय ते कधीच कोणाला कळलं नव्हतं. याखेरीज त्यांनी कधी कोणता नोकरी-धंदा केल्याचं कोणाच्या ऐकिवात नव्हतं. त्यांचं घरदार, राहणीमान बघता त्यांनी कोणताच व्यवसाय केला नसेल अशी शंकासुद्धा येत नसे. त्र्यंबकभाईंकडे अमुक एखादी सुखसोय नाही असं नव्हतंच.

नाही म्हणायला, जेमतेम विशीत असतील नसतील तेव्हा त्र्यंबकभाईंनी तनमन टुर्स ॲण्ड ट्रॅव्हल्स नावाच्या एका ट्रॅव्हल एजन्सीमध्ये दोन वर्षे नोकरी केली होती,

पण आता ते कोणालाच आठवत नव्हतं. दोन वर्षांच्या त्या लहानशा कालखंडात त्र्यंबकभाईंनी एका गोष्टीची पक्की खूणगाठ बांधली होती, की प्रवास कसाही असो, त्यासाठी परिपूर्ण आखणीची गरज असते. एकदा का ही आखणी व्यवस्थित जमली, की मग प्रत्यक्ष प्रवास यशस्वीपणे अमलात आणणं फारसं कटकटीचं नसतं. महत्त्वाचं काय, तर आयोजन! एखाद्या प्रवाशाला कोणती गोष्ट त्रासदायक वाटेल, कशामुळे आपला खटाटोप व्यर्थ गेला असं वाटेल हे त्र्यंबकभाई अचूकपणे हेरत. अशा गोष्टींचं चोख आयोजन करण्याचं महत्त्व त्यांच्या लक्षात आलं. तनमन ट्रॅव्हल्सच्या अनुभवातून, तन आणि मन दोन्हींना तृप्त करण्याची सिद्धी त्यांनी प्राप्त केली. त्र्यंबकभाई आयोजक बनले.

आयोजन व्यवसायाच्या यशाचं पहिलं फळ मिळालं निवडणुकांना. त्र्यंबकभाईंचा आवाज अर्ध्या किलोमीटरच्या परिघात पोहोचेल असा दमदार होता. निवडणुकांच्या काळात विविध राजकीय पक्षांनी, उमेदवारांनी आपापली बाजू मांडण्यासाठी त्र्यंबकभाईंचा आवाज भाड्यानं घ्यायला सुरुवात केली. सकाळी तास-दीड तास एके ठिकाणी बसून त्र्यंबकभाई लिहून दिलेल्या मजकुराबरहुकूम माईकवरून काँग्रेसचा जयजयकार करत; तर लगेच पुढचा दीड तास त्याच पद्धतीनं त्या काळच्या 'स्वतंत्र' पार्टीचा अथवा जनसंघाचा जयजयकार करत. संध्याकाळी साम्यवादी पक्षाचा किंवा अपक्ष उमेदवाराचा प्रचार करत. यापैकी कोणी ना कोणी जिंकणारच होता! विजेत्या उमेदवाराच्या मनावर त्र्यंबकभाई पक्कं ठसवून टाकत- त्यांच्या विजयामध्ये त्र्यंबकभाईंच्या आवाजाचा फार मोठा वाटा होता!

त्यानंतर त्र्यंबकभाईंनी सभांचं आयोजन करायला सुरुवात केली. विशिष्ट जातवार मेळावे, सत्कार समारंभ असे लहानसहान कार्यक्रम ते आयोजित करू लागले. ज्यांच्यापाशी कार्यक्रम करायचा उत्साह आहे, पैसा खर्चायची ऐपत आहे, पण त्यासाठी आखणीबद्ध नियोजन करायची क्षमता नाही, कौशल्य त्याहून नाही किंवा मग त्यासाठी रिकामा वेळ नाही अशा कित्येक महाभागांच्या दृष्टीनं त्र्यंबकभाई म्हणजे अति महत्त्वाची व्यक्ती ठरले. एव्हाना त्र्यंबकभाईंच्या अंगभूत कौशल्याला धार आली होती.

त्र्यंबकभाई आयोजक आहेत. मग कार्यक्रम यशस्वी होणारच! चिंताच नको!

गोपालस्वामींची कितीतरी कामं त्र्यंबकभाईंनीच आयोजित करून पार पाडली होती. या आयोजनासाठी येणाऱ्या खर्चाबद्दल दामाशेठ अवाक्षरही काढत नसत. त्यानंतर मोहक मेहता अत्यंत कळकळीनं त्या कार्याचं तपशीलवार वर्णन वर्तमानपत्रात छापून आणत. त्यानं गोपालस्वामी प्रसन्न होऊन जात.

...तर अशा या त्र्यंबकभाईंनी दामाशेठांकडे आणि मोहक मेहतांकडे पाहिलं आणि- त्या दोघांनी त्र्यंबकभाईंकडे पाहिलं. तिघेही सहा डोळ्यांनी, सहा कानांनी,

चित्त एकवटून, प्रदूषित वातावरणावर श्रीमद्भगवद्गीतेचा काय प्रभाव होऊ शकतो या तत्त्वज्ञानाचं रहस्य उकलण्यासाठी आतुर झाले. स्वामीजी आपल्या कल्पनाशक्तीला आव्हान देत आहेत की काय असंच त्यांना वाटू लागलं.

गोपालस्वामींची अस्खलित वाक्धारा श्वास घेण्यासाठी किंचितशी थांबावी तशी क्षणभर नीरव शांतता पसरली. करुणामय नजरेनं स्वामीजींनी श्रोत्यांकडे पाहिलं. स्वामीजींची ती नजर आपल्यासाठीच होती असं मंडपात बसलेल्या शेकडो श्रोत्यांपैकी प्रत्येकाला वाटलं. स्वामीजींचा दृष्टी-साक्षात्कार लाभल्याचं समाधान प्रत्येकाला झालं. स्वामीजींनी आकाशाकडे पाहिलं. मग दृष्टी खाली वळवली. ओठांची जराशी हालचाल केली.

"भगवंतांनी स्वत: आपल्या श्रीमुखानं म्हटलं आहे,

अन्नाद्भवन्ति भूतानि पर्जन्यादन्नसंभव:।
यज्ञाद्भवति पर्जन्यो यज्ञ: कर्मसमुद्भव:॥

"प्राणिमात्रांचं पोषण अन्नामुळे होतं. अन्न पावसामुळे उत्पन्न होतं. पावसाची उत्पत्ती यज्ञामुळे आहे आणि कर्म केल्यामुळेच यज्ञ संभवतो."

स्वामीजींच्या स्वर-झंकारानं सभामंडप व्यापून टाकला. "शिवाय 'जलात मी रस आहे.' असंही भगवान श्रीकृष्णानं म्हटलंच आहे, तर असं हे आपल्याला प्राप्त होणारं जल ज्या वायुमंडलातून येऊन आपल्यापर्यंत पोहचतं ते वायुमंडल, ते वातावरण दूषित करण्याचं पाप आपण केलं आहे. या पापाचं एकमेव प्रायश्चित्त म्हणजे अंतरिक्षात पसरलेलं दूषित वातावरण प्रदूषणमुक्त करणं!

"-पण ते व्हावं कसं?" स्वामीजींनी आपला मुद्दा पुढे नेला. "त्यावर उपाय एकच. यज्ञ. यज्ञ करून वातावरणातला दोष दूर करणं. परंतु असा यज्ञ इथे, या भूमीवर केल्यानं अंतरिक्षापर्यंत त्याची ऊर्जा पोहोचणं निव्वळ अशक्य! म्हणूनच त्यासाठी आपल्याला एक महायज्ञ करावा लागेल- एक अद्वितीय, अनन्य यज्ञ! गगनात विहार करणारे समस्त देव, गंधर्व, किन्नर, मृतात्मे, तसंच अन्य असंख्य जीव या सर्वांच्या लाभार्थ, संपूर्ण सप्ताहभराचा गीतायज्ञ आपण अंतरिक्षात आयोजित करायला हवा. एका खास विमानातून अनेक भाविक समग्र अंतरिक्षात पृथ्वीभोवती

प्रदक्षिणा करत राहतील आणि संपूर्ण सप्ताहभर यज्ञवेदी प्रज्वलित राहील. त्या यज्ञातून निघणाऱ्या धूम्ररेखांमुळे अंतरिक्ष पवित्र होऊन जाईल. यज्ञसमयीच्या अखंड मंत्रपाठामुळे वातावरण शुद्ध होईल. यज्ञातला होम अंतरिक्षातल्या देवांना तृप्त करेल... दिवस-रात्र अखंड चालणाऱ्या या यज्ञातल्या मंत्रपाठाचे प्रतिध्वनी सात दिवस पृथ्वीला अखंडपणे वेढून राहतील. अवघी पृथ्वी पवित्र होईल. देवादिक प्रसन्न होतील. वर्षाधारांच्या रूपानं अमृतधारा बरसतील... अशा प्रकारे पृथ्वीतलावरच्या एकूण एक समस्यांचं सात दिवसांत निवारण होणं शक्य आहे...आणि महत्त्वाचं म्हणजे हे सर्व करणं आपल्या हातात आहे. समस्यांवरचा उपाय आपल्या हातात आहे. अखिल मानवजातीच्या पुढील पिढ्यांचा उद्धार करण्याचा क्षण येऊन ठेपला आहे. हा क्षण व्यर्थ दवडला तर आपण परमेश्वराचे अपराधी ठरू. भगवानांनी स्वत: म्हटलंच आहे,- 'मासानां मार्गशीर्षोऽहम' महिन्यांमध्ये मी मार्गशीर्ष महिना आहे. स्वत: भगवंत ज्या महिन्यात आहेत, असा तो मार्गशीर्ष महिना जवळ आला आहे. तर त्या महिन्यात परमेश्वराचं काम पूर्ण करण्याचा आजच्या पवित्र दिवशी आपण सगळे मिळून संकल्प करू या!''

बोलता बोलता स्वामीजी थांबले. एक अत्यंत वेगळा अर्थ, एक अतिशय अद्‌भुत कल्पना स्वामीजींनी साकार केली होती. गीतायज्ञ, रामकथा, श्रीमद् भागवत सप्ताह असल्या कार्यांची नवलाई उरली नव्हती. असे कार्यक्रम तर ठिकठिकाणी होतच होते. कितीतरी बापू, स्वामी, महात्मे कुठे ना कुठे असं काही ना काही करतच होते. हजारो, लाखो श्रोते मांडी ठोकून तासन्‌तास, दिवसेंदिवस भक्तिभावानं माना डोलवत बसून राहत होते... आणि तरीसुद्धा पृथ्वीतलाला व्यापून टाकणारं प्रदूषण कमी होत नव्हतं. ते का, कशामुळे, यामागचं रहस्य आज अचानक सगळ्यांच्या लक्षात आलं होतं. पृथ्वीवर निरंतर पडणारा पाऊस आणि पृथ्वीला प्रकाशमान करणारी सूर्यचंद्रांची किरणं जे वातावरण भेदून पृथ्वीपर्यंत येतात ते वातावरणच जर दूषित असेल, तर मग पृथ्वी तरी दोषमुक्त व्हावी कशी? रोगावर केवळ इलाज करत राहण्यापेक्षा प्रत्यक्ष रोगाचं समूळ उच्चाटन करण्यातच शहाणपण होतं. फक्त स्वामीजींनाच सुचावा असा हा मार्ग होता. भावनांच्या आवेगात श्रोतेजन चिंब भिजले. बस्स! अखिल विश्वाच्या तमाम व्याधींचा अंत आता हाकेच्या अंतरावर होता. एक विमान सात दिवस अंतरिक्षात फिरत ठेवून गीतायज्ञाच्या पवित्र धूम्ररेखा आणि मंत्रपाठासह वातावरण दोषमुक्त करण्याचाच काय तो अवकाश! श्रोत्यांतल्या एका समुदायानं अचानक प्रचंड घोष केला- 'गोपालस्वामी की जय...' या घोषाचे पडसाद विरतात न् विरतात तोच संपूर्ण सभामंडपातून जयजयकाराच्या लाटांवर लाटा उसळू लागल्या.

''थांबा!'' दोन्ही हात उंच उभारून स्वामीजींनी किंचित मोठ्या आवाजात

अधिकारवाणीनं सगळ्यांना थांबवलं. ''जयजयकार केवळ परमकृपाळू भगवान श्रीकृष्णांचाच असतो. शुद्धी-अभियानाचा हा संदेश भगवंताच्या कृपेनेच मिळाला आहे. अभियान पूर्णत्वाला नेल्यानंतरच जयजयकाराचा अधिकार मिळत असतो. तेव्हा तूर्त म्हणा, भगवान श्रीकृष्ण की...''

''जय...'' हजारो कंठातून प्रतिघोष उमटला.

स्वामीजींचा गळा दाटून आला होता. डोळे पाणावले होते. लोकांच्या ते लक्षात आलं होतं. ही संधी वाया घालवली तर त्याचं पाप आपल्या माथी येईल असं काहींना वाटू लागलं. स्वामीजींच्या डोळ्यांतल्या आसवांना आपणच जबाबदार आहोत अशी अपराधी भावना कित्येकांच्या मनात निर्माण झाली.

अत्यंत नगण्य माणसासारखा, सभामंडपाच्या एका टोकाला उभा राहून गौतम केव्हापासून हे सर्व ऐकत होता, पाहत होता. इथे आल्यावर गोपाल आश्रम म्हणून ओळखल्या जाणाऱ्या महालयाच्या विशाल प्रवेशद्वारापाशी उभा राहून पहिल्यांदा त्यानं गोपालस्वामींबद्दल चौकशी केली होती तेव्हापासूनच एकामागून एक असंख्य प्रश्न त्याच्या मनात येत होते. इथे येताना आपल्या मनात फक्त एकच प्रश्न घेऊन तो आला होता. त्यानं गृहत्याग केला होता. आत्मतत्त्व प्राप्त करण्यासाठी! त्यानं गृहत्याग केला होता राग, लोभ, माया यांपासून मुक्त होण्यासाठी! संसारबंधनं तोडून टाकण्यासाठी! जे घर मागे सोडून तो आला होता तिथं त्याचं एक कुटुंब होतं. त्या कुटुंबाचं फार नाही तरी खाऊनपिऊन सुखी राहता येईल एवढं उत्पन्न होतं. समाजात चांगला माणूस म्हणून ओळखला जाण्याइतपत पतप्रतिष्ठा होती...थोडेफार मित्र होते. फार दिवसांपासून त्याला या सगळ्यांत वैयर्थ जाणवू लागलं होतं. या वैयर्थापासून दूर जाऊन काहीतरी प्राप्त करण्यासाठी तो इतक्या दूर आला होता. गोपालस्वामींचं ज्ञान, त्यांचं वक्तव्य, श्रोत्यांच्या मनात घर करून राहील असं त्यांचं बोलणं, अवडंबररहित पवित्र जीवन, धनाला स्पर्शही न करण्याची प्रतिज्ञा या सर्व गोष्टींच्या आकर्षणाखातर त्यानं या पुष्करधामाची वाट धरली होती!... परंतु प्रत्यक्षात त्याला रोज जे पाहायला मिळत होतं, त्यामुळे तो अधिकाधिक क्षुब्ध होत होता.

इथे गोपालस्वामींकडे काय नव्हतं? आपल्या कुटुंबीयांसमवेत स्वामीजी किती समृद्धी उपभोगत होते ते त्यानं इतक्या दिवसांत स्वत:च्या डोळ्यांनी पाहिलं होतं. पन्नाशी उलटल्यानंतरही स्वामीजींचा संसार भरात होता; याचा जणू पुरावाच असा त्यांचा दीड वर्षांचा बाळकृष्ण गौतमनं थोड्या वेळापूर्वी पाहिला होता. स्वामीजी धनाला स्पर्शही करत नाहीत हे पाहिल्यावर त्या वेळी त्याच्या मनात आदर निर्माण झाला होता. एवढ्यातेवढ्या संपत्तीसाठी कोणतंही नातं लाथाडणारी अनेक संसारी माणसं त्यानं पाहिली होती; अनुभवही घेतले होते. अनुभवांच्या या पार्श्वभूमीवर धन अस्पर्श्य मानणं याला त्याच्या मते फार मोठं मोल होतं... इथे आल्यावर मात्र त्यानं

स्वामीजींचं साम्राज्य पाहिलं. तऱ्हेतऱ्हेचे अनुभव घेतले आणि त्याला वाटू लागलं, हे सर्व पैशांविना शक्य आहे? आज या प्रश्नाचं जणू त्याला उत्तर मिळालं होतं. गोपाल आश्रमासाठी भक्तांनी पाडलेला पैशाचा पाऊस आणि गोपालस्वामींच्या वतीनं ते धन स्वीकारणारे काउंटर्स त्यानं आज स्वत:च्या डोळ्यांनी पाहिले होते. अर्ध्या डझनाहून अधिक माणसं कित्येक तास या देणग्या स्वीकारत होती. देणग्यांच्या रूपानं पैसे देण्यासाठी लोक रांगा लावून उभे होते!

ही गोशाळा... त्यातही ही विशिष्ट कामधेनू गाय...पवित्र गंगाजलानं भरलेले टँकर्स...स्वामीजींना पवित्र आणि शुद्ध राखण्याचा आटापिटा करण्यासाठी किती माणसं नेमली गेली होती! कधी काळी त्यानं चित्रपटात राजे महाराजे पाहिले होते. लहानपणी वडिलांच्या, शिक्षकांच्या तोंडून राजांच्या गोष्टी ऐकल्या होत्या. एक राजा आपल्या सुखसोयींसाठी, राजेशाही थाटासाठी किती नोकरचाकरांना वेठीला धरतो, आपल्या तालावर नाचवतो ते सांगणाऱ्या या सगळ्या कथा काल्पनिक असतील, पण...

...पण आज तो स्वत: ते प्रत्यक्ष पाहत होता...

त्याचं मन अत्यंत क्षुब्ध झालं.

अंतरिक्षात विमान उडवून गीतायज्ञ करण्याबद्दलचं स्वामीजींचं बोलणं ऐकून तो विचारात बुडून गेला. या सगळ्या प्रयत्नांनी वातावरण शुद्ध होणार आहे, असं धरून चाललं तरी हे सगळं करण्यासाठी होणारा प्रचंड खर्च एखादा साधू, संत, संन्यासी कसा करू शकेल? त्यासाठी कोट्यवधी रुपये आणि जबरदस्त यंत्रणा उभी करावी लागणार. एकट्यादुकट्या माणसाचं हे काम नव्हेच. हे कार्य तडीस न्यायला जो माणूस किंवा जी काही थोडी माणसं पुढे येतील ती केवळ वातावरण प्रदूषणमुक्त करण्याच्या भावनेनं झपाटलेली असतीलच असं नाही. या कामातून काहीतरी लाभ मिळवण्याची त्यांची अपेक्षा असणारच. त्या अपेक्षेच्या पूर्तीसाठी जे करावं लागेल ते करणं म्हणजे संसारी व्यावहारिक आयुष्य अनुसरण्यापेक्षा वेगळं ते काय?

व्यावहारिक आयुष्याचा तो भाग त्यागूनच गौतम इथे आला होता. जो संसार त्याजून तो आला होता तोच व्यावहारिक प्रपंच एक वेगळी झूल चढवून अंगावर येताना त्याला दिसत होता. त्यानं मागे सोडून दिलेला प्रपंच निदान शुद्ध, निर्भेळ प्रपंच तरी होता. इथे समोर दिसणारा व्यवहार म्हणजे निव्वळ फसवणूक होती! संन्यासाची झूल पांघरलेला, मुखवटे चढवलेला हा संसार...त्याचं अंत:करण जड झालं.

व्याख्यान संपलं. श्रोते पांगले, भोजनगृहात एकच गर्दी उसळली. व्याख्यानापेक्षाही अधिक स्वादिष्ट, अधिक रुचकर भोजन- ज्याला आश्रमात सर्व जण प्रसाद असं म्हणत- घेऊन सगळे इकडे-तिकडे गेले. जागेची उणीव नव्हतीच. अतिथींना

विश्रांती घेता यावी यासाठी कित्येक खोल्या सज्ज होत्या. आश्रमाच्या परिसरात अनेक डेरेदार वृक्ष होते. पुष्कळसे लोक त्या वृक्षांच्या सावलीत आडवे झाले.

मोहक मेहता, दामाशेठ आणि त्र्यंबकभाई या तिघांसाठी एक वातानुकूलित स्वतंत्र दालन राखून ठेवण्यात आलं होतं. या दालनाला दोन दारं होती. मागच्या दारानं लॉबीमध्ये जाऊन खालच्या मजल्यावर उतरता येत होतं. खाली स्वामीजींचं पूजा-दालन होतं. व्याख्यान संपल्यावर स्वामीजी लगेच पूजा- दालनाकडे निघून गेले. मोहक मेहता, दामाशेठ आणि त्र्यंबकभाईंच्या आगमनाची खबर स्वामीजींना होती. भोजनानंतरच्या विश्रांतिकाळात स्वामीजींना भेटण्याची सूचना त्या तिघांना आधीच मिळाली होती. स्वामीजींना भेटण्यासाठी त्या तिघांनी अतिथिदालनाच्या मागच्या दाराचा वापर करायचा होता. मुख्य दारानं ये-जा होताना दिसली असती तर त्यांच्याबरोबर इतर पुष्कळ भक्त स्वामीजींच्या दर्शनाच्या निमित्तानं आत घुसले असते किंवा दाराबाहेर गर्दी करून उभे राहिले असते. दोन्हींपैकी काहीच घडणं इष्ट नव्हतं!

इतकं जड जेवण झाल्यानंतर खरं म्हणजे विश्रांती घ्यायचं ठरलं होतं, परंतु एका गंभीर प्रश्नावर उपाय शोधायची गरज असल्यानं ते तिघे मान्यवर महत्त्वाच्या मसलतीत मग्न होते. सतत सात दिवस विमानातून अंतराळात उडत राहून गीतायज्ञ करावा असं स्वामीजींनी सुचवलं होतं. ही सूचना अत्यंत रोमांचकारी होती; आंतरराष्ट्रीय स्तरावर सनसनाटी निर्माण करेल अशी होती. आध्यात्मिक विश्वात आजतागायत असं काही घडलं नव्हतं. स्वामीजींनी सुचवलेली कल्पना अमलात आणली गेली तर ती बातमी नि:संशय उभ्या विश्वाचं लक्ष वेधणारी ठरणार होती. भारतीय संस्कृतीचा जयजयकार तर होणारच होता, परंतु भारतीय संस्कृतीची पताका फडकवणारे म्हणून गोपालस्वामींचा आणि कार्यक्रमाचे संयोजक म्हणून गोपालस्वामींच्या समर्थकांचा...

''अडचण संयोजनाची नाहीच,'' त्र्यंबकभाई म्हणाले, ''काय हवी ती व्यवस्था मी सहज करू शकतो...परंतु...अडचण पैशांची आहे.''

''पैशांची चिंता करू नका हो!...आजवर तुम्ही कधी पैशांची चिंता केली नाहीत, मग आजच का?'' पैशांची काळजी करून त्र्यंबकभाई आपलं अवमूल्यन करत आहेत, असं दामाशेठना वाटलं.

''...कारण या योजनेसाठी सगळी रक्कम परदेशी चलनात लागेल. फक्त रुपये असून चालणार नाही. डॉलर आणि पौंड लागतील.'' त्र्यंबकभाईंनी खुलासा केला.

''हात्तीच्या! एवढंच ना?'' दामाशेठना हुश्श झालं. ''अहो, परदेशी पेढ्यांशी व्यवहार करायचा म्हणजे अण्डर इनव्हॉइसिंग, ओव्हर इनव्हॉइसिंग हे सगळं करावं लागतं; त्यापायी परदेशात डॉलर-पौंडचे ढीग जमतात ढीग. नुसते गंजत पडलेले असतात, त्यांचा उपयोग तरी होईल. त्याशिवाय कितीतरी नॉन रेसिडण्ट इंडियन्स

स्वामीजींचे भक्त आहेत. ब्रिटन अन् कॅनडात कित्येक गुजराती स्थायिक झाले आहेत. सात दिवसांत सकाळ- संध्याकाळ मिळून चौदा आरत्या, बरोबर? या चौदा आरत्या करण्याचे अधिकार विकले तर लाखो डॉलर्सचा ॲडव्हान्स पदरात पडेल... त्र्यंबकभाई, आहात कुठे? अहो पैसे काय चुटकीसरशी जमा होतील!''

मोहक मेहता खूश झाले. गीतायज्ञाच्या सात दिवसांच्या चौदा आरत्यांचं 'ॲडव्हान्स बुकिंग' करून टाकायची कल्पना अनन्यसाधारण होती!

''बरोबर आहे दामाशेठचं!'' मोहक मेहतांनी समर्थन केलं. ''यासाठी परदेशी पत्रकारांना कुठल्यातरी फाइव्ह स्टार हॉटेलात एकदा डिनरला बोलवायचं, त्यांना 'ब्रिफ' करायचं, भेटीबिटी देऊन खूश करायचं, परदेशी संस्थांकरवी स्वामीजींचा इंटरव्ह्यू रिलीज करायचा...! इतकं केलं की भरपूर पब्लिसिटी मिळेल. संयोजनाची जबाबदारी त्र्यंबकभाईंनी सांभाळली तर वृत्तपत्रजगतात डंका पिटता येईल...''

''संयोजन सोपं नाही. यशस्वी आयोजनाची तयारी म्हणून एखाद- दोन वेळा परदेश प्रवास करावा लागण्याची शक्यता आहे. विमान...एअर इंडियाचं जम्बो विमान निवडावं लागेल, पण...सर्व्हिसिंगसाठी, फ्युएलिंगसाठी अधूनमधून ते परदेशी भूमीवर उतरावं लागेल. राष्ट्रीय, आंतरराष्ट्रीय मंजुरी मिळवावी लागेल...'' एक एक शब्द सावकाश उच्चारत त्र्यंबकभाई बोलत होते.

''अवघड असलं तरी काम करून पाहण्याजोगं आहे,'' दामाशेठ हिशेब मांडू लागले. ''अंतरिक्ष यज्ञ मार्गशीर्ष महिन्यात होईल... त्यानंतर तीन-चार महिन्यांतच निवडणुका होण्याची शक्यता आहे. माझा पक्ष यंदा मला लोकसभेचं तिकीट देईल अशी दाट शक्यता आहे. तसं झालं...'' दामाशेठच्या तोंडाला पाणी सुटलं. आवंढा गिळून टाकण्यासाठी थांबल्यामुळे त्यांनी वाक्य अर्ध्यावर सोडलं.

''तर भाविक हिंदूंच्या मतांचा गठ्ठा दामाशेठच्या पदरात पडणार यात शंका नाही. जय हो गोपालस्वामी!'' मोहक मेहतांच्या चेहऱ्यावर स्मित झळकलं.

''जय हो...जय हो...'' त्र्यंबकभाईंनी साथ दिली. मग म्हणाले, ''ऑल द बेस्ट दामाशेठ! देशाला आज अशाच दूरद्रष्ट्यांची गरज आहे.''

त्याच दिवशी संध्याकाळी सभामंडपात आरतीच्या वेळी मोहक मेहतांनी आपल्या मोहक ढंगात माइकवरून एक घोषणा केली-

''मानवजातीच्या उद्धारासाठी स्वामीजींनी केलेली गीतायज्ञाची सूचना अमलात आणायचं सुप्रसिद्ध उद्योगपती श्री. दामाशेठ यांनी स्वत: मान्य केलं आहे-''

टाळ्यांच्या कडकडाटानं मंडप भरून गेला. जरा वेळानं कडकडाट थांबल्यावर मोहक मेहतांची धीरगंभीर वाणी पुन्हा एकदा झंकारली.

''याबाबतच्या संपूर्ण आयोजनासाठी लवकरच एक व्यवस्था-समिती स्थापन करण्यात येईल. या समितीची जबाबदारी श्री. त्र्यंबकभाई सांभाळतील. त्र्यंबकभाईंनी

जबाबदारी घेतली म्हणजे हा यज्ञ यशस्वी होणार हे ठरलंच. याचे तपशील जसजसे ठरत जातील तसतसे जाहीर करण्यात येतील. भगवान श्रीकृष्णाच्या कृपेनं आणि गोपालस्वामींच्या आशीर्वादानं आपण मानवजातीच्या उद्धाराचं निमित्त बनू शकू हे केवढं आपलं भाग्य!''

जयजयकारानं मंडप दुमदुमला.

स्वत: गोपालस्वामींनी उठून दामाशेठना आशीर्वाद दिला. मोहक मेहतांना फुलांचा प्रसाद दिला. त्र्यंबकभाईंच्या कपाळी चंदनाचा टिळा लावला.

एका कोपऱ्यात बसलेला गौतम मात्र हा सगळा सोहळा पाहून, ऐकून कमालीचा निराश झाला.

गावातल्या एस. टी. स्टँडसमोरच्या एका जीर्ण, पडीक इमारतीच्या ओट्यावर गजाबापा अहमदाबादहून येणाऱ्या बसची वाट पाहत बसले होते. जानकीला आणायला गौतम गेला तेव्हा गजाबापांनी दिवसांचा हिशेब केला होता. हिशेब अचूक होता. त्यांनी गौतमला तो समजावून सांगितला होता. गौतम निघाला सोमवारी सकाळी. दुपारी, फार तर संध्याकाळी तो अहमदाबादला पोहोचला असता. समजा, जानकीच्या सासरच्यांनी ठेवून घेतलंच एक दिवस, तर त्यात मंगळवार गेला. जानकीला तयारी करायला एखादा दिवस लागणारच! प्रसूतीनंतर तान्ह्या बाळाला घेऊन यायचं म्हणजे सामानसुमान बांधा, हे करा ते करा ओघानंच आलं! म्हणजे मंगळवारचा दिवस हा असा गेला. बुधवारी सकाळची, अगदी फारच झालं तर दिवस चांगला वर आल्यानंतरची बस जरी पकडली तरीसुद्धा संध्याकाळपर्यंत अंधाराच्या आत गौतम आणि जानकी येऊन पोहोचतील अशी गजाबापांची अटकळ होती. तिच्या सासरचे 'जाशील बुधी, येशील कधी' असलं काही म्हणतील हा प्रश्नच नव्हता. माहेरून सासरी जायचं असतं तर गोष्ट वेगळी! मग बुधवारी निघता आलं नसतं, पण गजाबापांनी तीसुद्धा शक्यता गृहीत धरली. गौतम निघाला तेव्हा त्यांनी म्हटलं होतं, "हे बघ पोरा, जानकीच्या सासू- सासऱ्यांना बुधवार- बिधवारची काही हरकत असेल तर बुधवारीच निघायचा तू आग्रह धरू नकोस. आपली पोरगी पहिल्यांदाच तिच्या पोराला घेऊन येणार. कोणाच्या मनात नसत्या शंका- कुशंका यायला नकोत. काय? तू आपला गुरुवारी सकाळच्या बसनं नीघ. एका दिवसानं काही इकडचं जग तिकडे होत नाही."

आज बुधवार संध्याकाळ!

आपल्या सहा-सात वर्षांच्या नातवाला घेऊन गजाबापा वेळेआधीच एस. टी. स्टँडवर येऊन बसले होते. आजच्या बसनं गौतम जानकीला घेऊन येईलच अशी खात्री नव्हती, पण यावा अशी इच्छा मात्र फार होती. 'प्रवासानं दोघं शिणले असतील, त्यात जानकीपाशी तान्हं मूल, थोडंफार सामान असणार. आपण त्यांना घ्यायला स्टँडवर हजर असलो तर निदान एखादी पिशवी तरी उचलू लागू...'

गजाबापांनी विचार केला होता.

गजाबापांचं मूळ नाव गजानन. चेहरा गजासारखा विशाल नसला तरी त्यांचा पिंड मुळात मजबूत- आज सत्तर पावसाळे पाहिल्यानंतरसुद्धा देहयष्टी धडधाकट आणि मजबूत होती. नाही म्हणायला, दोन वर्षांपूर्वी तरणाबांड मुलगा शंकर एकाएकी अकालीच मृत्युमुखी पडल्यापासून गजाबापांचा देह गळाठला होता. तरी-पण, एकंदरीनं त्यांची प्रकृती चांगली धडधाकट होती हे खरंच. त्यांना ओळखणारे म्हणायचे, 'शंकऱ्या गेल्याचं गजाबापांनी मनाला फार लावून घेतलंय. चेहऱ्यावर मारे अवसान आणून फिरत असले तरी मनातून पार खचलेत.' खरंच होतं ते! गजाबापांना कळत होतं. 'मन खचलं असलं तरी जोपर्यंत गौतमचं बस्तान बसत नाही, त्याचं घर मांडलं जात नाही आणि शंकरच्या पोरांचा न् प्रपंचाचा भार जोवर तो स्वत:च्या खांद्यावर घेत नाही तोवर आपल्याला हिंमत राखण्यावाचून दुसरा मार्गच नाही...पण आता गौतम तरुण झालाय. वर्षे दोन वर्षांत प्रपंचाचा भार त्याच्या खांद्यावर दिला की आपण शंकऱ्याला अन् शंकऱ्याच्या 'आई' ला भेटायला जायला मोकळे...पण तोवर अवसान राखलं नाही तर प्रपंच चालायचा कसा?'

गजाननला सारं गाव गजाबापा म्हणूनच ओळखत होतं. गजानन पहिल्यापासून गजाबापा नसणारच, पण आजमितीला गावातलं शेंबडं पोरच काय, गजाबापांचे समवयस्क आणि एखाद-दुसरा कोणी त्यांच्यापेक्षा मोठा त्यांना गजाबापा नावानंच ओळखत होता. लोक इतकंही म्हणत, की गजाबापांनी गावातल्या गल्ली-बोळात तर राहूच द्या, पण गावाजवळच्या वाड्या-पाड्यात अर्ध्या रात्री जरी पाऊल ठेवलं तरी तिथलं कुत्रंसुद्धा त्यांच्यावर भुंकणार नाही. गजाबापांच्या पावलांची चाहूल गावातल्या कुत्र्यांच्याही परिचयाची होती.

गजाबापा विधुर झाल्याचा चांगली दोन दशकं उलटून गेली होती. त्या वेळी त्यांचं वय असं होतं, की नव्यानं पुन्हा संसार मांडायची कोणाची अपेक्षा नसते आणि जुनाच संसार पुन्हा नवा वाटायला लागलेला असतो. गजाबापांनी आपल्या थोरल्या लेकीची तिच्या आईच्या डोळ्यांदेखत सासरी पाठवणी केली होती. गजाबापांचा लाडका शंकऱ्या तेव्हा बारा-चौदा वर्षांचा होता आणि गौतम जेमतेम पाच वर्षांचा.

शंकऱ्याच्या तेविसाव्या वर्षी गजाबापांनी त्याचं लग्न लावून दिलं. कुंकवाच्या पावलानं सूनबाई घरात आली. जवळजवळ दहा वर्षांनंतर घराच्या भिंतींना कोण्या स्त्रीच्या हाताचा स्पर्श झाला. त्याआधी दहा वर्षे गजाबापाच मुलांचा बाप आणि आई दोन्ही बनले होते. शंकरची बायको घरात आली. गावातल्या कित्येक भोचक मावश्यांनी छातीठोकपणे म्हटलं होतं, 'आता गौतमचं काही खरं नाही. नवी सून गौतमला घरात टिकू देईल असं वाटत नाही. दहा-दहा वर्षे विधुरावस्थेत प्रपंच सांभाळून गजाबापा आधीच थकून गेले आहेत. त्यांचं वय झालंय. शरीर थकलंय.

नव्या सुनेच्या राज्यात म्हातारा उरलेसुरले दिवस काढेल कसेबसे- पण गौतमचा या घरातला अन्नाचा शेर लवकरच संपणार हे निश्चित!'

झालं मात्र अगदी उलट.

सगळं गाव डोळे फाडून बघत राहिलं. कित्येकांनी तोंडात बोटं घातली. आजकालच्या कलियुगात असं काही घडू शकतं हे कल्पनेपलीकडचं होतं. शंकऱ्याची बायको घरात आल्या आल्या सगळ्यात आधी गौतमची जणू खरीखुरी आई बनली. गौतमपेक्षा पाच वर्षांनी मोठी असेल नसेल; पण संसारात पाऊल ठेवल्या दिवसापासूनच तिनं ज्या पद्धतीनं आईपण सांभाळलं त्यानं गावातल्या 'उणं काढण्यात वाकबगार' असणाऱ्या म्हाताऱ्या- कोताऱ्यांनीसुद्धा स्वत:चे कान धरले. आईविना गौतमनं दहा वर्षे काढली होती, ते विसरलं गेलं. पुढच्या पाच वर्षांत दोन मुलं जन्माला घातल्यानंतरसुद्धा गौतमवरची तिची माया आटली नाही ते पाहून खुद्द गजाबापांचे डोळे ओलावले होते.

शंकऱ्या बालपणापासून शौकीन वृत्तीचा! चार पैसे हातात खुळखुळू लागले आणि घरात बायको आली तसं त्याच्या शौकीन वृत्तीनं घराला नवा साज चढवला. गजाबापांनी खूप वर्षांपूर्वी मुलांना रेडिओ आणून दिला होता, पण शंकऱ्यानं टी. व्ही. आणला. त्यातच दोघा चिमुकल्यांचा घरात किलबिलाट सुरू झाला. गजाबापांना धन्य धन्य झालं. आता एकच काम उरलं होतं- गौतमचे दोनाचे चार हात करून द्यायचे आणि नीट एखाद्या उद्योगधंद्याला लावून द्यायचं. एकदा गौतमचा संसार मांडून दिला, की निजधामाला गेलेल्या पत्नीला भेटायला जाण्यावाचून दुसरं काही उरलं नव्हतं.

पण गौतमची गोष्टच वेगळी!

इकडे शंकऱ्याला प्रत्येक गोष्टीचा शौक; तर दुसरीकडे गौतमला ऐहिक गोष्टींची नावड! घरात कपडे, चादरी अगदी साधा अंग पुसायचा रुमाल आणायचा असो, त्यात शंकऱ्याची पसंती झोकदार, तर गौतमला त्याची गरजसुद्धा वाटत नसे. रंगीत टर्किश टॉवेलखेरीज दुसऱ्या कशानं शंकऱ्या अंग पुसणारच नाही आणि गौतमच्या लेखी पंचा म्हणजेसुद्धा जास्तच! शंकऱ्याला अंथरुणावर रेशमी रंगीबेरंगी चादर हवी; तर गौतमला चादरच काय, अंथरूणच नको. सतरंजी टाकून तो जमिनीवरच झोपत असे. शंकऱ्या स्वभावानं आप्पलपोटा नव्हता. खरेदी करायची ती स्वत:पुरती असं त्यानं कधी केलं नाही. सगळ्यांना सारखं आणण्याइतकी सवड नसेल तर स्वत:साठीही तो काही आणत नसे. त्याचा तसा स्वभावच नव्हता. गजाबापांना ते माहीत होतं. शंकऱ्याचा नि:स्वार्थी स्वभाव ओळखून ते कित्येकदा म्हणायचे, 'शंकऱ्या, पोरा माझे शौक करायचे दिवस आता सरले. माझ्यासाठी नव्या नव्या वस्तू आणायची गरज नाही. तू अजून तरुण आहेस. तुझं वय आहे मौजमजा करायचं. तू स्वत:ला हवं ते आणत जा बरं का!'

वडिलांचं हे एक म्हणणं तेवढं शंकरनं कधी ऐकलं नाही. एरवी वडिलांची प्रत्येक आज्ञा मानणाऱ्या शंकरनं एवढी एक गोष्ट मात्र मान्य केली नव्हती. मौजमजेची कोणतीही वस्तू तो फक्त स्वत:पुरती आणत नसे. सर्वांसाठी खर्च करण्यापायी तो जीवतोड कष्ट करत होता. दिवस-रात्र एक करून घाम गाळत होता. गौतमची गाडी अजून रुळावर आली नाही हे त्याला ठाऊक होतं. गौतमचं गाडं सुरळीत चालावं यासाठी गजाबापा आता एकट्या हाती काही करू शकणार नव्हते. तोंड वाकडं न करता, कुटुंबासाठी तो हे सर्व करत होता. आपलं स्वाभाविक कर्तव्य समजून करत होता. त्याच्या आणि घरादाराच्या सुदैवानं त्याला पत्नीदेखील अशी लाभली होती की जो तो म्हणे, 'शंकरच्या बायकोचं नाव काय असेल ते असू दे, पण तिला पार्वती किंवा उमा म्हटलेलंच शोभून दिसेल.'

...असा हा शंकऱ्या दोन वर्षांपूर्वी अगदी अचानक, अनपेक्षितपणे, आभाळ कोसळावं तसा कोसळला. अनेक आशा आकांक्षा अर्ध्यावरच सोडून बहरलेल्या संसारातून त्यानं एकाएकी जगाचा निरोप घेतला. गजाबापांच्या शिरावर वीज कोसळली. जेमतेम पंचविशी ओलांडलेली, तारुण्याच्या ऐन भरातली, काचेच्या बाहुलीसारखी मोहक दिसणारी सून एकाएकी दगडी पुतळ्यासारखी दिसू लागली. अनेक वर्षांपूर्वी, चार-पाच वर्षांच्या गौतमला पोरका करणारी ती वेळ ज्यांच्या अजून स्मरणात होती त्यांच्या काळजाचा ठोका पुन्हा एकदा चुकला.

अहमदाबादहून येणाऱ्या एस. टी.च्या बसची वाट पाहताना गजाबापांना हे सगळं आठवत होतं. शंकऱ्याचा सात वर्षांचा मुलगा आजोबांभोवती गोल गोल फिरत आपला जीव रमवत होता. गजाबापांच्या स्वत:च्या जीवनातलं हसू मावळलं होतं, पण आपल्या नातवाला हसता-खेळता ठेवण्यासाठी ते मधूनमधून बोळक्या तोंडानं बळंबळं हसत होते. आजोबा हसले की त्यांच्या ओठांमधून बाहेर पडणारे थुंकीचे थेंब पाहताना नातवाला खूप गंमत वाटत होती.

"आजोबा, जानकीबेन केव्हा येईल?" नातवानं आजोबांना विचारलं.

"आता येईल हं बेटा!" आजोबांनी सहजपणे उत्तर दिलं.

"गौतमकाका जानकीबेनला घेऊन बसमधून आत्ता येईल हं!"

"आणि जानकीबेनचं छोटं बाळ पण तिच्या सोबत असेल, हो की नाही आजोबा?"

नातवानं घरात चाललेलं बोलणं ऐकलं होतं. जानकीबेनला बाळ झालं आहे एवढं समजत असलेला नातू त्या बाळाची मोठ्या उत्सुकतेनं वाट बघत होता.

"होय बेटा! तू खूप खेळ त्याच्याशी, बरं का! आत्ता येईल जानकी..."

नातवानं आपल्या जानकीबेनला बघितलेलं होतं. तिचं बाळ मात्र त्याला अगदी

अनोळखी होतं. अगदीच नवं. न पाहिलेलं! त्यालाच काय, गजाबापांनासुद्धा ते बाळ अनोळखीच होतं की! आज जानकीची मा जिवंत असती तर मात्र...

गजाबापा पुन्हा भूतकाळात शिरले.

जानकी... गजाबापांची नात. शंकरपेक्षा मोठ्या मुलीची मुलगी. पत्नीच्या हयातीतच गजाबापांनी आपल्या या थोरल्या मुलीचं लग्न करून दिलं होतं, पण दुसऱ्या बाळंतपणात तिनं आपला जीव गमावला होता. दीड-दोन वर्षांच्या जानकीला मागे ठेवून ती गेली होती. पत्नीच्या मृत्यूनंतर दोन-तीन वर्षांच्या आत हा दुसरा आघात सहन करणं गजाबापांच्या नशिबी आलं होतं. गजाबापांनी मन घट्ट करून हे दु:ख पचवलं. आईविना पोरक्या जानकीला आपल्याकडे ठेवून घ्यावं; आपल्या दोघा पोरांना सांभाळलं होतं, तसं हिलाही आपणच सांभाळावं असं गजाबापांच्या मनात होतं. जानकीशिवाय आपण राहू शकणार नाही, असं जानकीच्या वडिलांनी म्हटल्यामुळं गजाबापांचा नाइलाज झाला होता. म्हटल्याप्रमाणे जावयानं जानकीचा उत्तम प्रकारे सांभाळ केलेला पाहून गजाबापांना मोठं समाधान लाभलं होतं. वडिलांनी तिचं उत्तम संगोपन केलं, ती शिकली सवरली, मोठी झाली आणि दोन वर्षांपूर्वीच तिचं लग्नही झालं. शंकर तेव्हा हयात होता. सगळे मोठ्या उत्साहानं तिच्या लग्नाला गेले होते. गजाबापांनी डोक्यावर रंगीत पगडी बांधून घेतली होती. शंकरनं इतकं अत्तर फवारलं होतं की वाटावं सुगंधाचा दर्याच उफाळला आहे! या कार्यात गौतमच काय तो एखाद्या त्रयस्थासारखा हे सगळं मुकाट्यानं पाहत होता. क्वचित केव्हातरी चेहऱ्यावर निसटतं हसू आणून शंकरच्या दोन्ही मुलांना खांद्यावर बसवून इकडे तिकडे करत होता.

नंतर शंकर गेलाच. इकडे जानकी गर्भवती झाली. जानकीचं पहिलं बाळंतपण आपल्या घरी करावं असं गजाबापांना फार वाटत होतं. सासऱ्याच्या मनातली इच्छा जाणून शंकरची बायको या गोष्टीला हौसेनं तयार झाली होती, पण जानकीच्या सासरची मंडळी राजी झाली नाहीत. मग गजाबापांनी जास्त आग्रह धरला नाही. शेवटी जानकीची प्रसूती अहमदाबादला तिच्या सासरीच झाली.

त्यावर आता जवळपास सहा महिने उलटले होते. गजाबापांची सून म्हणत होती, ''बाळाचा जन्म भले जानकीच्या सासरी होऊ दे, पण त्याचं उष्टावण आपण आपल्या घरी करू.'' चांदीच्या अस्सल राणी छाप रुपायानं बाळाला खीर चाटवण्यात तिला खूप आनंद वाटत होता. स्वत:च्या दोन्ही मुलांचं उष्टावण तिनं असंच केलं होतं. छोटासा सोहळा साजरा केला होता. शंकर गेल्यापासून घरात कुठलंच शुभ कार्य झालं नव्हतं. भाचीच्या मुलीचं उष्टावण करायला ती आतुर झाली होती. बाळ सहा महिन्यांचं होऊन गेल्यापासून त्याला इकडे घेऊन यावं म्हणून ती गजाबापांच्या मागे लागली होती.

गजाबापांनी जानकीच्या सासरी पत्र पाठवून सगळं ठरवून टाकलं होतं. त्यानुसार गौतमला त्यांनी अहमदाबादला पाठवलं होतं. बहुतकरून आजच्या बसनं गौतम येईल अशी त्यांची धारणा होती. पुढील दोन महिने जानकी इथे राहणार होती. गजाबापांचं चित्त प्रसन्न झालं होतं. आणखी एक विचारचक्र त्यांच्या मनात सुरू झालं होतं. शंकरची बायको अन् जानकी- दोघींनी मिळून, गौतमसाठी एखादं चांगलं स्थळ शोधावं असं त्यांना सारखं वाटत होतं. शिक्षण संपलं आहे, आता एकदा तो संसाराला लागला की...

"आजोबा, आजोबा, बस आली. उठा, उठा. आत्ता गौतमकाका येईल. जानकीबेन पण येईल. छोट्टं छोट्टं बाळ येईल... मज्जाच मज्जा... मज्जाच मज्जा..." शंकरच्या पोराच्या ओरडण्यानं गजाबापांची तंद्री भंगली. बसची घरघर ऐकू येऊ लागली. गजाबापांचं हृदय धडधडू लागलं. जानकी आपल्या आईच्या वळणावर गेली होती. जानकी जन्मली तेव्हा तिची आई जशी दिसायची तशीच जानकी आत्ता दिसत असेल का? धोतराच्या सोग्याचं पायात अडकणारं टोक कमरेशी खोचत गजाबापा बसपाशी पोहोचले. एकामागून एक सगळे उतारू घाईघाईनं उतरत होते. एखाद दुसरा परिचित माणूस गजाबापांकडे पाहून ओळखीचं स्मित करत होता, पण ते हास्य जणू त्यांच्या दृष्टीला पडतच नव्हतं.

"गौतमकाका नाही आले?" नातवानं किंचित निराश होऊन विचारलं.

आजच्या बसनं गौतम येईल असं आपण धरून चाललो तेच चुकलं असं गजाबापांना वाटलं. आज बुधवार! जानकीच्या सासरच्यांनी तिला आज नसेल पाठवलं!

"उद्या येईल हं! आज बुधवार आहे नं, आज नाही येणार!" नातवाचं जमेल तसं सांत्वन करत गजाबापा म्हणाले.

"मग आपण त्यांना घ्यायला आज का आलो?"

नातवाच्या प्रश्नानं आजोबांना नागपाशासारखं घट्ट वेढून टाकलं.

आजोबांपाशी या प्रश्नाचं उत्तर नव्हतं.

गजाबापांचं वैवाहिक जीवन अवघं वीस वर्षांचं! वरराजा बनून गजाबापा घोड्यावर चढले तेव्हा आयुष्याची तीन दशकं पूर्ण करून चुकले होते. चुंदडी-पानेतर लेवून वधू बोहल्यावर चढली तेव्हा कितीतरी जणांनी डोळ्याला डोळा भिडवून, नि:शब्द वाणीनं, मूक संभाषण करून म्हटलं होतं, 'नवरी अशी कच्च्या कळीसारखी, अन् नवरा बघा कसा दिसतोय- बिजवर!' खरं तर गजाबापा बिजवर नव्हते. त्या काळात त्यांच्या जातीत या वयाचे पुष्कळ जण बिजवर असायचे हे खरं असलं तरी गजाबापांची गोष्ट वेगळी होती. सगळा भार त्यांच्या एकट्याच्या माथी होता. वयाच्या आठव्या वर्षी वडिलांचं छत्र हरपलं. वारशात मिळाला गहाण ठेवलेला मळा आणि डोळ्यानं अधू असलेली, सदैव आजारी असणारी आई.

गजाबापांनी शिक्षण सोडून दिलं. तीसपर्यंत आकडे, फडाके, बाराखड्या आणि हिशेब ठिशेब ठेवण्यापुरतं अन् पंचांग पाहण्यापुरतं जुजबी शहाणपण आल्यावर त्यांनी शिक्षणाला रामराम ठोकला. मळा सोडवून घेण्यासाठी ते मजुरी करू लागले. आईचं औषधपाणी बघावं, घरकाम करावं, बाहेर मजुरी करून यावं आणि गहाण पडलेला मळा सोडवून घ्यायला अजून किती रक्कम जोडावी लागेल त्याचा रोज संध्याकाळी हिशेब करावा हेच त्यांचं जीवन झालं. मुळात घट्टमुट्ट शरीर आणि कामचुकारपणा नावालाही नाही! भीती कशाशी खातात ते ठाऊक नाही. रोज संध्याकाळी पत्र्याच्या एका डब्यात रुपया, दोन रुपये, क्वचित कधी पाच रुपये टाकत आणि डब्यावरच हिशेब मांडून ठेवत. मळा गहाण ठेवून वडिलांनी सातशे रुपयांचं कर्ज करून ठेवलं होतं. कर्ज देणारा सावकार वावरातलं उत्पन्न घेऊन जात होता, वर आणखी व्याज लावत होता. गजाबापांना जसा हिशेब कळू लागला तसे ते डोळे फाडफाडून बघतच राहिले. मनात आणलं तर सावकाराच्या वह्या हिसकावून, पेटवून देण्याइतकं बळ एव्हाना त्यांच्या देहात आलं होतं, पण गजाबापांनी तसं केलं नाही. हे कर्ज त्यांचं स्वत:चं असतं, तर गोष्ट वेगळी; किती झालं तरी ते कर्ज वडिलांनी घेतलं होतं. कर्ज घेतेवेळी वडिलांनी आणि सावकारानं आपसात जे काय ठरवलं असेल त्यातून हात वर करून मोकळं होणं म्हणजे पितृद्रोह करणंच आहे,

असं जेमतेम मिसरुड फुटल्या वयापासून गजाबापा ठामपणे मानत होते. मळ्यातलं उत्पन्न, शिवाय व्याज अशी सावकाराची अट वडिलांनी उपासमार टाळण्यासाठी कदाचित नाइलाजानं मान्य केली असेल. त्यांचा मुलगा म्हणून ती अट निष्ठेनं पाळणं यातच आपली प्रतिष्ठा आहे, असं गजाबापांना अगदी मनापासून वाटत होतं.

कर्ज फेडून ताब्यात घेईपर्यंत गजाबापांचं लग्नाचं वय होऊन चुकलं होतं. आजारी आई एव्हाना अंथरुणाला खिळली होती. तिच्या अधू डोळ्यांच्या पणत्या पार विझून गेल्या होत्या. इतक्या वर्षांत त्यांच्या मातीच्या घराचं सारवण-लिंपण क्वचितच झालं होतं. घराची डागडुजी करायचं त्यांनी सतत पुढे ढकललं होतं. ज्या वर्षी त्यांनी मळ्याचा हिशेब चुकता करून स्वत:च्या जमिनीवर स्वत: पेरणी केली, त्या वेळी आईच्या आंधळ्या डोळ्यांतून अश्रुधारा वाहू लागल्या होत्या. गजाबापांचाही कंठ दाटून आला होता. आता आईची एकमेव इच्छा उरली होती- गजाच्या बायकोच्या रूपानं घरात लक्ष्मीची पावलं उमटावीत! सुनेशिवायचं घर आता म्हातारीला खायला उठत होतं, पण सुना काही झाडाला लागत नव्हत्या, की गजाबापानं जावं आणि आणावी एखादी तोडून! करावी आईची इच्छा पूर्ण! गजाबापांच्या जातीत कन्या विक्रयाची प्रथा अत्यंत प्रचलित होती. त्यात आणखी परमेश्वरानं नेमक्या याच जातीत कित्येक पिढ्यांपासून मुली जन्माला घालताना हात आखडता घेतला होता. परिणामी, नवरी मुलगी म्हणजे अशी काही दुर्लभ चीज होऊन बसली होती की ठरवलेली रक्कम आणि दागदागिने वधुपक्षाच्या हातावर ठेवणं जोवर जमत नाही तोवर वरातीच्या घोड्यावर बसण्याचं वराचं स्वप्न, स्वप्नच राहत होतं. गजाबापांजवळ अशी भरभक्कम रक्कम तर नव्हतीच, पण रक्कम कमी करायला मदत होईल असं धड घरदारसुद्धा नव्हतं. नाही म्हणायला एक मळा तेवढा होता; पण तो मळा म्हणजे त्याचं अवघं जीवन होतं. जीवन विकून नवरी कमावणं तोट्याचा सौदा होता. कधीमधी नात्यागोत्यातले कोणी येत. गजाच्या आईला म्हणत, "म्हातारे, गजाच्या कपाळाला बाशिंग बांधायला हवं आता. वाटलं तर दोन-पाचशेंची जुळवाजुळव आम्ही देतो करून. फलाण्या घरची मुलगी आहे आमच्या नात्यात. म्हणत असशील तर..."

...पण गजा हो म्हणत नव्हता!

त्यानं आपल्या मनाशी पक्कं ठरवलं होतं. जसा मळा सोडवून घेतला, तसंच हे जुनाट घर, एकदा ठाकठीक करून, नवं करून घ्यायचं. घर एकदा नीटनेटकं झालं की मग नेटकी घरधनीण आणता येईल; मग घरसंसार नेटका व्हायला काय उशीर?

अन् त्यांनी ते करून दाखवलं.

दोन-तीन वर्षांत सगळं घर नव्यानं बांधून घेतलं. डोळे फाडून लोक बघत राहिले.

गजाच्या धष्टपुष्ट तगड्या देहातलं उसळतं तारुण्य नजरेत भरत होतं, परंतु त्या तारुण्याच्या भरात कधी बेताल वर्तन घडल्याचं वैऱ्यानंही म्हटलं नसतं. विलायती

कौलांचं, पक्क्या विटांचं, टुमदार, दुमजली घर तयार झालं. घर बघून म्हातारीचे दृष्टी नसलेले डोळेही निवले. सूनमुख बघणं मात्र त्या दृष्टिहीन डोळ्यांच्या नशिबात नव्हतं. थोड्याच दिवसांत गजाला एकाकी सोडून म्हातारीनं जगाचा निरोप घेतला.

गजा अगदी एकटा पडला!

एकाकी गजानं पुन्हा एकदा कष्ट करायला कंबर कसली. कष्टांचं चीज होऊन कुंकवाच्या पावलांनी लक्ष्मी घरात येईपर्यंत गजाची तिशी उलटली. मुलीच्या वडिलांनी रोख सतराशे रुपये आणि मुलीच्या अंगावर सात तोळ्यांचे दागिने या अटी मान्य केल्या. लग्न ठरलं. मुलगी जेमतेम सतरा वर्षांची. तिचे वडील मोठ्या अभिमानाने म्हणत- ''माझी पोरगी नक्षत्रासारखी सुंदर आहे. तिला जिथे देईन तिथून दीड दोन हजार हुंडा पदरात पडेलच.'' आणि मग आपल्या जातीतल्या दुसऱ्या कुठल्यातरी मुलीचं उदाहरण देऊन म्हणत, ''हेच बघा ना, आपल्या त्या याची पोरगी तोतरी आहे तरी तिच्या बापाला आठशे रुपये हुंडा देणारा भेटला. माझी पोरगी इतकी देखणी, मी का म्हणून कोण्या सोम्यागोम्याला देऊ?''

त्या काळी कोणाला काही वावगं वाटत नव्हतं. मान डोलावून ऐकणारा म्हणे,

''खरंच की!''

सतराशे रुपये त्या काळी खूप मोठी रक्कम होती. गजाचं लग्नाचं वय केव्हाच उलटून गेलं होतं. त्यामुळे भली दांडगी रक्कम तयार ठेवण्यावाचून गत्यंतर नव्हतं. मुलीच्या बापाला भरपूर कमाई झाल्याचं समाधान झालं आणि गजाला देखणी बायको मिळाल्याचा आनंद! दोन्ही पक्ष खूश!

वर्षानुवर्षांच्या त्या उजाड घरानं, गजाच्या लग्नाच्या पुढच्याच वर्षी तान्ह्या बाळाचं 'ट्याह्यां' ऐकलं. गजाच्या जीवनात लेकीचं पहिलं पाऊल उमटलं. गजा खूप खूश झाला. आयुष्य त्याला जगण्यालायक वाटू लागलं. आपलं जीवन निरर्थक नाही, कोणासाठी तरी जगावंसं वाटावं असं आयुष्यात काही आहे असं त्याला आजवरच्या आयुष्यात पहिल्यांदाच वाटलं. चढ-उतार संपले. सारं काही सुरळीत झालं.

दोन वर्षांनी दुमजली घर आणखी मोठं झालं. चुन्याच्या सफेदीच्या जागी पक्का रंग लागला. गजानं एक घोडी पाळली. दुभती गुरं राखली. गुडघ्यापर्यंत पोहोचणाऱ्या त्याच्या कुडत्याच्या खिशात कधी शेंगा असायच्या, तर कधी काजू! येता-जाताना भेटणाऱ्याच्या हातावर मूठभर शेंगदाणे किंवा काजू ठेवून गजा दिलखुलास हसायचा!

मग शंकर जन्मला. गजाच्या आयुष्यात जणू सुखाची कळ आली.

गजाच्या जीवनात सुखाची परमावधी झाली. पहिल्या खेपेला मुलगी झाली तेव्हाच गजानं पक्का निश्चय केला होता- माझ्या लेकीचं लग्न करेन ते फक्त कुंकू-नारळानिशीच करेन. कन्याविक्रय तो बघत आला होता. स्वतः त्याचा अनुभव घेतला होता. प्रत्यक्ष जन्मदाता बाप आपल्या पोरीची एखाद्या वस्तूसारखी किंमत

लावतो या विचारानं त्याचा थरकाप होत होता. गजाची मुलगी घरात दुडदुडू लागली. घराचा उंबरठा ओलांडून गल्ली-बोळात धावू लागली. गजानं तिला शाळेत घातली. चड्डीनिशी धावणारी मुलगी फ्रॉक घालणारी झाली आणि पाहता पाहता साडी नेसती झाली. गजाच्या अंत:करणातून सहजच उद्‌गार निघाले, 'ऐशी की तैशी त्या बापाची! अशा फुलासारख्या माझ्या लेकीच्या लग्नात पैशांचा विचार जरी मनात आणीन तर परमेश्वर मला नरकातसुद्धा जागा देणार नाही!''

त्यानंतर गौतमचा जन्म!

गौतम तीन-चार वर्षांचा झाला. त्या वर्षी गजानं लेकीचं लग्न ठरवून टाकलं. सतराची झाली असेल नसेल, पण गजाच्या लक्षात आलं होतं, एवढीशी बाहुली होती ही पोरगी, पण आता साडी बदलताना सख्ख्या बापाला लाजते. पाठ फिरवून आडोशाला जाते. वय आपलं काम चोख बजावत आहे असं गजाला वाटलं. बायकोचं सुख मिळेतो आपण तिशी गाठली होती, तो सगळा काळ किती कठीण होता त्याची आठवण गजाच्या मनात ताजी होती. आपण पुरुष होतो; ही पोरगी अबोध, अजाण आहे. जमाना बदलत चालला आहे. दिवसागणिक सगळं अधिकच अवघड होत आहे. पोरीच्या लग्नात आपण पैसाअडका मागणार नाहीच. मग वेळेवारी तिची सासरी पाठवणी करून दिली की पोरीचं आयुष्य मार्गी लागेल. एकदा तिचं आयुष्य मार्गी लागलं की कशी सगळी निश्चिंती!

जातीतलं चांगलंसं स्थळ पाहून गजानं त्याच वर्षी लेकीचं लग्न करून टाकलं. थाटामाटानं वाजत-गाजत कार्य केलं. गौतम नकळत्या वयाचा होता, पण शंकर चांगला जाणता झाला होता. गौतमच्या दृष्टीनं बहिणीचं सासरी जाणं ही केवळ एक बघण्यापुरती घटना होती. शंकर मात्र त्या वेळी हमसाहमशी रडला होता. गजाचे डोळे ओलावले खरे; परंतु तो आयुष्याच्या सुरुवातीपासूनच अश्रू थिजवून टाकायला शिकला होता. म्हणूनच त्यानं उंबरठ्यापाशी थांबून मिटल्या ओठांनी लेकीला निरोप दिला होता. बापाचा निरोप घेताना लेकीनं हात पुढे केला तेव्हा गजाला कोण जाणे कसं सुचलं, त्यानं खिशातून मूठभर काजू काढून लेकीच्या हातावर ठेवले. अन् अशा करुणगंभीर प्रसंगीसुद्धा सगळ्यांच्या ओठांवर हसू खेळलं.

चढउतार थांबले. आयुष्य पुन्हा एकदा समतल झालं. शंकरचं शिक्षण व्यवस्थित चाललं होतं. गौतम शाळेत जाऊ लागला होता.

...आणि एका नव्या जीवाच्या आगमनाची चिन्हं दिसू लागली. गजाच्या आयुष्यात चौथ्या अपत्याचं आगमन होणार होतं. यात अघटित असं काही नव्हतं. नवलाईचंही नव्हतं. गजाच्या वयानं पन्नाशी ओलांडली नव्हती. त्याची पत्नी फक्त छत्तीस-सदतीस वर्षांची होती. अजाण गौतमला फक्त एवढंच कळत होतं, की आपल्या आईची प्रकृती बरी नाही!

“बा, तुला काय होतंय गं?” एखाद्या वेळेस कोणासमोर काळजीच्या स्वरात गौतम विचारत असे.

“तुला काय आवडतं? भाऊ की बहीण?” गौतमच्या भोळेपणाला हसत बा ऐवजी तिसरंच कोणी परस्पर उलट प्रश्न विचारून टाकी.

“मला तर बाबा बहीणच आवडते,” प्रश्नामागचं कारण न समजता, आपला मूळ प्रश्न विसरून गौतम उत्तर देई. “बघा नं, बेन सासरी गेलीय तेव्हापासून मला मुळीच करमत नाहीये.” आपल्याला बहीण का आवडते त्याचं गौतम ताबडतोब स्पष्टीकरण देऊन टाके.

ऐकणारे सगळे खो खो हसत.

“तुझी बा तुझ्यासाठी बहीण घेऊन येईल हं! जा आता खेळायला पळ.” त्याचे पुढचे प्रश्न टाळण्यासाठी कोणी त्याला बाहेर पाठवून देई.

जसजसे दिवस सरत होते तसतशी आईची प्रकृती ढासळत होती एवढं गौतम समजून चुकला होता. आनंदाची गोष्ट एकच होती- ‘बा’ दुसरी बहीण आणेल तेव्हा आणेल पण सासरी गेलेली बेन ‘बा’ची काळजी घ्यायला आली होती. आणखी दोन महिने बेन इथेच राहणार हे ऐकून तर त्याला अत्यानंद झाला होता. बेनचं येणं त्याला फार आवडलं.

इतक्या वर्षांत गावाचं रंगरूप पालटलं होतं; खूप वाढलं होतं. ते खेडं उरलं नव्हतं. उत्तम शेती, मध्यम व्यापार, कनिष्ठ नोकरी अशी समीकरणं झपाट्यानं बदलत होती. गजाबापा सुशिक्षित नव्हते. शेतीतून पूर्वीसारखं उत्पन्न मिळत नव्हतं. शंकर आता वयात आला होता. वेळच्या वेळी त्याला एखाद्या धंद्यात किंवा बऱ्यापैकी सरकारी नोकरीत अडकवून टाकायचं स्वप्न गजाबापा पाहत होते. जेव्हा जेव्हा त्यांचा सरकारी खात्यांशी संबंध येई तेव्हा तेव्हा त्यांना थोडंसं बिचकल्यासारखं होई. सरकारी कचेरीतल्या कलेक्टर साहेबापासून ते कारकूनसाहेब, चपराशीसाहेब सगळ्यांनाच ते सदा घाबरत. रेल्वे स्टेशनवर एकदा तिकीट तपासनिसानं त्यांचं सामान तोलायला लावून जादा सामानाबद्दल त्यांना दंड भरायला लावला होता. तेव्हापासून स्टेशनावर गणवेश घातलेला कोणीही दिसला तरी त्यांना अकारणच भय वाटू लागे. स्वत:जवळ तिकीट असलं तरी ते मनातून घाबरून जात. शंकरला असाच कुठलातरी ‘साहेब’ बनवायचं स्वप्न गजाबापांनी उरात बाळगलं होतं.

...आणि अशातच पत्नी गर्भवती झाली होती. त्यातच तिची प्रकृती बिघडली! दिवसभराच्या कामासाठी गजाबापांनी मोलकरीण ठेवली. शिवाय, लेकीच्या सासरच्यांची परवानगी घेऊन थोड्या दिवसांसाठी तिला माहेरी बोलावून घेतलं. लेक आली. गजाबापांच्या शिरावरचा मोठा भार हलका झाला.

सरत्या उन्हाळ्यातली ती रात्र गौतमच्या पक्की लक्षात राहिली होती. त्याच्या स्मृतीच्या धाग्यांचा प्रारंभच मुळी त्या रात्रीपासून झाला असावा. त्याच्या घराची रचना अशी होती की देवडीचा दरवाजा उघडून आत आलं की आधी पडवी मग अंगण. अंगण संपलं की, ओसरी. त्यानंतर खोल्या. रात्र होता होता गौतमचे डोळे पेंगुळले होते. दिवसभर विलक्षण उकडलं होतं; त्यामुळे रात्रीच्या गारव्याचा स्पर्श होताच त्याला डुलकी लागली होती. रोजच्यासारखा जेवण उरकून तो अंगणात टाकलेल्या खाटेवर निजला होता. रोज रात्री झोपताना बेन त्याला कसली तरी गोष्ट सांगायची. गजाबापांचं आवरलं असलं तर कधी ते सांगायचे. त्यातच गाणी घुसडायचे आणि गद्य न् पद्य एकत्र करून हावभावासकट रंगवून रंगवून त्यांचं गोष्ट सांगणं चालायचं. संपूर्ण गोष्ट जिवंत होऊन गौतमसमोर उभी राहायची. मग गौतमचे डोळे जड व्हायचे. त्याला झोप लागायची. कधी शंकर गोष्ट ऐकायला येऊन बसायचा. सुरुवात होऊन गोष्ट जरा कुठे रंगायला लागलेली असायची तेवढ्यात म्हणायचा, ''असली कसली हो गोष्ट सांगता? असं कधी असतं का? दुसरी कुठली तरी चांगली गोष्ट सांगा की!''

त्या वेळी गौतमला शंकरच्या शहाणपणाबद्दलच शंका यायची. इतकी मस्त गोष्ट न् शंकरला आवडत कशी नाही? एखादे दिवशी बेननं शंकरच्या आवडीची, वेगळ्याच प्रकारची गोष्ट सांगायला घेतली तरी तिच्यातही त्याला अजिबात मजा यायची नाही. मग शंकर उठून जायचा.

त्या रात्री गौतम लवकर निजला होता. जेवण रोजच्यापेक्षा लवकर झालं होतं. ऐन मध्यरात्री, गौतम भर झोपेत असताना एकाएकी कसली तरी गडबड सुरू झाली. लगबग वाढली. गौतमला जाग आली. त्यानं पाहिलं तर नेहमीप्रमाणे गजाबापा त्याच्या शेजारी नव्हते. ओटीवर कोणाच्या तरी जवळ बसले होते. आतल्या खोलीत विजेचा दिवा लागला होता. एरवी एखाद्या रात्री कधी त्याला जाग यायची तेव्हा सगळीकडे अंधार पसरलेला असायचा. ओसरीवर मंद प्रकाशाचा निळा दिवा तेवढा लागलेला दिसायचा. आज मधल्या खोलीत बेन उभी होती. दुसऱ्या दोन-तीन

बायका ओसरीपासून खोलीपर्यंत मधूनच हेलपाटे घालत होत्या. शंकर गौतमच्या जवळ झोपला होता, पण त्याला नीट झोप लागली असावी, असं वाटत नव्हतं. गौतमला हे सगळं वेगळं, विचित्र वाटत होतं. बावळटासारखा तो चहूकडे बघू लागला.

"शंकरभाई," त्यानं हळूच विचारलं. "इतकी माणसं का जमली आहेत?"

"अरे, बेटा जागा झालास का तू?" शंकरऐवजी ओसरीकडे जाणाऱ्या एका वयस्क बाईनं त्याच्याजवळ येऊन म्हटलं. गौतमनं तिला ओळखलं.

"मासी, तुम्ही का आलात? माझी बा कुठे आहे?"

"तुझी बा तुझ्यासाठी बहीण आणायला गेलीय हं! तुला बहीण हवीय ना?" त्या वयस्क बाईचा स्वर जडावला होता.

"पण आता मोटीबेन तिच्या सासरहून आलीय की! आता कशाला हवी दुसरी बहीण?" गौतमनं निरागसपणे म्हटलं.

"तू आता झोप बरं!" त्या बाईनं गौतमच्या डोक्यावरून हात फिरवत म्हटलं.

"सगळी त्या ईश्वराची माया आहे रेऽऽबाळा!" स्वत:शीच बोलावं तसं ती पुटपुटली.

मावशीचं शेवटचं वाक्य गौतमला कळलं नव्हतंच. अंथरुणात पडल्या पडल्या खूप वेळ त्यानं त्या वाक्याचा अर्थ लावण्याचा प्रयत्न केला. तेवढ्यानंच त्याचं डोकं शिणलं. त्याला झोप आली.

असं झोपण्यात किती वेळ गेला कोणास ठाऊक. पुन्हा पूर्णपणे जागा झाला तेव्हा थोरली बहीण त्याला कवटाळून हुंदके देऊन रडत होती. गौतम घाबरला. आपल्या मोटीबेनला इतक्या दु:खावेगानं जोरजोरात रडताना त्यानं कधीच पाहिलं नव्हतं. सासरी जातानासुद्धा ती इतकं रडली नव्हती. मोटीबेनचं रडणं पाहून त्यालाही रडू आलं. त्याची मोटीबेन त्याच्या डोक्यावरून हात फिरवत होती न् रडत होती. ओसरीच्या कडेला बसलेले गजाबापा पाणावलेल्या डोळ्यांनी शंकरच्या डोक्यावरून हात फिरवत होते. शंकरच्या डोळ्यांना धारा लागल्या होत्या. घरातले सगळेच रडत होते, पण त्यांच्यात फक्त बा कुठे दिसत नव्हती. गौतमला नवल वाटलं.

"मोटीबेन, मोटीबेन बा कुठे आहे गं? आणि तुम्ही सगळे रडताय का?" त्यानं अधीर होऊन रडता रडताच विचारलं.

"ऋणानुबंध संपला रे बाबा आपलाऽऽ" मोटीबेनऐवजी मघाच्या त्या मावशींनी उत्तर दिलं. गौतमनं पाहिलं तर त्या मावशीसुद्धा रडत होत्या. गौतमला आठवलं. याच मावशींनी थोड्या वेळापूर्वी आपल्या डोक्यात गुंता निर्माण करून ठेवला होता. मावशींचं आत्ताचं बोलणंही गौतमला कळलं नव्हतं. त्याला वाटलं, मावशी आजच असं न कळणारं का बरं बोलताहेत?

"सांगा न मासी, कुठे आहे बा?'' त्यानं पुन्हा विचारलं.

"नशीब फुटलं रे पोरा आपलं!'' मावशी पुन्हा एकदा तसलंच न समजणारं बोलल्या.

"तुझी बा आपल्याला सोडून देवाघरी निघून गेली रेऽऽ!''

"पण तुम्ही तर म्हणाला होतात ती माझ्यासाठी बहीण घेऊन येणार आहे. कुठे आहे बहीण?'' गौतमनं भाबडेपणानं विचारलं. गौतमचा प्रश्न ऐकून थोरल्या बहिणीला पुन्हा दुःखाचा उमाळा आला. ती जोरानं रडू लागली. तिचं रडणं चारी दिशांना पसरलं. अंगण- ओसरीत ओळखीची- परकी माणसं जमू लागली. रात्रीचा अंधार भेदून प्रकाश-किरणं उजेड पसरवू लागली होती.

"धीरानं घे पोरी!'' मावशींनी थोरल्या बहिणीच्या मस्तकावर हात ठेवून रडता रडताच म्हटलं. "सगळी त्या ईश्वराची माया आहे गंऽऽ बाई!''

तीच ती अगम्य गोष्ट मावशी पुन्हा पुन्हा उच्चारत होत्या. ईश्वराची माया म्हणजे काय असेल ते समजून घेण्यासाठी गौतमचं मन आकाशापर्यंत फेरी मारून आलं. त्याला कळलं काहीच नाही. ईश्वराची माया, ईश्वराची माया...आहे कशी ही ईश्वराची माया, जी आपल्याला अजिबात कळत नाहीये? त्याला एकच गोष्ट समजली, की बहीण घेऊन येणं दूरच राहिलं, पण होती ती आपली बासुद्धा आता कुठेतरी निघून गेली आहे. बहिणीला आणायच्या भानगडीत बा अदृश्य झाली आहे. एकदा अदृश्य झालेली बा आता पुन्हा कधीच परत फिरणार नव्हती. लोक आपापसात कुजबुजत होते. हळू आवाजात चाललेल्या त्या बोलण्यातला एक शब्द वारंवार त्याच्या कानावर आदळत होता- बाळंतपण...

बाळंतपण म्हणजे काय असतं याची त्या वेळी गौतमला अजिबात कल्पना नव्हती. बहीण किंवा भाऊ घेऊन येण्याच्या प्रक्रियेला बाळंतपण म्हणतात असं काहीसं थोडंसं मोठ्या मुश्किलीनं त्याच्या लक्षात आलं होतं.

बस्स! एवढंच! त्यानंतर त्यानं आपल्या आईचा मृतदेह पाहिला. सगळ्यांनी त्याला प्रदक्षिणा घातली. हार घातले. नमस्कार केले. किंचाळून रडले...पण बा उठली नाही ती नाहीच. खुट्ट झालं की जागी होणारी बा, आज एवढं काय काय होत होतं तरी तिनं साधं डोळे उघडून बघितलंही नाही. गौतमला सारखं वाटत होतं, 'का? हे असं का?' कोणास ठाऊक का, पण त्याला दुःखानं कळवळल्या क्षणीसुद्धा त्या मावशीचं ते वाक्य आठवत होतं- 'सगळी त्या ईश्वराची माया रेऽऽ बाबा!' बा उठत नव्हती, हीसुद्धा त्या ईश्वराचीच माया असावी. ईश्वराच्या अशा माया आहेत तरी किती?

त्यानंतर जे घडलं ते सगळं गौतमच्या आठवणीत राहिलं नव्हतं, पण आईच्या मृत्यूच्या रात्री बसलेल्या धक्क्यानं तो मुळापासून हादरला होता. तो प्रचंड धक्का

गौतम कधीच विसरू शकला नव्हता. ती रात्र उलटली. पाठोपाठ पुष्कळ दिवस गेले, पण बाळंतपण नावाच्या कुठल्याशा गोष्टीबद्दल त्याच्या मनात तीव्र अशी अढी निर्माण झाली ती कायमची. याच भयानक गोष्टीनं त्याच्या आवडत्या आईला गिळून टाकलं होतं. अर्थ कळत नव्हता, तरी बाळंतपण या शब्दाबद्दलच त्याच्या मनात भीती आणि तिरस्कार दोन्ही भावना एकाच वेळी अति उत्कटपणे घर करून बसल्या. बाळंतपण नावाचा हा राक्षस आईपर्यंत आलाच कसा? बाळंतपण काय असतं अन् ते येतंच कसं हे समजून घेण्यासाठी त्यानं खूप प्रयत्न केले. एकसारखा मनात येणारा हा प्रश्न त्यानं कितीतरी जणांना कितीतरी वेळा विचारून पाहिला. सगळ्यांनी त्याच्याकडे फक्त एकदा प्रेमळ नजरेनं पाहून उत्तर द्यायचं टाळलं होतं. त्याला वाटत राहिलं, 'हे बाळंतपण बेटं दुसऱ्या कोणाकडे नाही अन् माझ्याच आईकडे का आलं?'

एखाद-दोन महिने राहून मोटीबेन आपल्या सासरी परत गेली. घरात फक्त गजाबापा आणि दोन मुलं. शंकरला परिस्थितीची जाण आली होती. तो आपल्या वडिलांना घरकामात सगळी मदत करत होता. गौतम कधी गंभीर व्हायचा, कधी असं सगळं सुनं सुनं झालेलं असह्य होऊन रडून द्यायचा. बाळंतपण म्हणजे काय असतं ते समजून घ्यायचे त्याचे प्रयत्न मनातल्या मनात अविरत चालूच होते. काळाच्या ओघात त्याला पहिल्यांदाच त्या शब्दाचा अर्थ कळला तेव्हा त्याच्या लक्षात आलं की, याच्याशी बायकांचाच काहीतरी संबंध आहे. पुरुषांचं त्याच्याशी काही देणंघेणं नाही. एवढं कळल्यानंतरही त्याच्या मूळ प्रश्नाचा उलगडा होण्याऐवजी त्यावर आणखी एक वेढा मात्र आवळला गेला.

कालप्रवाह वाहत होता. काळाच्या वेगापेक्षा जास्त झपाट्यानं गौतम मोठा होत होता. त्याची समाजशक्ती बरोबरीनं विकसत होती.

वर्षभरानं थोरली बहीण पुन्हा एकदा माहेरी आली. या वेळी ती एकटी नव्हती. एक छोटीशी तान्ही बाळी तिनं आपल्यासोबत आणली होती. ती इवली तान्ही बाळी गौतमकडे पाहून हळूच गोडसं हसत होती. गौतमच्या हातात तिला देत मोटीबेननं म्हटलं होतं, "गौतम, तू मामा झालास बरं का! तुझ्यासाठी मी आणलीय बघ ही छोटीशी भाची!" एक वर्षापूर्वी आईच्या मृत्यूनंतर घळाघळा रडत सासरी गेलेली बहीण आता दुसरीच व्यक्ती असल्यासारखी खूश- खुशाल दिसत होती. आई गेल्याच्या दु:खाचं कसलंही चिन्ह तिच्या चेहऱ्यावर उरलं नव्हतं. लहानग्या लेकीच्या आगमनानं तिचं अवघं विश्व भरून गेलं होतं.

"हिला तू कुठून आणलंस, मोटीबेन? बा माझ्यासाठी बहीण आणायला गेली ती परतच नाही आली." गौतमला आईचा विसर पडला नव्हता.

"आपल्या 'बा'नंच ही बहीण तुझ्यासाठी पाठवून दिली बाबू!" आपल्या

अजाण भावाला कुशीत घेत मोटीबेन म्हणाली.

'बा'नं पाठवलेल्या त्या छोट्याशा बहिणीकडे गौतम पाहत राहिला. त्याच्या मनात कोणतीच भावना उचंबळून आली नाही.

"हिला पाठवायच्याऐवजी बा स्वत:च परत आली असती तर-"

गौतमला कळेना, आपण असं बोललो तरी काय की ऐकताक्षणीच मोटीबेनला रडू फुटावं?

त्यानंतरच्या एका घटनेनं, गौतमच्या मनात आईच्या मृत्यूनंतर बसलेल्या गाठीची अगदी घट्ट निरगाठच होऊन गेली.

त्या वेळी तो दहा-एक वर्षांचा असेल. दहा वर्षांचा होईपर्यंतच्या काळात ज्या ज्या वेळी त्याला एखादं काही समजत नसे, त्या वेळी त्या गोष्टीचा उलगडा तो त्या मावशीच्या शब्दांचा आधार घेऊन करून घेई. आई गेल्याच्या रात्री त्या मावशीनी लागोपाठ दोन वेळा त्याला म्हटलं होतं, 'सगळी ईश्वराची माया रेऽऽ बाबा!' मावशीच्या या चार शब्दांनी वामनाच्या तीन पावलांसारखं सगळं ब्रह्मांड छोटं करून टाकलं होतं. त्या दिवसानंतर ते शब्द पुन्हा पुन्हा मनात घोळवल्यानंतर गौतमची खात्री पटली होती, की या शब्दांमध्येच विलक्षण जादू आहे; एकदा का या शब्दाचा आधार घेतला की मग कोणताही प्रश्न उकलण्यासाठी डोकं चालवावं लागत नाही. अर्थ जाणून घ्यायच्या फंदात न पडता गौतम ते शब्द आत्मसात करून टाकत होता.

अन् तेव्हाच हे घडलं!

गजाबापा कोणाशी तरी बोलत होते. त्यांचं बोलणं अनपेक्षितपणे गौतमच्या कानावर पडलं. त्या बोलण्याचा सारांश लक्षात येताच गौतमला मोठा धक्का बसला. त्याच्या काळजात धस्स झालं. गजाबापांचं बोलणं संपताच धसकलेल्या गौतमनं विचारून टाकलं. "बापा, मोटीबेनला काय झालंय? कशाबद्दल बोलत होतात तुम्ही?"

"मोटीबेनला काऽऽही झालं नाहीये. मस्त मजेत आहे ती. ते काय पत्र आलंय आजच. वाच बरं. वडिलांनी पत्र पुढं केलं. गौतमनं एका दमात सगळं पत्र वाचून काढलं. ज्या शब्दाचा त्यानं धसका घेतला होता तो शब्द पत्रात कुठेच नव्हता. बापा मोटीबेनच्या बाळंतपणाचं बोलत होते, पण पत्रात तसं घाबरण्यासारखं काहीच लिहिलेलं नव्हतं. त्याला हायसं वाटलं.

"बापा, तुम्ही मोटीबेनच्या बाळंतपणाचं बोलत होतात ते..." आपली शंका समूळ नष्ट करण्यासाठी त्यानं मुद्दाम विचारलं.

"तू दुसऱ्यांदा मामा बनणारेस, आहेस कुठे बेट्या? मोटीबेन या खेपेला तुझ्यासाठी भाचा आणेल, भाचा. खूप खेळव बरं का भाच्याला!" गजाबापांनी मोठ्या प्रेमानं म्हटलं.

...पण गौतम विचारात बुडून गेला होता.

बहीण आणून द्यायची लालूच दाखवणाऱ्या त्या मावशी त्याच्या डोळ्यापुढे तरळून गेल्या. बासुद्धा बहीण आणणार होती. बहीण आली नाहीच कधी, बा तरी का निघून गेली? आणि एवढं सगळं झालं त्याला मावशी ईश्वराची माया म्हणत होत्या. मोटीबेन होतीच की इथे तेव्हा! स्वत:च्या डोळ्यांनी पाहिलंय तिनं सगळं. किती शोक केला होता, किती किती रडली होती. तरीसुद्धा पुन्हा त्या बाळंतपणाचं लचांड कशाला अडकवून घेतलंय तिनं गळ्यात? कशाला? कशासाठी? गौतमला 'बाळंतपणा'चा उलगडा व्हायला लागला होता. त्याच्या हातापायांना घाम फुटला. इतकी शहाणीसुरती मोटीबेन! इतकी समजूतदार! तिनं या बाळंतपणाला स्वत:च्या आसपास फिरकू तरी कसं दिलं! गौतमचं डोकं गरगरायला लागलं. मस्तक सुन्न झालं.

थोडेच दिवस सरले असतील. संध्याकाळी शाळा नुकतीच सुटली होती. कोणीतरी घाईघाईनं त्याच्याजवळ येऊन म्हटलं, "अरे बाबा, पळ. जा. लवकर घरी जा. गजाबापांनी आकांत मांडलाय तिकडे. जा, जा!"

यापूर्वी त्यानं गजाबापांना कधीच रडताना पाहिलं नव्हतं. आई गेली तेव्हा ते अगदी गळून गेले होते. त्यांच्या डोळ्यांत पाणी आलं होतं तेवढं गौतमनं पाहिलं होतं. मोटीबेन सासरी गेली तेव्हा बाकीचे सारे रडत होते आणि गजाबापा भिजल्या डोळ्यांनी, दार घट्ट पकडून, भिंतीसारखे उभे होते, पण आज शाळेतून धावत घरी येऊन त्यानं जे दृश्य पाहिलं...ते पाहून तो हबकून गेला. गजाबापा देवडीच्या ओट्यावरच, गल्लीतल्या बाकी सगळ्यांच्या समोर, मोठमोठ्यानं, हमसाहमशी रडत होते. वडिलांना मिठी मारून त्यांच्या कुशीत तोंड लपवून शंकरही किंचाळून किंचाळून रडत होता. लोक घोळक्याघोळक्यानं आजूबाजूला उभे होते. काय करावं ते जणू कोणाला उमजतच नव्हतं. मोटीबेन बाळंतपणातच मरण पावली होती. मृत बाळाला जन्म देऊन तिनंही प्राण सोडले, अशी तार आली होती.

मृत्यू आणि बाळंतपण यात कुठला तरी अतूट संबंध आहे याची गौतमला खात्री पटली होती. त्याचं संपूर्ण शरीर शहारलं. स्तंभित होऊन तो जागच्या जागी खिळून उभा राहिला. ज्या प्रकारे बा गेली त्याच प्रकारे मोटीबेन गेली होती. बा गेली, ती त्या येऊ घातलेल्या बहिणीसकट गेली. मोटीबेन गेली ती आधीच्या भाचीला मागे ठेवून गेली. मोटीबेनच्या माघारी, राहिलेल्या तिच्या मुलीच्या विचारानं गौतमचं शरीर बधिर झालं. त्याला भोवळ आली. आपल्या आईचा विसरू पाहिलेला मृत्यू पुन्हा ताजा होऊन पुढे आला. आईला अन् मोटीबेनला गिळून टाकणारं बाळंतपण त्यांच्यापर्यंत ज्यांनी कोणी ओढून आणलं असेल, त्यांचा बदला घ्यायला गौतम तडफडू लागला. किती सरळ, साध्या, प्रेमळ होत्या दोघी जणी! त्यांच्याशी असा

दुष्टपणा करणाऱ्याला झोडून काढायला गौतमचे हात शिवशिवू लागले.

'सगळी त्या ईश्वराची माया आहे भाई!' एकाएकी कोण जाणे कुठून त्या मावशीचे शब्द खणखणले. कोण बोललं? कोण बोललं हे? कावराबावरा होऊन त्यानं इकडे तिकडे पाहिलं.

कोण हा ईश्वर? अशी कशी ही त्याची माया?

आपले थरथरणारे ओठ दातांखाली दाबून त्यानं हुंदका दिला.

सख्खी आई आणि आईसारखीच प्रेमळ, लाडकी थोरली बहीण, दोघींच्या अकाली मृत्यूला निमित्त होणाऱ्या गोष्टीचा गौतमला ज्या क्षणी अर्थ लागला त्या क्षणी त्याचं अवघं अस्तित्व पिळवटून निघालं होतं. कितीतरी वर्षांपासून मनात अडकलेला गुंता वाहत्या काळाच्या ओघात हळूहळू सुटत होता. ज्या दिवशी तो सुटला असं त्याला वाटलं, त्या दिवशी त्यानं आपल्या मनातलं दु:ख भगीरथापाशी व्यक्त केलं होतं. भगीरथ गौतमचा वर्गमित्र नव्हता. त्याची शाळा वेगळी होती. शिवाय तो गौतमपेक्षा दोन-तीन वर्षांनी मोठा होता. गौतम सर्वांत धाकटा; तर भगीरथ सर्वांत मोठा. गौतमवर घरकाम करायची पाळी क्वचितच यायची. भगीरथचं अगदी उलट. पहाटे उठून दूध आणायला जाण्यापासून, रात्री सर्वांची अंथरुणं घालण्यापर्यंत सगळी कामं त्यालाच उरकावी लागत हे गौतमनं पाहिलं होतं. भगीरथचं घर गौतमच्या घराशेजारीच होतं; त्यामुळे लहानपणापासून दोघांची ओळख होती. बा आणि मोटीबेन गेल्यावर गजाबापा अन् शंकर दोघं सदैव कामात गुंग असत. त्यामुळे आपल्या मनातले गुंते सोडवता येण्याजोगी भगीरथ ही एकच जागा आहे असं गौतमला वाटायचं. त्याला वाटायचं, भगीरथला सगळं येतं, सगळं समजतं, सगळं कळतं...आणि भगीरथला जे कळत नाही ते कळून घेण्याजोगं नसतंच!

'बा'च्या आणि मोटीबेनच्या मृत्यूचं कारण कळल्यावर गौतम अगदी हताश झाला! मोटीबेनच्या नवऱ्याशी म्हणजे त्याच्या मेव्हण्याशी फारसा परिचय नव्हता; पण गजाबापा-

त्याचे सख्खे बापू...

स्वत:ची समजूत घालणं त्याला काही केल्या जमत नव्हतं. 'बा'च्या मृत्यूला कारणीभूत होण्यात स्वत:च्या बापूंचाही वाटा होता ही गोष्ट त्याच्या गळी उतरत नव्हती. तसं असेल तर मग 'बा'च्या मृत्यूमागचं खरं कारण 'बापू' होते आणि मोटीबेनच्या मृत्यूमागचं खरं कारण मेव्हणे होते. बापू आणि मेव्हणे हे दोघं आजही अगदी रोजच्यासारखे हसत खेळत मजेत जगताहेत आणि बा अन् मोटीबेन मात्र...

"भगीरथ," शेवटी एके दिवशी न राहवून त्यानं आपल्या मनात सतत घोळत

राहणारा प्रश्न भगीरथाला विचारूनच टाकला. "असं कसं? किती चांगले आहेत बापू! 'बा'ची किती काळजी घ्यायचे आणि तरी...'बा'च्या मरण्यात बापूंचा वाटा..."

"हत् वेडोबा!" भगीरथनं किंचित खिन्नपणे हसून त्याला मधेच थांबवलं. "असं नाही बोलू. जे काय घडतं ते सगळं निसर्गच घडवतो. सगळी ईश्वराची माया आहे बघ!"

गौतम दचकला.

भगीरथासारखा शहाणा माणूस या गोष्टीला 'ईश्वराची माया' मानतो? हीच जर ईश्वराची माया असेल तर ही माया काय ते एकदा जाणून घ्यायलाच हवं. असली कसली ही 'ईश्वराची माया' म्हणायची?

...आणि नकळतच त्यानं मनाशी खूणगाठ बांधली. काहीही होवो, जोपर्यंत 'ईश्वराची माया' म्हणजे काय याचा उलगडा होत नाही तोपर्यंत तो स्वत: या मायाजाळात अडकणार नाही. नाहीच अडकणार. कदापि नाही. कोणाच्याही अशा करुण मृत्यूचं कारण स्वत: कधीच बनणार नाही!

"भगीरथ," त्यानं सांगून टाकलं. "असंच जर असेल तर मी अशा मृत्यूचं कारण कधीच होणार नाही. बा मला एकट्याला सोडून गेली, मोटीबेन जानकीला एकटी सोडून निघून गेली. अशीच जर अनेक अनाथ मुलं..."

"गप रे!" भगीरथनं पुन्हा त्याला रोखलं. "असंच चालतं जगात. इतका विचार नसतो करायचा!"

गौतमचं मन भगीरथाचं म्हणणं ऐकायला राजी नव्हतं. तो सतत विचारच करत होता. गजाबापांचा भूतकाळ समजून घेण्याइतका तो समजूतदार झाला होता. आपण जसे लहानपणी आईविना पोरके होतो तसेच गजाबापा पित्याविना पोरके होते हे त्याला माहीत होतं. गजाबापा सज्जन होते, बाळपणापासूनच तसे होते. त्यांना ओळखणारे म्हणायचे, 'या गजाबापानं आपल्या आईची केली तशी सेवा या कलियुगात कोणी करणार नाही.' काबाडकष्ट करून, घाम गाळून त्यांनी घर सावरलं होतं आणि सुख दारी येतं न येतं तो अर्ध्या वाटेवरच सुखानं गजाबापांची साथ सोडली. अर्धवट वयात गजाबापा विधुर झाले. जरा कुठे दोन घटका पाय लांब करून स्वस्थ बसावं एवढं वय होत होतं तेवढ्यात पुन्हा सगळं पहिल्यापासून सुरू करायची पाळी आली होती. इतरांची नशिबं सावरायला धावून जाणारे गजाबापा गौतमनं पाहिले होते. त्यांच्याच कपाळी असे भोग यावेत?

अशा घालमेलीत गौतमचे दिवस चालले होते. तशातच गजाबापांनी शंकरचं लग्न ठरवलं. शंकरचं वय तेव्हा बावीस- तेवीस इतकंच होतं, पण शिक्षण पूर्ण झालं होतं. कामधंद्याला लागून दोन पैसे कमवत होता. संसाराचा गाडा रेटून गजाबापांची दमछाक झाली नसली तरी आता थकवा जाणवू लागला होता. कित्येक

वर्षांपासून गृहिणींचा हात न फिरलेल्या घरात आता कुंकवाच्या पावलांनी कोणीतरी यावं यासाठी ते उतावीळ झाले होते. शंकरचं लग्न होणं म्हणजे निस्तेज झालेल्या, रया गेलेल्या देवडीच्या कोनाड्यात, नव्यानं तेलवात केलेल्या पणतीची ज्योत उजळण्यासारखं होतं. गजाबापाच काय नात्याचे, गोत्याचे, शेजारचे, पाजारचे...एकजात सगळे या कार्याला मोठ्या उत्साहानं जमले होते. एक गौतमच काय तो त्यांच्या उत्साहात सहभागी होऊ शकत नव्हता.

त्याच्या मनात भलत्याच विचारांनी फेर धरले होते. शंकरचं लग्न म्हणजे एका परक्या, पण निर्दोष, भोळ्या मुलीचं दुष्टचक्रात अडकणं असंच त्याला वाटत होतं. ही भोळी अजाण मुलगी काही काळानंतर त्याच त्या जुन्या चक्रात अडकणार-

जशी बा अडकली होती.

जशी मोटीबेन अडकली होती.

आता आणखी एक परकी मुलगी त्याच मार्गानं...

'नाही.'

आपल्या तोंडून किंकाळी निघू नये म्हणून त्यानं दोन्ही ओठ घट्ट मिटून घेतले. खालचा ओठ दातांखाली दाबून धरला. शेवटी ओठातून रक्त निघालं. ओरडून शंकरभाईला सांगावंसं वाटलं, 'शंकरभाई, कृपा करून लग्न करू नकोस. नको करूस!'

पण त्याच्या तोंडातून शब्द फुटला नाही. त्यानं ओठ शिवून टाकले. काही बोलला नाही. शंकरचं लग्न धुमधडाक्यानं पार पडलं. सोनपावलांनी सून घरात आली.

भाभीला पाहताच गौतमचं काळीज लखखकन लकाकलं. भाभी एखाद्या बाहुलीसारखी होती. सुंदर. पिवळ्या- हिरव्या, नव्या कोऱ्या साड्यांमध्ये तिचं सौंदर्य खुलून दिसत होतं. ती हसली की वाटायचं सगळी खोली हसतेय. दिवसभर ती कोणत्या ना कोणत्या कामात गुंतलेली असायची. आता गजाबापांना आतल्या खोल्यांमध्ये पाऊल ठेवायची वेळच येत नसे. गौतमची पुस्तकं आवरण्यापासून गजाबापांना वेळच्या वेळी जेवायला वाढण्यापर्यंत प्रत्येक गोष्ट भाभीच सांभाळत होत्या. 'ही एवढीशी बाई- बाई कसली, पोरगीच- इतकं सगळं इतक्या लवकर हिच्या कसं लक्षात आलं?' गौतमला फार नवल वाटायचं.

गौतमला डाळ- ढोकळी फार प्रिय. लग्नानंतर दहा-पंधरा दिवसांतच एकदा रात्री थाळीत डाळ- ढोकळी पाहून गौतम खूप खूश झाला. तोपर्यंत त्याचं भाभीशी फारसं बोलणं झालं नव्हतं. तो अगदी चवीचवीनं जेवत होता. भाभींनी आग्रह करून आणखी वाढत म्हटलं,

"तुम्हाला खूप आवडते डाळ-ढोकळी. हो ना? अजून घ्या की थोडी-"

गौतम चकित झाला. आपली आवड भाभींना कशी कळली? आपण तर तसं कधी बोललो नव्हतो.

“मला डाळ- ढोकळी आवडते हे तुम्हाला कसं कळलं भाभी?”

“का नाही कळणार?” भाभींनी अगदी सरळ उत्तर दिलं. “गेल्या आठवड्यात आपण काकांकडे जेवायला गेलो होतो, नाही का? त्यांच्याकडे केली होती. तुम्ही किती आवडीनं खात होतात ते मी पाहिलं होतं. मला कळलं की तुम्हाला आवडते; म्हणून केली आज...”

गौतम थक्क झाला. भाभीकडे पाहत राहिला. तोंडातला घास चावायचं विसरला.

गजाबापांची थाळी रोज बाहेरच वाढली जायची. एरवी, गजाबापांच्या जेवायच्या वेळी गौतम घरी नसायचा, पण त्या दिवशी घरीच होता. वाढलेली थाळी भाभी बाहेर ठेवून गेल्या. गजाबापांनी नुकतीच जेवायला सुरुवात केली होती. तेवढ्यात भाभींनी गौतमला हळूच म्हटलं, “गौतमभाई, बापूंना भांडभर पाणी द्याल का नेऊन? मी विसरले बघा!”

भाभी पोळी लाटत होती. गौतम पाणी द्यायला उठला.

“- बापूंना जेवताना मधे मधे पाणी प्यायची सवय आहे गौतमभाई!” भाभींनी वाक्य पूर्ण केलं.

खरंच होतं. गजाबापा जेवताना मधूनच हमखास पाणी पीत. भाभींनी ते नेमकं हेरलं होतं. ‘भाभींचं किती बारीक लक्ष असतं.’ गौतमला वाटायचं.

...आणि त्याच वेळी त्याच्या पोटात खड्डा पडायचा.

इतकी प्रेमळ भाभी...पण थोड्याच काळानंतर जीवघेण्या प्रक्रियेची बळी ठरणार...

अरे देवा!

...आणि खरोखरच जेव्हा त्याला भाभी गर्भवती असल्याचं कळलं तेव्हा तर त्याचा जीव घाबराघुबरा झाला.

सुदैवानं तसं काही झालं नाही. भाभींनी सगळं घर आनंदानं भरून टाकलं होतं. तुझ्यासाठी बहीण यायची आहे, भाचा यायचा आहे असलं काही आता त्याला कोणी सांगत नव्हतं. तुझ्याकडे पुतण्या येणार, पुतणी येणार असंही कोणी त्याला सांगितलं नाही. आता त्याला सगळं खरं समजत होतं. लवकरच लहानग्या पुतण्याच्या आगमनानं घर भरलं.

सगळं मार्गी लागल्यासारखं वाटत होतं. प्रपंचाचा जवळपास सगळा भार शंकरनं आपल्या खांद्यावर घेतला होता. गजाबापांचा भार हलका झाला होता. त्यांना मोकळं मोकळं वाटू लागलं होतं. एक गौतमच काय तो असा होता, ज्याला अंत:करणातल्या खिन्नतेवर अजून तरी उपाय सापडला नव्हता.

दरम्यान गौतमची एस.एस.सी.ची परीक्षा आली. अभ्यासात गौतम मागे नव्हता; पण का कुणास ठाऊक, त्याची अभ्यासाची आवडच कमी झाली होती. परीक्षा सुरू होती. गौतमचं अभ्यासाकडे विशेष लक्ष नव्हतं. नापास होणार नाही इतपत

खबरदारी घेऊन त्याची परीक्षेची तयारी सुरू होती. एकदा तो रात्री अभ्यासाला बसला. मन शिणलेलं होतं. डोळे जड झाले होते. पुस्तक उघडं होतं, पण गौतमच्या पापण्या वारंवार मिटत होत्या. रात्र फार झाली नव्हती. साडेदहाचा सुमार असेल.

"गौतमभाई," गौतमच्या खोलीच्या उंबऱ्यापाशी उभं राहून भाभींनी विचारलं, "झोप लागली का?"

"नाही भाभी, झोपलो नाहीये, पण खूप झोप येतेय खरी!"

"मग झोपा आता. मध्यानरातीपर्यंतची झोप नीट झाली की सगळा थकवा दूर होतो. पहाटे लवकर उठवीन तुम्हाला!"

गौतमला तेच हवं होतं. 'पडत्या फळाची आज्ञा' मानून तो निजला. गाढ झोपेत असताना भाभींनी त्याला हलवून जागं केलं. तो पूर्णपणे जागा झाला. डोळे चोळत त्यानं भिंतीवरच्या घड्याळाकडे पाहिलं. पहाटेचे तीन वाजले होते; परंतु त्याचा थकवा खरोखरच गेला होता. त्याला अगदी हलकं वाटत होतं.

"अरे वा, भाभी," त्यानं आश्चर्यानं म्हटलं. "अगदी तीनच्या ठोक्याला उठवलंत. तुम्हाला जाग कशी आली नेमकी?"

"मी झोपलेच नव्हते भाई!" जडावलेल्या डोळ्यांनी भाभींनी उत्तर दिलं. "झोप लागून गेली असती तर तुमची परीक्षेची तयारी राहून गेली असती ना! म्हणून जागत बसले होते."

"म्हणता काय भाभी?" गौतम चकित होऊन म्हणाला. त्याला अपराध्यासारखं वाटू लागलं. आपल्याला वेळेवर उठवण्यासाठी भाभींनी रात्रभर जागरण केलं.

"ते जाऊ द्या. चहा तयार आहे. तोंड धुवा अन् अभ्यासाला बसा. थोडी झोप घेते मी." असं म्हणून भाभी आपल्या खोलीत निघून गेल्या.

खूप वेळ गौतमचं अभ्यासात लक्ष लागेना. त्याला स्वर्गवासी बा आठवली. अकाली मृत्युमुखी पडलेली मोटीबेन आठवली. त्याला वाटलं, "ही भाभी कसली, ही तर बा! हीच मोटीबेन. त्याच दोघी आपली काळजी घ्यायला हिच्या रूपानं परत आल्या आहेत."

भाभींनी या घरासाठी काय नव्हतं केलं? बा आणि मोटीबेन दोघी हयात असत्या तरी याहून अधिक त्यांनी काय केलं असतं?

गौतम विचारात दंग झाला.

...पण त्याची विचारशृंखला मधेच थांबली. कितीही सुगृहिणी असो, प्रेमळ असो, कितीही चांगल्या- अगदी देवी असो; पण काय त्याचं? त्यांचा शेवट तर तोच...

...आणि त्यांचा असा शेवट होण्याला जबाबदार कोण? शंकरभाई! जशी बा

गेली, मोटीबेन गेली तशीच आज ना उद्या भाभीसुद्धा तशीच जाणार आणि मागे उरलेले एकमेकांचं सांत्वन करत म्हणणार,

'सगळी ईश्वराची माया आहे रे बाबाऽऽ!'

त्या ईश्वराची ती जी काय माया आहे तिची ओळख पटत नाही, तोवर काही खरं नाही. सगळं व्यर्थ! भाभींचं जागरणसुद्धा व्यर्थ!

भगीरथ काही म्हणो. समोर स्पष्ट दिसणाऱ्या निरर्थकतेपलीकडे असणारं 'सार्थ' मिळवायचा प्रयत्न करण्याचा त्यानं निश्चय केला.

या बेचैनीतच वर्षामागून वर्ष सरत होतं...आणि अचानक आकाशच कोसळलं. आकाश खरोखरच कोसळून पडलं असतं, तर ते तरी धरित्रीनं कदाचित तोलून धरलं असतं, पण इथं तर ती धरती जणू आकाशाला साथ देत असावी तशी रसातळाला गेली. ज्या भाभींबद्दल गौतमला सतत भीती वाटत होती, त्या भाभी स्वत: धड उभ्या राहिल्या होत्या; पण त्यांचं अवघं विश्व उद्ध्वस्त झालं होतं.

शंकर...गजाबापांचा शंकऱ्या...दोन पोरांचा बाप शंकर...डोळ्यांत भरणारा तरणाबांड शंकर...दोन दिवसांच्या किरकोळ दुखण्यात होत्याचा नव्हता झाला.

शंकरला खांदा देणाऱ्यांनासुद्धा हा भार पेलवत नव्हता.

पक्ष्यांच्या किलबिलाटासारख्या आवाजानं कालपर्यंत घराचा कानाकोपरा भरून टाकणाऱ्या, फुलपाखरासारख्या घरभर भिरभिरणाऱ्या भाभी आज एकाएकी जणू घराच्या भिंतींचा आणि फर्निचरचा एक भाग होऊन गेल्या. पाऊस बरसून गेल्यानंतरच्या स्वच्छ ओल्या आकाशात इंद्रधनुष्याचे रंग पसरवणाऱ्या भाभी अवकाळी पावसाच्या ढगासारख्या काळपट पडल्या. मोठमोठ्या अडचणींना एखाद्या वीर योद्ध्याप्रमाणे तोंड देणारे गजाबापा पार लोळागोळा झाले. पोरांना काहीतरी अघटित घडलं आहे एवढंच जाणवलं. न कळत्या वयाच्या त्या पोरांच्या निरागसतेमुळे गजाबापांच्या आणि भाभींच्या हृदयाला अधिकच यातना होऊ लागल्या. गौतमच्या रोमरोमातून दुःख पाझरू लागलं. शंकरचं लग्न झाल्यापासूनच गौतमच्या मनात घर करून राहिलेल्या, भाभींच्या मृत्यूच्या अभद्र शंकेच्या अगदी विपरीत घडलं होतं. भाभींच्या मृत्यूनं झालं असतं त्यापेक्षा कितीतरी जास्त दुःख त्याला जिवंतपणी निर्जीव झालेल्या भाभींना पाहून होत होतं. गजाबापांनी जन्मभर दुःख-कष्ट सोसले होते; आणखी काही वर्षे कशीबशी काढतील ते; पण या कोवळ्या वयाच्या भाभींचा काय दोष? त्याहूनही कोवळ्या दोघा पोरांनी कोणतं पाप केलं होतं?

"मागच्या जन्मीच्या कुठल्या तरी कर्माची फळं भोगावी लागतात रेऽऽ" कोणी तरी त्याचं सांत्वन करताना म्हटलं होतं. "एरवी, शंकरसुद्धा गजाबापांसारखाच दिलदार होता...दुसऱ्यासाठी झिजायला सदा तयार...मला तर वाटतं, त्याचं हे आजारपण सूनबाईच्या पूर्वजन्मीच्या कोण्या पापाचं..."

"पण या जन्मीच्या पुण्याचं काहीच फळ नाही?" विचारायचं नव्हतं तरी गौतमकडून विचारलं गेलं.

"पाप-पुण्याचा हिशेब त्या परमेश्वराला ठाऊक! ईश्वराची माया आपल्याला कधी कळत नाहीऽऽ!!" म्हणणाऱ्यानं म्हणून टाकलं आणि दोन्ही हात हवेत उडवले.

'हीच जर ईश्वराची माया असेल तर एक तर ती अगम्य माया एकदा समजूनच घेतली पाहिजे किंवा त्या मायेला निरर्थक ठरवून टाकलं पाहिजे,' ओठ आवळून गौतमनं मनोमन दृढ निश्चय केला.

कसा तरी लंगडत्या चालीनं काळ पुढे सरकत होता.

एके दिवशी गौतमच्या अचानक लक्षात आलं, पाषाणवत अचेतन झालेली भाभी आपल्या दोन्ही अजाण बाळांना कुशीत घेऊन, हळूहळू श्वास घेऊ लागली होती. खोल गेलेल्या डोळ्यांनी आणि वर आलेल्या हाडांसकट गजाबापा पुन्हा पहिल्यासारखे देवळात जाऊ लागले होते. गौतमला कमालीचं आश्चर्य वाटलं. बा घरातून नाहीशी झालेली त्यानं पाहिली होती. आता शंकरभाई अदृश्य झाला होता. आईवडिलांना गजाबापांनी या आधीच निरोप दिला होता. इतकी सारी माणसं गेली...जणू कधी नव्हतीच घरात! आणि...तरीही गजाबापा हळूहळू पूर्ववत होत होते. भाभीसुद्धा जसा काही आळस झाडून, अंग झटकून पुन्हा उठून उभ्या राहत होत्या. रोज दिवसातून दहादा पप्पांची आठवण काढणाऱ्या पोरांनाही हळूहळू पप्पांचा विसर पडू लागला होता. एखादा दिवस तर असा कोरडा ठक्क जायचा की दोघांपैकी एकालासुद्धा एकदाही आपल्या पप्पांची आठवण यायची नाही. बघवत नव्हतं तरी गौतम हे रोज बघत होता. चोळामोळा झालेल्या वस्त्रावरच्या सुरकुत्या एकामागून एक निघत होत्या. वस्त्र पूर्ववत होत होतं.

"बापा," न राहवून एके दिवशी त्यानं म्हटलं. बाजारातून येताना गजाबापा भाजी घेऊन आले होते. भाजीबरोबरच हिरवीगार कोथिंबीर, ताज्या लवंगी मिरच्या...सगळं होतं. पिशवी टोपलीत ओतत ते मोठ्यानं म्हणाले, "सूनबाई, बेटा, संध्याकाळच्या जेवणात हिरवी चटणी न विसरता करा बरं का!" गौतम तिथेच समोर बसला होता. भाभी आतल्या खोलीत, माडीवर... कुठेतरी होती. कित्येक दिवसांपासून दाटून आलेला मेघ जणू एकाएकी बरसला.

"बापा," तो ताडकन म्हणाला, "तुम्हाला शंकरभाईची आठवण येते?"

आपल्या मुलाच्या या अचानक समोर आलेल्या प्रश्नानं गजाबापा अवाक् झाले. मग म्हणाले, "गौतम बेटा, अरे काय बोलतोस तू हे?"

"खरं तेच बोलतोय बापा! आत्ता आत्ताच तर शंकरभाई गेला. त्या आधी बा मरून गेली, मोटीबेन पण गेली..." गौतमचे ओठ थरथरू लागले.

"जायचं तर सगळ्यांनाच असतं कधी ना कधी...जाणारा कधी माघारी येत नसतो...आता तुला एवढं कळलं पाहिजे..." गजाबापा थांबत थांबत बोलत होते.

"मला ते कळतं बापा! म्हणून तर विचारतोय..."

"काय विचारतोस बाबा?"

"हेच की असं असून तुम्हाला हिरव्या चटणीची चव कशी सुटली?"

गजाबापांचे डोळे भरून आले. दाटल्या कंठानं म्हणाले, "जाणाऱ्याच्या मागे जाता येत नसतं रे गौतम! देहधर्म विसरता येत नाहीत. परमेश्वरानं हा देह कोणत्या मातीनं घडवला आहे कोण जाणे, एखादी गोष्ट जरी कमी असली तरी त्याला चालत नाही..."

गौतम तिथून उठून गेला. गजाबापा गप्प झाले.

रात्री जेवताना गौतमनं पाहिलं, गजाबापांच्या पानात हिरवी चटणी होती.

असंच त्या दिवशी! गौतमनं कान देऊन ऐकलं. आतल्या खोलीतून अगदी हलक्या आवाजातलं गुणगुणणं त्याच्या कानावर पडलं. कुठलंसं गाणं भाभी अगदी हळू आवाजात गुणगुणत होत्या. तो चपापला. गेले कित्येक महिने भाभी अगदी गप्प गप्प असायच्या. त्यांच्या डोळ्यातली चमक नाहीशी झाली होती. ओठांवरचं हसू मावळलं होतं...आणि आज अचानक त्या ओठांवर...हळूच एक गीत प्रकटलं होतं! गौतमला फार फार आश्चर्य वाटलं. त्याला काही कळेना झालं. त्यानं पुन्हा एकदा नीट ऐकायचा प्रयत्न केला. भाभी गात होत्या,

"मारे घर आवजे बेनी! नानी तारी गूंथवा वेणी!"

गौतमला आठवलं. हे गाणं त्यानं ऐकलेलं होतं. गौतमच्या मुलांच्या शाळेच्या पुस्तकातलं गीत होतं ते.

"भाभी," नकळत त्याचा स्वर मोठा निघाला. "तुम्ही... तुम्ही गाणं म्हणताय?"

भाभी चपापल्या. त्यांच्या हातातून भांडं निसटलं. भांड्यातला पदार्थ सांडला. जमिनीवर पडलेलं भांडं ठणठणत राहिलं. त्या आवाजानं खोली भरून गेली.

"गाणं? ना...नाही बाई! कुठलं गाणं?"

"तुम्ही गुणगुणत होतात काहीतरी. ऐकलंय मी. गाणंच होतं ते!"

"अ? हो...हो...गाणं, गाणंच होतं." भाभी म्लानपणे हसल्या.

"आजच मुलांना शिकवलं...ते...हे...परीक्षा...आज परीक्षा आहे ना?"

गौतम काही बोलला नाही. गाण्याच्या ओळी भाभीच्या हृदयात गुंजत होत्या.

"तुम्ही म्हणत होतात काही..."

"तुम्हाला गायचं सुचतं कसं भाभी? कसं म्हणू शकता गाणं?" गौतमनं मूर्खासारखा प्रश्न विचारून टाकला. "शंकरभाई मरून गेला ते तुम्हाला आठवत नाही?"

"गौतमभाई," पायातलं बळ गेल्यासारख्या भाभी मटकन खाली बसल्या. "हे...हे...काय बोलताय तुम्ही? तुमचे भाई.."

"मग तुम्ही गाणं म्हणू कसं शकलात?"

"भाई," छताकडे पाहत भाभी म्हणाल्या, "मला जगलंच पाहिजे भाई! कारण...कारण दोन दोन पोरं आहेत माझ्या पदरात. त्यांना वाढवायचं...मोठं करायचंय माझ्या पोरांना..."

गौतमला कळत नव्हतं, पदरात दोन पोरं असण्यात सुख होतं की दु:ख? दोन पोरं म्हणजे भाभींच्या मार्गातली अडचण होती की आयुष्याचा आधार? काय वाटत होतं भाभींना? समजा, ही दोन पोरं नसती तर हीच विधवा भाभी...

आणखी विचार करणं त्यानं सोडून दिलं.

दोन दिवसांनी तो भगीरथला भेटला.

"भगीरथ," अवर्णनीय असं काहीतरी अंत:करणाच्या तळापासून उफाळून आल्यासारखं म्हणाला, "मी...मला...यापुढे मी इथे नाही राहू शकणार भगीरथ."

"का रे? अं? का? असं झालंय तरी काय?" चकित होऊन भगीरथनं म्हटलं. "इथं नाही राहू शकणार म्हणजे? अर्थ काय याचा?"

"अर्थ एवढाच की- या...इथल्या या जगासाठी माझा जन्म नाहीये. बस्स. एवढंच. मला एवढंच माहीत आहे." शून्यात नजर खिळवून गौतम म्हणाला.

"पण का? अन् तुला जायचंय तरी कुठे?"

"कुठे जायचंय ते मलाही माहीत नाही. मला इतकंच कळतंय की माझं जगणं आता माझ्यापुरतं नाहीये!"

"तुझ्यापुरतं नाही? पण मग गजाबापा, भाभी...या सगळ्यांचा काही विचार..."

"शंकरभाई, बा, मोटीबेन...यांनी केला सगळ्यांचा विचार? सगळ्यांचा विचार कोणीच केला नव्हता भगीरथ! गजाबापा काय न् भाभी काय... ते तरी आता विचार करताहेत की नाही कोण जाणे! आता मुळी विचार करणंच निरर्थक आहे..."

"तुझं चित्त ठिकाणावर नाही गौतम!" भगीरथ घाबरून म्हणाला, "तुझ्या शिरावर खूप मोठी जबाबदारी आहे रे! तू नसशील तर घराचं काय होईल?"

"शंकरभाईविना घराचं जे होईल तेच! काही काळ सगळं ठप्प होईल, सगळीकडे सामसूम होईल...मग पुन्हा कोथिंबिरीची चटणी आणि गाणं गुणगुणणं... सगळं पुन्हा सुरू! पहिल्यासारखंच. त्यात गौतम कुठेच नसेल."

"सगळीकडे सदैव गौतमचं असणं अनिवार्य नसतंच बाबा!"

"तेच म्हणतो मी. गौतम कुठेच अनिवार्य नाही. अमुक जबाबदारी माझी आहे असं म्हणताना कदाचित मी स्वत:चा अहंकार कुरवाळत असेन."

"...आणि अमुक जबाबदारी माझी नाही असं म्हणताना कर्तव्य झटकून पळ काढत असशील.."

"या दोन पर्यायांमधून एक निवडायचा असेल ना भगीरथ, तर आपल्या अहंपणाचा बळी देण्यातच शहाणपण आहे," गौतम म्हणाला. "माणूस जे काही करतो ते त्यातून मिळणाऱ्या सुखासाठीच करतो, एवढं तरी तुला मान्य आहे ना?"

"घर सोडून निघून जाण्यानं तुला सुख मिळेल? नक्की?"

"कदाचित नाहीसुद्धा मिळणार! पण सुख मिळण्याची शंभर टक्के खात्री करून मगच गृहत्याग करायचा असता तर...तर आपल्याला बुद्ध न् महावीर कधीच मिळाले नसते."

"घरादाराचा त्याग करून शाश्वत सुख मिळवणारे बुद्ध किंवा महावीर हेच

आपल्याला माहीत आहेत असं नाही; याच ऐहिक जगात खंबीरपणे पाय रोवून आपल्याला मार्ग दाखवणारे राम आणि कृष्णही आपल्यात आहेत.''

''तो मार्ग कदाचित माझ्यासाठी नाहीच,'' गौतम म्हणाला, ''मी घर सोडतोय ते माझ्या सुखासाठी नसेलच, त्यातून इतरांचं भलं व्हायचं असेल.''

''ते कसं?''

''मुलांमाणसांत, कुटुंबात राहून त्यांना सुखी करण्याचा प्रयत्न गजाबापांपासून शंकरभाईंपर्यंत सगळ्यांनी केलाच की! आता भाभीही तेच करताहेत; पण सगळ्यांचे प्रयत्न व्यर्थ ठरले आहेत. सुख मिळवण्याचे माझे प्रयत्नसुद्धा निष्फळ ठरतील कदाचित, पण मी वेगळा मार्ग चोखाळून पाहिला एवढं समाधान तरी मला मिळेल.''

''तुझं बोलणंच समजत नाही मला!''

''मलाही काही कळेनासं झालंय. म्हणून तर ज्या वाटेनं गेल्यावर काही कळू शकेल अशा वाटेनं जायचंय मला. सध्या आपण सारे ज्या मार्गानं जातोय त्या मार्गानं कधीच काही हाती लागणार नाही याची खात्री पटलीये माझी!''

''गौतम, ज्याला तू खात्री म्हणतोस, तो भ्रम असण्याची शक्यता आहे. जो मार्ग तू सोडायला निघाला आहेस ना, तो फार दूरवर जाणारा मार्ग आहे. हा इतका दूरगामी मार्ग त्यागण्यामागे कुठली तरी भीती किंवा भेकडपणा तर नाही ना, याचाही विचार करून पाहा. कुठलाही त्याग भयप्रेरित नसावा भाई!''

गौतम विचारात पडला. भगीरथ पुष्कळदा असंच बोलायचा. गौतमला विचारांच्या महासागरात ढकलून द्यायचा. हेच भगीरथाचं वैशिष्ट्य होतं. खरं म्हणजे त्यामुळेच भगीरथाबद्दल गौतमला आपलेपणा वाटायचा, आदरही वाटायचा.

आपण का निघालोय घरदार सोडून?

कित्येक वर्षांपूर्वी, गजाबापांनी असाच विचार करून, आपल्याप्रमाणे प्रपंचाच्या सुरुवातीलाच घर सोडलं असतं तर आज आपल्याला भेडसावणारा प्रश्न मुळात निर्माणच झाला नसता. मुळात गौतमच नसता!

''कसला विचार करतो आहेस?''

''तुझं म्हणणं खरं असेलही! पण माझ्या म्हणण्यातली सत्यता पडताळून पाहिल्याविना मला चैन पडणार नाही भगीरथ!''

गौतमनं भगीरथाच्या खांद्यावर हात ठेवला. ''एक विचारू?''

''विचारायलाही विचारावं लागतं अशी कोणती गोष्ट विचारायची आहे रे?''

''गोष्ट तशीच आहे. गेली कितीतरी वर्षे तू मला पाहतोस, ओळखतोस, तसाच मीही तुला कित्येक वर्षांपासून पाहतो आहे...ओळखतो असं म्हणायचं धाडस मी करत नाही; म्हणूनच विचारतोय...'' बोलता बोलता गौतम थांबला.

भगीरथाचे डोळे उजळले. गौतमचा हात हाती घेऊन तो आश्वासक स्वरात हलकेच म्हणाला, ''आजवर तुझ्याशी मी कधीच खोटं बोललो नाही गौतम! विचार तुला काय विचारायचं असेल ते! तू जे विचारशील त्याचं उत्तर मला ठाऊक असेल तर, खरं तेच उत्तर तुला मिळेल याची खात्री बाळग. विचार!''

''मग मला सांग भगीरथ, जे आयुष्य सध्या तू जगतो आहेस त्यात तुला समाधान आहे? सुखी आहेस का तू या आयुष्यात? खरं सांग.''

हाती धरलेला गौतमचा हात भगीरथने नकळत सोडून दिला. सोडला? की सुटला? भगीरथच्या कपाळावर घर्मबिंदू दिसू लागले.

''सुख? कोण जाणे! पण आपण काहीतरी करतोय, आपल्या हातून काहीतरी घडतंय याचं समाधान मात्र मला नक्कीच आहे. समाधानालाच सुख म्हणत असतील तर मी निश्चितच सुखी आहे.''

''माफ कर भगीरथ, तू स्वतःला फसवत नाहीयेस याची खात्री आहे का तुला?''

भगीरथनं उत्तर दिलं नाही. त्याच्या मनात अनेक प्रश्न निर्माण झाले.

त्याचं फारसं शिक्षण झालेलं नव्हतं...होऊ शकलं नव्हतं.

जन्मापासून त्याच्याभोवती गरगरणारं चक्रीवादळ आता जणू नव्यानं त्याला घेरत होतं.

''जाऊ दे भगीरथ. या प्रश्नाचं झटपट उत्तर कोणालाच कधीच मिळत नसतं. मिळत असतं तर मलाच नसतं का मिळालं? इथे ते उत्तर मिळत नाहीये म्हणून तर त्याच्या शोधात जायचंय मला. माझी तुला एक विनंती आहे...''

''काय म्हणालास...''

''खरं तेच म्हणतोय...तू पण चल माझ्यासोबत. आपण दोघं एकमेकांसोबत असलो तर न जाणो; आपल्या मनाचं समाधानही लवकर होईल.''

''गौतम, अरे वेडाबिडा झालास की काय?'' भगीरथ चकित होऊन म्हणाला.

''मी तुझ्याबरोबर यायचं याचा अर्थ, तू जाणार हे नक्की?''

''होय भाई. ते ठरलंय.'' गौतमच्या आवाजात ठामपणा होता. ''आणि मला सांगूनच टाकू दे एकदा. भगीरथ, तू तुझं आयुष्य जसं जगतोयस ना, त्याचा पुन्हा एकदा नीट विचार कर...''

''गौतम!'' भगीरथनं त्याला अर्ध्यातून थांबवलं. ''प्लीज!''

मग मान वळवून त्यानं आकाशाकडे पाहिलं.

जमिनीवर उभ्या असलेल्या भगीरथानं आकाशात उभ्या असलेल्या एका आकृतीकडे पाहिलं. तो कोण्या ढगानं घेतलेला आकार नव्हता. सूर्यकिरणांनी निर्मिलेलं इंद्रधनुष्य नव्हतं. तो आकार, ती आकृती चिरपरिचित होती आणि तरीही सर्वस्वी अनोळखी होती. आकाशातही एक भगीरथ तर नव्हता?

"मला ओळखतोस का भगीरथा?" आकाशातल्या भगीरथानं धरतीवरून आपल्याकडे टकामका बघत असलेल्या भगीरथाला विचारलं.

"ना...नाही...नाही... मी नाही ओळखत तुला! कृपा करून तू इथून निघून जा. निघून जा." धरतीवरचा भगीरथ भीतीनं थरथरत होता.

"निघून जाऊ? कुठे जाऊ?" आकाशातल्या भगीरथानं अर्थपूर्ण स्मित करत म्हटलं. "तू मला निघून जायला सांगतो आहेस? वेड्या, अरे तू मला फारतर झाकून ठेवू शकतोस, दडवून ठेवू शकतोस, पण अदृश्य करू शकत नाहीस, एवढं तरी समजून घे!"

"मला काही समजून घ्यायचं नाहीये!" धरतीवरच्या भगीरथानं किंचाळून म्हटलं. "मला तुझं काही ऐकायचं नाही."

"ठीक आहे. नको ऐकूस. नाहीतरी, एरवीसुद्धा तू कुठे कधी माझं म्हणणं ऐकलं आहेस? पण या गौतमनं काय म्हटलं ते ऐकलं आहेस तू. निदान त्याचं तरी उत्तर दे." आकाशातल्या भगीरथानं पूर्वीप्रमाणेच शांतपणे म्हटलं.

"त्याचं उत्तर...त्याचं उत्तर...तू इथून निघून जा हेच त्याचं उत्तर! जा तू. निघून जा आणि येऊ नकोस पुन्हा कधी." धरतीवरच्या भगीरथानं जणू पराजय मान्य करून टाकला.

"देहावरची त्वचा काढून ठेवशील तू एक वेळ खुळोबा, पण त्या त्वचेखाली असणारं रक्त कसं नाकारशील? त्वचेनं रक्त भले झाकून ठेवता येईल; पण तेवढ्यानं त्याचं अस्तित्वच नाकारता येतं का?" पराजित भगीरथाची तडफड पाहून आकाशातल्या भगीरथाला जणू मौज वाटत होती.

"नाही! नको... नको..." धरतीवरून प्रतिध्वनी आला.

भगीरथानं डोळे मिटून घेतले.

सात वर्षांच्या भगीरथाला एकच हौस होती. वडिलांसोबत जेवायला बसायचं. वडील खूप कामसू होते. सकाळी एके ठिकाणी हिशेब लिहायचं काम करत. दुपारी नोकरी. संध्याकाळी पुन्हा कुठेतरी कसलंसं काम करायला जात. कधी कधी प्रपंचाचं, व्यवहाराचं काहीबाही करायला जावं लागे. रविवार किंवा सुटीचा दिवसदेखील मोकळा मिळणं कठीण! कोणाच्या मदतीला जा, कोणाच्या समाचाराला जा, आज काय याचा साखरपुडा, उद्या काय त्याचं लग्न... एक ना दोन; काहीतरी असायचंच! इतर काही नसेल तेव्हा लाल पुठ्ठ्याच्या हिशेबाच्या चोपड्यांचा हा एवढा ढीग! जेवायची अमुक अशी ठरलेली वेळ नाहीच. भुकेला भगीरथ वडिलांची वाट बघायचा. कितीतरी वेळा बा समजूत घालायची, पटवून द्यायची, शेवटी चिडायची, धाक दाखवायची. धाकापोटी भगीरथ कधी कधी जेवून घ्यायचा; पण त्या दिवशी त्याला चार घास कमी जायचे. किती वेळा तर असं व्हायचं की वडिलांची वाट पाहून पाहून भगीरथ पार भुकेजून जायचा. उशिरा परतलेले वडील लगेच पानावर बसायचे. काम गळ्याशी आलेलं असल्यानं कसेबसे चार घास ढकलून लगेच पुन्हा कामाला बसायचं असायचं. अशा वेळी त्यांना भगीरथाची आठवणच व्हायची नाही. भगीरथ येऊन पाहतो त्यांचं जेवण उरकलेलं असायचं.

"अरे, बापूजी जेवायला बसलेसुद्धा? बा, मला नाही हाक मारली?" त्याच्या तोंडून प्रश्न निघून जायचा.

"तुला रे कसली घाई? त्यांना लगेच कामाला जायचंय." बा म्हणायची...अन् भगीरथाच्या नकळत त्याच्या देहाचा एक अंश आकाशात जाऊन पोहोचायचा.

त्या दिवशी असंच झालं.

भगीरथ भुकेजला होता. वडिलांची वाट बघत बसून होता. वडिलांनी हिशेबाच्या चोपड्या आवरून ठेवल्या. स्वयंपाकघरात पानं मांडली गेली. बाप-लेक जेवायला बसले. जेवता जेवता भगीरथाला ठसका लागला. त्यानं आईकडे पाणी मागितलं. वडिलांनी त्याच्याकडे पाहिलं. "जेवताना पाणी घेऊन बसायला काय होतं रे? बसल्या जागेवरून पाणी मागायला शरम नाही वाटत?" कडक आवाजात वडिलांनी सुनावलं.

भगीरथ रोज पाहायचा. जेवायला हाक मारायच्या आधी बापूजींसाठी पाट, ताट, वाटी, चमचा सगळं बा शिस्तीत मांडून ठेवायची. शेजारी पाण्यानं भरलेला लोटा. यात कुठेही बारीकशी चूकसुद्धा बापूजी खपवून घेत नसत. एखाद्या दिवशी पाणी ठेवायचं चुकून राहून गेलं असलं तर बापूजी 'बा' ला घालून पाडून बोलत. बा निमूटपणे पाणी देई. जेवताना भगीरथ कधीच पाणी पीत नसे. ठसका लागला म्हणून आज प्रथमच त्यानं पाणी मागितलं होतं.

"जेवायला बसताना तुम्हीतरी कुठे पाणी घेऊन बसता?" भगीरथाच्या तोंडून निघून गेलं.

फटाक!

खरकट्या हातानंच वडिलांनी त्याच्या थोबाडीत मारली.

"नालायक! उलट उत्तर देतोस? माझी बरोबरी करायला लाज नाही वाटत?"

झालं. संपलं.

त्या दिवसानंतर पुन्हा कधी भगीरथ वडिलांसोबत जेवायला बसला नाही.

किती वेळा असं व्हायचं. बापूजी म्हणायचे, "चल रे! जेवून घेऊ!"

"तुम्ही बसून घ्या बापूजी. मला आत्ता भूक नाहीये!" तो म्हणायचा. कसल्याशा भीतीनं त्याच्या मनात घर केलं होतं.

पुन्हा एकवार त्याच्या शरीराचा एक अंश तिथून उसवून आकाशात विलीन व्हायचा. भगीरथला खूप शिकायचं होतं. मॅट्रिकच्या परीक्षेत त्यानं शाळेत पहिला नंबर पटकावला होता. कॉलेजात जाऊन पुढचं शिक्षण घ्यायची त्याची फार इच्छा होती. परीक्षेचा निकाल लागायच्या आधीच वडिलांनी सांगून टाकलं, "तुझ्यासाठी नोकरी पाहून ठेवलीय, बरं का! कंपनी चांगली आहे. दोन महिन्याच्या पगाराइतका बोनस मिळतो वर्षाकाठी. शिवाय दरवर्षी पगारवाढ!"

"पण बापूजी, मला...मला आणखी शिकायचंय!" घाबरत घाबरत भगीरथानं म्हणून पाहिलं.

"आणखी शिकायचंय? इतकी वर्षे शिकलास ते पुरे नाही?" भगीरथाच्या भोळसटपणाची कीव करत असल्यासारखं वडिलांनी म्हटलं. "अरे बाबा, घरात खाणारी सहा तोंडं! त्यांच्या मुखी घास पडावा लागतो. सकाळ-संध्याकाळ, दिवसातून दोनदा! उद्या उठून डोळे मिटले माझे एकाएकी, तर उपाशी मरायची पाळी येईल. कामाला लागा न् दोन पैसे मिळवा, चिरंजीव! किती दिवस एकट्यानं ओढू हा गाडा?"

"पण...मग माझ्या करिअरचं काय?"

"करिअर?" बापूजी हसू लागले. "कसली आलीय करिअर? कर्म म्हणजेच करिअर! दुसरं काही नाही. नशीब जोरावर असेल आणि अंगात धमक असेल तर कोण अडवू शकणार आहे? देणारा बसलाय तिथं. हजार हातांनी देतो तो. एकदा दोन पैसे कमवायला लागा, मग काय करायचं ते तुमचं तुम्ही बघा पुढे!"

भगीरथचं तोंड शिवलं गेलं. जीभ टाळ्याला चिकटली जशी. जन्मतःच जशी काही त्याची जीभ जड होती. शब्द यायचे अगदी गळ्यापर्यंत; आकंठ दाटलेले असायचे पण तिथेच थांबायचे. उच्चार करायला जीभ धजावायचीच नाही. वडिलांनी सांगितल्याजागी तो नोकरीला चिकटला. वडील खूश झाले. त्यांच्या मते, भगीरथ

आता मार्गाला लागला होता. त्यांना त्यात फार समाधान वाटत होतं. वर्षानुवर्षे, ते तुटपुंज्या उत्पन्नात खर्चाची तोंडमिळवणी करत आले होते. आता थोडा आधार मिळाला होता. आणखी एक दोन वर्षे. बस्स. मग भगीरथ सुरळीतपणे कमवायला लागेल. तोवर धाकटाही मॅट्रिक होईल. त्यालाही नोकरीला लावून द्यायचा. चांगलंसं स्थळ पाहून भगीरथाचे दोनाचे चार हात करून टाकू! भगीरथ शांत आहे. समजूतदार, नरम स्वभावाचा आहे. त्याला साजेशी एखादी मुलगी सापडली की...हे असले विचार बापूजी आपल्यापाशीच ठेवत नसत. आपल्या योजना सगळ्यांपुढे उघडपणे मांडत.

त्यांच्या भावी योजनांना पहिला धक्का बसला तो धाकटा मुलगा मॅट्रिक झाला तेव्हा! भगीरथासाठी बापूजींनी नोकरी पाहून ठेवली होती. तशीच या वेळी धाकट्यासाठीसुद्धा योजून ठेवली होती; पण धाकट्यानं साफ नकार दिला.

"आत्तापासूनच नोकरीला लागून मला तुमच्यासारखी जन्मभर खर्डेघाशी करायची नाहीये! कारकून होऊन पोट भरत राहायचं? पोट काय कुत्री- मांजरंसुद्धा भरतात. मला पुढे शिकायचंय." त्यानं स्पष्ट शब्दात वडिलांना ठणकावलं.

धाकट्या भावाचा हा नकार भगीरथाला, एका दृष्टीनं पाहता आवडला आणि एका दृष्टीनं आवडला नाही. आपण करू शकलो नाही ते धाकटा भाऊ करून दाखवतो आहे, या गोष्टीचं त्याला एकीकडे समाधान वाटलं होतं. भगीरथाला कारकुनीच्या चाकोरीतून जावं लागत होतं; जन्मभर जावं लागणार होतं. ती वाट त्याच्या आवडीची नव्हती. ती वडिलांची निवड होती, त्याची नव्हती. वडिलांची आवड ती आपली आवड, वडिलांची खुशी ती आपली खुशी असं मानून आपल्या आयुष्याचा मार्गच त्यानं बदलून टाकला होता. आपल्या कमाईतून कुटुंबाला हातभार लावला होता. घरातली चीजवस्तू, सगळ्यांचे कपडे, दागदागिने, महत्त्वाची कागदपत्रं सगळं काही पत्र्याच्या पेट्यांत ठेवलेलं असायचं. कित्येक वर्षांपासून हेच चालत आलं होतं. पत्र्याच्या पेट्यांना गंज चढायचा. मग कधीतरी फावल्या वेळात बापूजी रंगाचा एखादा डबा आणायचे. गंजलेल्या पेट्यांवरून रंगाचा ब्रश फिरायचा की झालं! या पेट्या म्हणजेच त्यांच्या तिजोऱ्या, तीच कपाटं! घरात एकच खुर्ची होती. एक लहानसं टेबल. ओले कपडे दोरीवर वाळत घालायला उपयोगी पडायचं. कधी काळी एखाद-दुसरा आलेला पाहुणा खुर्चीवर बसला असेल, तर त्याच्यासाठी आणलेला चहाचा कप त्या टेबलावर ठेवता यायचा. भगीरथाला नोकरीला लागून वर्ष झालं, त्या दिवशी पहिल्यांदा घरात एक कपाट घेता आलं! कपाट घरी आलं तेव्हा बापूजी अगदी खूश झाले. त्यांच्या लेखी कपाट खरेदी करणं हे समृद्धीचं प्रतीक होतं. 'बा' नं कपाटावर कुंकवानं स्वस्तिक रेखलं. श्री, शुभ-लाभ असं काय काय लिहिलं. आतल्या खणात मुगाचे चार दाणे, चांदीचा राणीछाप रुपया ठेवला!

भगीरथ हे सगळं पाहत आला होता. असं काही पाहिलं की त्याच्या देहातून वेगळा निघून आकाशात साकार होणाऱ्या भगीरथाला तो तेवढ्यापुरता विसरून जायचा.

...म्हणूनच, धाकट्या भावाच्या नकारामुळे खूश व्हावं की त्याच्यावर नाराज व्हावं हेच त्याला ठरवता येत नव्हतं!

"खबरदार!" आपली इच्छा कुणी डावलतोय हे वडिलांना सहन होण्याजोगं नव्हतं. "तुझ्या कॉलेजचा खर्च पेलणं माझ्यानं होणार नाही."

"माझा खर्च मी भागवेन," धाकट्यानं सांगून टाकलं.

भगीरथाला मनोमन बरं वाटलं.

धाकट्या भावानं वडिलांविरुद्ध बंड पुकारलं. आपलं शिक्षण सुरू ठेवलं. आपल्या पॉकेटमनीतला अर्धा हिस्सा भगीरथ दरमहा, धाकट्या भावाच्या शिक्षणासाठी खर्चू लागला. शिक्षण खर्चीक होतं, वडिलांकडून काही मिळायची आशाच नव्हती आणि धाकटा पुरेशी रक्कम उभी करू शकत नव्हता... हे सगळं भगीरथ जाणून होता, त्यामुळे आपण कोणासाठी काही विशेष करत आहोत असं त्याला कधी वाटलं नाही.

भगीरथाचे दोनाचे चार हात करण्यासाठी बापूजी उतावीळ झाले होते. भगीरथाच्या तेही लक्षात आलं होतं. धाकट्याचं शिक्षण सुरू होतं. काही ना काही कारण काढून भगीरथ स्वत:चं लग्न पुढे ढकलत होता. धाकट्याचं शिक्षण पूर्ण होईल...तो कमावता होईल... तो शिकून मोठा होईल... मग त्याचा पगारही भरपूर असेल... त्या उत्पन्नामुळे घराचा चेहरामोहरा बदलून जाईल...मग सध्याची ओढाताण संपेल! असं झालं की मगच लग्न करायचं असं त्यानं ठरवलं होतं. आत्तापर्यंत तो वैयक्तिक खर्चाची रक्कम भावाच्या शिक्षणासाठी वापरत होता. एकदा का धाकटा कमवायला लागला की आपल्या हातात दोन पैसे शिल्लक राहतील. मगच लग्न करावं...

ती वेळ आता आली होती.

धाकट्यानं वकिलीची परीक्षा दिली. तो वकील झाला. वकिलीचा व्यवसायही त्यानं सुरू केला...भगीरथाला हुश्श झालं.

पण...भगीरथ जरा कुठे निवांतपणे श्वास घेतो न घेतो तोच, काही कळायच्या आतच त्याला पुन्हा एकदा चिंतेनं घेरून टाकलं. वकिली सुरू केल्यानंतर दोन- तीन महिन्यांनी धाकट्यानं घरखर्चासाठी दोनशे रुपये दिले. भगीरथाला वाटलं, नुकतीच कुठे सुरुवात आहे, फारशी कमाई झाली नसेल! त्यानंतरही धाकट्यानं दोनशेच रुपये हातावर ठेवले. भगीरथाला नवल वाटलं, पण त्यानं तसं बोलून दाखवलं नाही. बापूजी गप्प राहणाऱ्यातले नव्हते.

"शिक्षणामागे इतकी वर्षे घालवल्यानंतर दोनशेच रुपये मिळवायचे होते, तर त्यापेक्षा वेळच्या वेळी नोकरीला लागला असतास तर एव्हाना पगार चांगला पाच-सातशेपर्यंत पोहोचला असता!"

''घरात आपण एकूण सहा जण आहोत. माझ्या वाट्याला खर्च दोनशे रुपयेच असेल. माझ्या शिक्षणाला कोणी मदत केली नाहीये. माझ्याकडून जास्त अपेक्षा ठेवायचा तुम्हाला कोणाला हक्क नाही!'' धाकट्यानं निलाजरेपणानं सांगून टाकलं. धाकट्याचं बोलणं वडिलांच्या सहनशक्तीच्या पलीकडचं होतंच; पण भगीरथालाही ते ऐकायला असह्य वाटत होतं. तो असं काही बोलेल याची भगीरथ कल्पनाही करू शकत नव्हता. तो अवाक् झाला. एका छताखाली राहणारे सहा जण म्हणजे एक कुटुंब नव्हे तर सहा वेगवेगळ्या व्यक्ती म्हटल्या जातात याचा त्याला प्रथमच साक्षात्कार झाला.

अर्थात, बापूजी अवाक् होऊन गप्प बसणाऱ्यातले नव्हतेच. त्यांचा राग अनावर झाला. त्यांनी किंचाळून म्हटलं, ''तुझे हे असले हिशेब मला शिकवू नकोस. नालायक कुठला! आत्ता या क्षणी माझ्या घरातून चालता हो! यापुढे तुझं तोंडसुद्धा पाहायची माझी इच्छा नाही.'' बापूजी केवळ बोलूनच थांबले नाहीत. घरभर पसरलेले धाकट्याचे कपडे, त्याची पुस्तकं... हाती लागेल ते सगळं बापूजींनी धडाधड घराबाहेर फेकून दिलं.

''तुम्ही माझं तोंड पाहिलं काय आणि न् पाहिलं काय, मला काही फरक पडत नाही.'' धाकट्यानं घराबाहेर पडता पडता म्हटलं. ''कारण माझा बाप म्हणवायला तुम्ही लायकच नाही.''

भगीरथाच्या धमन्यांतून वाहणारं रक्त जणू क्षणभर गोठून गेलं. त्याच्या अस्तित्वाचा एक तुकडा तुटून पुनश्च एकवार आकाशात भिरकावला गेला होता.

असेच धरतीवरून आकाशात वारंवार भिरकावले गेलेले त्याच्या अस्तित्वाचे वेगवेगळे तुकडे आता एकाकार होऊन त्याच्याकडे रोखून बघत होते. असे छोटे छोटे अंश, वेगळे झालेले तुकडे वेळ आली की एकत्रित होऊन अशा रीतीने प्रहार करू शकतात हे भगीरथाच्या कल्पनेपलीकडचं होतं. त्याला वाटत होतं, भगीरथ म्हणजे हा मी जो आहे तो, तेवढाच. या क्षणी मात्र त्याच्या भ्रांतीचं निरसन झालं होतं. गौतमनं त्याला हा प्रश्न कशासाठी विचारला? तसं पाहिलं तर गौतमच्या प्रश्नात विशेष, वेगळं असं कुठे काय होतं? सरळ साधा एक प्रश्न होता आणि तरीही त्या प्रश्नातल्या चारच शब्दांनी भगीरथाच्या मनाच्या तळघराच्या कडीकोयंड्यावरची भरभक्कम कुलपं कशी काय खाड्कन उघडली?

''बोल की रे भगीरथा!'' आकाशातल्या भगीरथानं धरतीवरच्या भगीरथाचा कान पिळून विचारलं. ''सांग, माझी ओळख पटतेय की नाही? ओळखतोस ना मला?''

भगीरथानं डोळे घट्ट मिटून घेतले. कानावर तळवे दाबून ओठ आवळून घेतले. मग ओरडून म्हटलं, ''नाही... नाही... ना... ही!''

त्याच्या कपाळावर घाम डवरला.

भगीरथाचा थरकाप झाला.

"अरे, माझ्या प्रश्नाचं आज नको देऊस उत्तर. हरकत नाही," गौतमनं त्याचा खांदा धरून त्याला हलवत म्हटलं, "पण इतका अस्वस्थ का झालास रे? माझ्या प्रश्नाबद्दल फक्त विचार कर, एवढंच म्हणतोय."

"मला कसलाही विचार करायचा नाही, गौतम मी जे काही करतोय ते माझं कर्तव्य मानून करतोय. सुख ही एक मानसिक संकल्पना आहे. माझ्या कुटुंबीयांच्या चेहऱ्यावर दिसणाऱ्या सुखातच माझं सुख एकवटलेलं बघण्यासाठी मी जन्मभर झटत आलो आहे... हवं तर त्याला तू त्याग म्हणू शकतोस."

"त्याग?" गौतम म्हणाला, "मग मी जिकडे जायला निघालो आहे, त्यालाही त्यागच म्हणता येईल. मी कुटुंबाचा त्याग करतोय तो कुटुंबाच्या सुखासाठीच..."

"...आणि मी कुटुंबाचा त्याग करत नाहीये तोसुद्धा कुटुंबाच्या सुखासाठीच..."

"पण...मग त्याग म्हणजे तरी काय? या दोन्ही परस्परविरोधी गोष्टींना जर त्यागच म्हणायचं असेल तर मग...मला काहीच कळत नाहीये. सत्य आहे तरी काय?"

"ते कधीच कोणाला कळलं नाहीये." भगीरथानं उत्तर दिलं.

बाब कोणतीही असो, मनाला मुरड घालून तडजोड करायला गजाबापा लहानपणापासून शिकले होते. गजाबापांच्या आयुष्यातली अगदी पहिली आठवण मुळी तडजोड हीच होती. आता तर त्यांना तडजोड करायला प्रयत्नसुद्धा करावा लागत नव्हता. तडजोड स्वत:च त्यांना शोधत त्यांच्यापर्यंत येऊन पोहोचत होती; म्हणूनच बुधवारच्या बसनं गौतम परतला नाही, तेव्हा त्यांनी ताबडतोब स्वत:ची समजूत घालून घेतली होती. जानकीच्या सासरचे तिला बुधवारी कसे पाठवतील? म्हणतात ना, 'जाशील बुधी, तर येशील कधी?' उद्या गुरुवार आहे. चांगला दिवस आहे. गौतमला ते उद्या पाठवतील.

तरीसुद्धा शंकरच्या सात वर्षांच्या पोराचा प्रश्न अनुत्तरित राहत होता. ''बुधवारी गौतमकाका येणार नाही अशी खात्री होती तर मग बापा, आज आपण जानकीफोईला घ्यायला बस स्टँडवर आलोच कशाला?''

उत्तर सापडलं नाही की 'ईश्वराची इच्छा' असं म्हणून त्या प्रश्नाचा भार परमेश्वरावर सोपवून देणं आताशा गजाबापांच्या अंगवळणी पडलं होतं. शंकरच्या नकळत्या वयाच्या पोराला ईश्वरावर भार टाकणं कळत नव्हतं एवढीच काय ती अडचण होती!

...पण गजाबापांना कळत होतं. गौतमच्या न येण्याचं कारण त्यांनी बुधवारच्या माथी मारलं असलं तरी बुधवारीच गौतमनं यावं असं त्यांना वाटत नव्हतं का? गजाबापांना सगळं काही समजत होतं- बुधवारचं केवळ निमित्त होतं. अशी निमित्तं शोधण्यात गजाबापा आता पटाईत झाले होते.

गुरुवारी सकाळी गजाबापांनी शंकरच्या बायकोला म्हटलं होतं, ''सूनबाई, गौतम अन् जानकी आज संध्याकाळी नक्की येतील. सकाळी एवढं तेवढं खाऊन निघाले असतील. रात्रीचं जेवण नीटनेटकं चारी ठाव करा. आपल्यासाठी सकाळी नुसती पोळी-भाजी केली तरी चालेल. दोन्ही वेळा साग्रसंगीत जेवणाचा घोळ घालायची गरज नाही. जानकीला शेवेची भाजी खूप आवडते. मी शेव घेऊन येतो. तीच भाजी करा संध्याकाळी. गरम गरम आमटी- भात अन् शेवेची भाजी...बसच्या प्रवासाचा सगळा शीण निघून जाईल.''

रोज दुपारी जेवणानंतर गजाबापांची वामकुक्षी चांगली दोन तास चालायची. शंकरच्या बायकोच्या लक्षात आलं होतं, आज गजाबापांचं जेवणाकडेही लक्ष नव्हतं. वाढलेल्या पोळ्यांतली एक पोळी त्यांनी काढून ठेवली होती अन् म्हणाले होते, ''रोजच्यासारखं संध्याकाळी लवकर नको जेवायला. गौतम येऊ दे, रात्री सगळे सोबत जेवू.'' त्यावर शंकरच्या बायकोनं आग्रह केला नाही. त्यांच्या मन:स्थितीची तिला चांगली कल्पना होती.

दुपारची उन्हं कलून जेमतेम अंगणाच्या कडेपर्यंत पोहोचली असतील नसतील, तोवरच गजाबापांनी वामकुक्षी आटोपून टाकली. शंकरचा पोरगा शाळेतून आल्यानंतर त्याला घेऊनच बस स्टँडवर जायचं होतं, पण गजाबापा बंडी, टोपी, उपरण्यासकट केव्हापासून तयार होऊन बसले होते. शंकरच्या पोरानं शाळेत जाताना बजावलं होतं- 'जानकीफोईला आणायला बस स्टँडवर मी तुमच्यासोबत येणार हं! मला न घेता जायचं नाही...'

ज्या घटकेकडे गजाबापा सकाळपासून डोळे लावून बसले होते, ती संध्याकाळ शेवटी येऊन ठेपली. शंकरचा मुलगा शाळेतून आल्या आल्या गजाबापा त्याला घेऊन बस स्टँडवर पोहोचले. घरातून निघेपर्यंत किमान सातव्यांदा तरी म्हणाले असतील, ''सूनबाई, जानकीच्या बाळासाठी माळ्यावरून पाळणा काढायला विसरू नकोस बरं का, पाळण्यात निजणारं लहानगं पोर आहे ते!''

धुळीचे लोट उठवत बस आली. गजाबापा रस्त्यावरच एका पडक्या ओट्यावर बसले होते. घाईगडबडीनं खाली उडी टाकून चालताना दोनदा धोतर पायात अडकलं.

''बापा, जपून.'' एक दोघं ओरडलेदेखील!

एकामागून एक उतारू बसमधून उतरू लागले. सगळी बस रिकामी झाली. गजाबापांच्या छातीत धडकी भरली. आजही गौतम का आला नसावा या विचारानं पोटात खड्डा पडला. बसमधून उतरलेल्या कोण्या परिचिताला त्यांनी विचारलं,

''अहमदाबादच्या स्टँडवर किंवा अधे मधे कुठे तुम्ही गौतमला पाहिलंत?''

मनातल्या मनात त्यांना कुठेतरी शंका वाटत होती, देव न करो, पण बस खच्चून भरलेली असेल तर? जानकीला, तान्ह्या पोराला घेऊन यायचं, बसायला जागा मिळाली नसेल तर बस सोडून दिली असेल. गौतम एकटाच असता तर उभ्यानं आला असता, पण बरोबर जानकी; शिवाय तान्हं पोर...

...पण अहमदाबादहून येणाऱ्या प्रवाशांनी जे सांगितलं, त्यावरून सगळ्या शंका-कुशंका मुळातूनच खोडल्या गेल्या. अहमदाबादहून बस निघाली तेव्हा अहमदाबादच्या स्टँडवर गौतम कोणाच्याही नजरेला पडला नव्हता.

त्या रात्री गजाबापांना झोप कशी ती लागली नाही. जरा कुठे डोळा लागायचा की लगेच धसक्यानं जाग यायची. एरवीसुद्धा अलीकडे त्यांची झोप कमीच झाली

होती; पण ही रात्र फारच बेचैनीत गेली. भल्या पहाटे अहमदाबादहून येणारी आणखी एक बस होती, पण ती रात्री निघणारी! जानकीला अन् बाळाला घेऊन गौतम रात्रभराचा प्रवास करेल हे जवळजवळ अशक्यच! रात्रीची वेळ, न जाणो बस मधेच कुठे अडकली तर नसती अडचण! रात्रीच्या बसनं गौतम निघाला नसेल तर बरंच म्हणायचं.

हे सगळं पटत असूनसुद्धा न राहवून गजाबापा सकाळी बस स्टँडवर एक फेरी मारून आलेच.

शुक्रवारी संध्याकाळच्या बसनं गौतमच्या येण्याचं कोणतंच चिन्ह दिसलं नाही, तेव्हा मात्र गजाबापा खरेखुरे धास्तावले. अनेक शंका-कुशंकांनी त्यांना घेरलं. असं होईलच कसं? का जानकीला बरं नसेल? तिच्या सासरी काही अडचण? पण, जानकी येऊ शकली नाही तरी गौतमनं एकट्यानं तरी परत यायला हवं. गौतम परत न आल्यामुळे गजाबापांच्या जिवाला घोर लागून राहिला.

शुक्रवारची रात्र कशीबशी सरली. शनिवारी सकाळी सूनबाईनं दिलेल्या चहाच्या कपातून निघणाऱ्या वाफेकडे उतरल्या चेहऱ्यानं पाहत गजाबापा बसून होते, तोच देवडीच्या दारातून आपल्या नावाचा झालेला पुकारा त्यांनी ऐकला. पुढ्यातला कप ढकलून ते तडक देवडीपाशी पोहोचले. बाहेर तिलकचंद शेठ उभे होते. तिलकचंद शेठ म्हणजे गावातली प्रतिष्ठित असामी! एका हातात छोटी बॅग आणि दुसऱ्या हाती कापडी पिशवी घेऊन तिलकचंद उभे होते. चेहऱ्यावर रात्रभराच्या प्रवासाचा थकवा दिसत होता. गजाबापांना नवल वाटलं.

"तिलकचंद शेठ? तुम्ही इथं?"

"बापा, हा आत्ताच अहमदाबादनं येतोय. रात्री अहमदाबादच्या स्टँडवर तुमची जानकी न् तिचा नवरा दोघं दिसले."

"म्हणता काय शेठ? जानकी खुशाल आहे ना? अन् गौतम का आला नाही, काही कळलं का? बोलणं निघालं का काही?" गजाबापांनी अधीर होऊन विचारलं.

"गजाबापा, जानकी गेले तीन दिवस गौतमची वाट बघत्येय. तीन दिवस उलटले, अजून गौतम आला नाही म्हणून, तुमच्यापर्यंत निरोप पोहोचावा एवढ्यासाठी ती बस स्टँडवर आली होती. कोणीतरी भेटेल इकडे येणारं म्हणून पाहत होती. मला पाहून तिला खूप बरं वाटलं. म्हणाली, 'काका, बापांच्या घरी जाऊन एवढा निरोप द्याल का? म्हणावं, गौतम आला कसा नाही अजून? तिकडे सगळं ठीक आहे ना?' काळजी करत होती बिचारी!"

"गौतम... गौतम अहमदाबादला पोहोचलाच नाही? अरे, असं कसं?"

गजाबापांना धस्स झालं. "तो सोमवारीच निघालाय इथून. आज शनिवार, बुधवारी नाही तर उशिरात उशिरा गुरुवारी नक्की परत येणार होता."

“ते आता मला काय ठाऊक, बापा!” तिलकचंद शेठ म्हणाले. “जानकीनं मला सांगितलं, ते मी तुम्हाला सांगितलं. गौतम अहमदाबादला गेला नाहीये, एवढं खरं!”

“पण... मग... तो गेला कुठे?” पार ढेपाळलेल्या गजाबापांनी चिरक्या आवाजात विचारलं.

“धीर सोडू नका बापा! पोरगा तरुण आहे. एखाद दुसरा दिवस मित्रासोबत राहिला असेल इकडे तिकडे कुठेतरी.” तिलकचंद शेठ समजूत घालू लागले.

“अहो, असं कसं होईल? जानकीला आणायला गेला होता तो. दुसरीकडे जाईलच कसा? तिलकचंद शेठ माझा गौतम कुठेतरी निघून जाईल? पण कुठे जाईल? अन् तेही मला न सांगता?”

एव्हाना शंकरची बायको आणि दोन चार शेजारी-पाजारी देवडीपाशी जमले होते. तिलकचंद शेठनी आणलेल्या बातमीनं मोठाच प्रश्न उपस्थित केला होता. उत्तर कोणापाशीच नव्हतं. तिथून तेवढ्यात गौतमला सगळे ओळखत होते. चांगला धडधाकट तरुण पोरगा. निघाला तेव्हा ठाकठीक होता. स्वत: गजाबापांनी त्याला बसमध्ये बसवून दिलं होतं. जानकीकडेच जायचं ठरलं होतं...मग गेला कुठं?

पाहता पाहता अर्ध्या अधिक गावात गौतम गायब झाल्याची बातमी पसरली. गजाबापांच्या दाराशी लहानसं टोळकं जमा झालं. कोणी अति उत्साही लोक, गौतम ज्या बसनं निघाला होता त्या बसच्या ड्रायव्हर- कंडक्टरला शोधून काढून त्यांच्याकडे चौकशी करून आले. अहमदाबादची बस पकडण्यासाठी अर्ध्या वाटेतल्या गावी बस बदलायला गौतम उतरला होता, एवढी माहिती मिळाली. त्यानंतर गौतम कुठे गेला असावा, त्याचं काय झालं असावं त्याबद्दल जो तो आपापला तर्क लढवू लागला.

पाच दिवसांपूर्वी अहमदाबादला जायला निघालेला गौतम अजून परतला नाही, एवढंच नव्हे; तर तो अहमदाबादला गेलाच नाही ही बातमी भगीरथाला कळता क्षणी त्याचा चेहरा पांढराफटक पडला. गेल्याच आठवड्यात झालेल्या गुजगोष्टींची आठवण ताजी झाली. शेवटी गौतमनं आपलं म्हणणं खरं केलं होतं. भगीरथ विचारात गढून गेला. गौतमबद्दल लोक नाही नाही त्या शंका काढतील. सत्य काय ते एक भगीरथच जाणत होता, पण ते सत्य प्रकट करणार कसं?

भगीरथ गजाबापांच्या घरी पोहोचला. ओट्यावर काही जण बसले होते. सगळ्यांच्या चेहऱ्यावर काळजी पसरली होती. ते एकमेकांत कुजबुजत होते. अंगणात आतल्या बाजूला गजाबापा गुडघ्यात डोकं खुपसून बसले होते. आपण कुणाशी बोलावं, काय बोलावं त्याला उमजेना! सगळीकडे भयाण शांतता पसरली होती. भगीरथ मुकाट्यानं दाराशीच थांबला.

गुडघ्यात डोकं खुपसून बसलेले गजाबापा एकाएकी मोठ्यानं रडू लागले.

त्यांचा आक्रोश चहूकडे पसरला. ओटय़ावरचे लोक आत धावले. गजाबापा डोकं आपटून घेत होते.

"गौतम, गौतम रे...! पोरा! कुठल्या जन्मीचं पाप भोगायचंय म्हणून हा दिवस बघतोय मी? हे बघायला जिवंत तरी का राहिलो?" गजाबापांनी गळा काढला. "शंकऱ्या गेला अर्ध्यातून... मला ठेवलं मागे... आता हा गौतम्या! अरे लेकरा... अरे कुठे शोधू तुला रे?"

"धीर धरा गजाबापा! नका असा धीर सोडू!" गजाबापाजवळ बसून त्यांचा हात हातात घेऊन कोणीतरी म्हटलं. "कुठं नाही जात गौतम. येईल एक-दोन दिवसांत."

"यायचं असतं तर गेलाच कशाला असता रे? फुटक्या नशिबाचे भोग माझ्या... जन्मभर भोगतोय... तिरडीवरच संपायचे..." बोलता बोलता गजाबापा हुंदके देऊन रडू लागले.

भगीरथानं पाहिलं- कपाळापर्यंत पदर ओढून शंकरची बायको ओसरीपाशी येऊन उभी होती. भगीरथ तिच्याकडे पाहत राहिला. डबडबलेले डोळे. घट्ट आवळून घेतलेले ओठ. रडू बाहेर फुटू नये म्हणून ती आटोकाट प्रयत्न करत होती. तिची दोघं अजाण पोरं तिला बिलगून उभी होती. आपले हात तिनं दोघांच्या डोक्यावर ठेवले होते. मागच्या भिंतीवर शंकरची तसबीर लटकत होती. तसबिरीवरच्या हाराची फुलं सुकून गेली होती. भगीरथाच्या मनात आलं- खरं काय ते गजाबापांना सांगून टाकावं.

पण 'खरं काय ते' म्हणजे काय सांगायचं?

'खरं काय ते' आपल्याला कळलं होतं तरी आपण त्याला थांबवू शकलो नाही ना? मग... गजाबापांच्या, विशेषत: शंकरच्या बायका-पोरांच्या दु:खाला अप्रत्यक्षपणे आपणही जबाबदार आहोत, असं त्याला वाटू लागलं. इतक्या सगळ्यांच्यासमोर हा अपराध कबूल करायचा कसा? जमेल आपल्याला?

गौतम घर सोडून निघून गेला होता. इथं, घरी राहून त्याला जे समजलं नव्हतं ते समजून घेण्यासाठी त्यानं एक वेगळीच वाट धरली होती. अनोळखी वाटेनं जाण्याचं त्यानं ठरवलं होतं. गौतमशी झालेल्या संभाषणाचा शब्द न् शब्द त्याला आठवू लागला. गौतम म्हणाला होता, 'सिद्धार्थनंही असाच गृहत्याग केला होता, कोण्या परमसत्याच्या प्राप्तीसाठी!... आणि त्यानंतरच सिद्धार्थ तथागत बुद्ध झाले होते.'

शोक करणाऱ्या गजाबापांच्या चेहऱ्याकडे भगीरथ बघत राहिला. राजकुमार सिद्धार्थाच्या गृहत्यागाची बातमी मिळाल्यावर पिता शुद्धोदनानं असाच शोक केला असेल! भगीरथाच्या मनात एकामागून एक प्रश्न येऊ लागले. गजाबापांच्या चेहऱ्यात तो शुद्धोदन शोधू लागला. त्याला वाटलं, याच चेहऱ्यात कदाचित आपले वडीलही

दिसले असते. शुद्धोदनाची अशी असहाय अवस्था करून सोडणाऱ्या सिद्धार्थापेक्षा आपण कणभर सरस आहोत असंही त्याला वाटू लागलं. आपण निदान आपल्या वडिलांना असा शोक तरी करायला लावलं नाही. अशा दुःखाची किंमत देऊन नंतर प्राप्त होणाऱ्या बुद्धत्वाबद्दल त्याच्या मनात आज प्रथमच शंका निर्माण झाली.

त्यानं पाठ फिरवली.

विमानातून गीतायज्ञ करून सारं अवकाश पवित्र करून सोडण्याचा गोपालस्वामींचा विचारच इतका खळबळजनक होता, की दुसऱ्या दिवशी संध्याकाळी आश्रमातून निघेपर्यंत सगळ्यांच्या तोंडी या कार्यक्रमाचीच चर्चा होती. विश्वकल्याण आता असं अगदी हाताशीच आल्यागत होतं; विशेषतः दामाशेठ, मोहक मेहता आणि त्र्यंबकभाईसारख्यांनी आयोजनाची सगळी जबाबदारी आपल्या शिरावर घेतल्यामुळे तर कोणालाही कसलीही शंका उरली नव्हती. समस्त मानवजातीचा होऊ घातलेला महाविनाश आता टळल्यात जमा होता. गेली शेकडो वर्षे मोठमोठ्या संतमहात्म्यांना जे सुचलंही नव्हतं ते ज्ञान गोपालस्वामींना प्राप्त झालं होतं. आश्रमातला तो प्रचंड जनसमुदाय गोपालस्वामींबद्दलच्या अपार कौतुकानं भारला गेला.

गौतमला मात्र घोर निराशेनं घेरलं होतं. अजूनपर्यंत त्याची गोपालस्वामींशी भेट होऊ शकली नव्हती आणि आता त्यांना भेटायची गौतमची इच्छाच मरून गेली होती. गोपालस्वामींची जी प्रतिमा उरात बाळगून तो येथवर आला होता, त्या प्रतिमेवर जणू कुणीतरी बोळा फिरवला होता. मनातला जो क्षोभ शमवण्यासाठी त्यानं इथे पाऊल ठेवलं होतं, तो क्षोभ शमवण्याची क्षमताच या आश्रमातल्या हवेत नाही याची त्याला प्रचिती येऊन चुकली होती. त्याच्या मनात विषाद दाटून आला. त्यागाची समजून जी वाट धरली होती ती भलतीच निघाली, असं त्याला वाटू लागलं. आता अधिक काळ इथे राहण्यात काहीच अर्थ नव्हता; परंतु इथे राहायचं नाही तर मग जायचं कुठे? घरून निघताना पोहोचायचं कुठे हे निश्चित होतं. तेच आपलं गंतव्यस्थान असल्याची खात्री होती; परंतु तो भ्रम ठरला. आता नव्यानं जायचं कुठे? गौतमला कळत नव्हतं.

आश्रम जवळजवळ ओस पडला. ज्या विशाल दालनाच्या एका कोपऱ्यात गौतम राहिला होता त्याच दालनात समोरच्या कोपऱ्यात काही साधूंचा एक गट राहत होता. आपापलं चंबूगवाळं उचलून ते साधू परतण्याच्या तयारीला लागले होते. ते गेल्यावर जेमतेम पाच-सात माणसं उरली असती. तीसुद्धा आणखी किती दिवस राहिली असती कोण जाणे!

"बेटे, जय सीयाराम!" पलीकडून बाहेर पडणाऱ्या साधूंपैकी एका प्रौढशा साधूनं अचानकच गौतमपाशी येत म्हटलं.

"वंदन करतो महाराज!" गौतमनं हात जोडून मस्तक नमवलं.

"अकेले ही हो बेटे?" त्या साधूनं विचारलं.

"जी, एकटाच म्हणायचा."

"अपने अड्डे पर वापस कब लौटोगे?" साधूनं चौकशी सुरू ठेवली.

"अजून काहीच ठरवलं नाही महाराज." या प्रश्नाचं काय उत्तर द्यावं ते त्याला कळेना.

"कौनसा गुरू है? कौनसा अड्डा है बेटे?"

हा प्रश्न गौतमला अगदीच अनपेक्षित होता. या प्रश्नासाठी त्याच्यापाशी उत्तर तयार नव्हतं. तो गप्प राहिला.

"समझ गया!" साधू समंजस होता. "अब तक तूने कोई गुरू नहीं किया... कोई अड्डा अपना नहीं बनाया..."

"खरं आहे महाराज!" गौतमनं कबुली दिली.

"मग आमच्याबरोबरच चल की! हृषीकेशच्या स्वामी रामानंदजींचे आम्ही शिष्य आहोत. रामानंदजी मोठे सिद्धपुरुष आहेत. त्यांच्या आखाड्याला तुला दीक्षा देववतो. तुझं कल्याण होईल बेटा!"

गौतम पाहत राहिला. तो कुठे कल्याणाच्या शोधात निघाला होता? जे शोधायला गौतम निघाला होता ते रामानंदजींच्या आखाड्यात सापडणार होतं का?

"संदेह मत कर!" साधूनं गौतमच्या खांद्यावर हात ठेवला. "माझं नाव स्वामी धर्मानंद. रामानंदजींचा वरदहस्त तुझ्या शिरावर पडला तर तू धन्य होशील. माझ्यासोबत असलेल्या या सगळ्या शिष्यांनाही दीक्षा द्यायचीच आहे. त्यांच्याबरोबर रामानंदजी तुलाही दीक्षा देतील. श्रीराम तुझं कल्याण करेल."

गौतमला वाटलं, धर्मानंदजी म्हणतात तसं करायला काय हरकत आहे? नाही तरी जायचं कुठे हा प्रश्नच आहे. धर्मानंदजींनी खात्री दिली आहे तसं समजा नाही झालं; रामानंदजींकडून आपल्याला कल्याणकारी मार्ग नाहीच सापडला तरी त्यात आपलं काय जातंय? करायला दुसरं उरलंय तरी काय? गोपालस्वामींची प्रतिमा डागाळली गेली आहे. घरी परतण्याचा मार्गही बंद झाला आहे. धर्मानंदजींचं निमंत्रण स्वीकारणं एवढा एकच पर्याय आपल्यापुढे आहे. कोणी सांगावं, ईश्वरदत्त निमंत्रण रामानंदजींच्या रूपानं आपल्या समोर साकारलं असेल...

गौतमनं धर्मानंदजींचं निमंत्रण तत्काळ स्वीकारलं.

हृषीकेशमध्ये आयुष्यातलं पहिलंच गंगास्नान करताना गौतमला अत्यानंद होत होता. गंगेच्या खळाळत्या प्रवाहात त्यानं भक्तिभावानं कितीतरी डुबक्या मारल्या.

रामानंदजींचा आखाडा भागीरथीच्या पात्रालगत एका टेकडीवर विशाल जागी पसरलेला होता. त्यात जुन्या ढंगाच्या लहानमोठ्या तीन-चार इमारती होत्या. एक मंदिर. मंदिरासमोर खूप मोठा चौक. इमारतींमध्ये स्वयंपाकघर, देवघर असं काही काही. बऱ्याचशा खोल्या... प्रवाशांना उतरण्यासाठी. धर्मानंदजींबरोबरचे बरेचसे साधू तिथे पहिल्यांदाच आले होते. रोज अनेक श्रद्धाळू यात्रेकरू इथे येत. स्वामी रामानंदजी प्रत्येक साधूची जातीनं विचारपूस करत. रामानंदजींना प्रत्यक्ष भेटायची, त्यांच्याशी बोलायची सर्वांना मुभा होती. चौकातल्या व्याख्यान-पीठावर स्वामीजींचं सकाळ-संध्याकाळ प्रवचन होई. त्या वेळी ते सर्वांमध्ये खुलेपणानं मिसळत. गौतमला ते फार आवडलं. रामानंदजींच्या बोलण्यात कुठल्याही प्रकारचा दंभ दिसत नसे. प्रत्येकाबद्दलची त्यांची आपुलकी, आत्मीयता नजरेत भरत असे. धर्मानंदजींनी गौतमचा परिचय करून दिला तेव्हा रामानंदजींनी म्हटलं होतं- ''गौतम, धर्मानंदजी तुझं खूप कौतुक करत होते. प्रभू श्रीरामाची तुझ्यावर निश्चितच कृपा होईल बेटा! धीर धर. श्रद्धा ही फार मोठी गोष्ट आहे. परमेश्वर कुणालाच असहाय होऊ देत नाही. तुझ्या मनातल्या सगळ्या अडचणी, सगळे प्रश्न प्रभूचरणी रुजू करून टाक. इथून पुढे तुझ्या समस्या त्या आश्रमाच्या समस्या, असं समज. वेळ आली की प्रभूच त्या सोडवतील. श्रीराम तुझे कल्याण करो!''

आपल्या कानांवर अमृतधारांचं सिंचन होत आहे असं गौतमला वाटलं. रामानंदजींनी गौतमच्या मस्तकावर हात ठेवला. गौतमला धन्य धन्य झालं.

काळ वेगानं सरत होता.

गौतमच्या मनात दररोज नवनवीन शंका निर्माण होत होत्या. रोज नवे प्रश्न मनात उत्पन्न होत होते. ते सर्व तो रामनंदजींपुढे व्यक्त करत होता. अजिबात विचलित न होता रामानंदजी त्याच्या शंकांचं निवारण करत. 'सगळी ईश्वराची माया आहे,' हे शब्द नकळत्या वयातल्या गौतमच्या कानांवर कित्येक वर्षांपूर्वी अगणित वेळा आदळले होते. कळता झाल्यावरही त्यानं हे शब्द अनेकदा ऐकले होते; परंतु ही ईश्वरी माया जाणून घेण्यात त्याला कधीच यश आलं नव्हतं. उलट, त्या 'ईश्वरी माये'बद्दल एक प्रकारची अश्रद्धा, एक प्रकारची अढी त्याच्या मनात निर्माण झाली होती. म्हणूनच तो सगळ्याचं उत्तर शोधायला निघाला होता. आता रामानंदजींद्वारे आपल्याला ही जाण होईल, अशी आशा दिवसेंदिवस त्याच्या मनात बळावत होती. गौतमची ही धडपड धर्मानंदजी मोठ्या कुतूहलानं बघत होते.

रोज दोन-चार नव्या तरुण साधूंचं आश्रमात आगमन होत होतं. हे साधू विशेष असं काहीच करत नसत. धर्मानंदजी त्या सगळ्यांची व्यवस्था बघत. आश्रमातली लहानमोठी कामं त्यांना वाटून दिली जात. क्वचित कधी एखाद्या साधूची दुसऱ्याशी तिखट शब्दांत वादावादी होत असे; पण धर्मानंदजी शांतपणे हे प्रकरण मिटवून

टाकत. एकदा मात्र गौतमला अशा एका भांडणाचं फारच नवल वाटलं. दौघांपैकी कोणाची कफनी दांडीवर वाळत घालायची यावरून एकाच खोलीत राहणारे दोन साधू एकमेकांशी भांडत होते. दांडीवर असलेली एकाची कफनी दुसऱ्यानं सरकवून दिली होती- स्वत:ची ओली कफनी वाळत घालण्यासाठी. बस्स. एवढंच. - एवढ्यावरून दोघांची जुंपली होती. गोष्ट अगदी हाणामारीपर्यंत पोहोचली होती. दोघं भांडत होते आणि इतर दहा-वीस साधू घोळक्यानं उभे राहून बघत होते. स्वामी रामानंदजी अद्याप आपल्या कुटीबाहेर आले नव्हते. इकडे भाविक यात्रेकरू दर्शनासाठी गर्दी करत होते आणि तिकडे भांडण ऐन भरात आलं होतं. आता प्रश्न दांडीचा नव्हता की कफनी वाळवण्याचाही नव्हता. प्रश्न होता हक्काचा. अहंकाराचा. तेवढ्यात धर्मानंदजी लगबगीनं तिथे जाऊन पोहोचले. भांडणाऱ्या दोघांना त्यांनी शांत केलं. दोघांसाठी त्यांनी वेगवेगळ्या दांडीची सोय करून दिली आणि भांडण सोडवलं.

ही संपूर्ण घटना घडताना गौतम तिथं हजर होता. जे घडलं ते त्यानं जवळून पाहिलं होतं. भांडण मिटलं, घटना घडून गेली; परंतु त्या घटनेनं गौतमच्या मनात उठलेले विचार-तरंग मात्र किती काळ मागे रेंगाळले होते!

संसाराचा त्याग करून संन्यास घेण्यासाठी आलेल्या किंवा कित्येक वर्षांपासून संन्यासी असलेल्या या भगवी वस्त्रं धारण करणाऱ्यांपुढे दररोज किती भाविक नतमस्तक होत होते त्याचाही गौतम साक्षी होता. साधूंच्या वस्त्रांचा भगवा रंग म्हणजे त्यागाचा रंग या श्रद्धेनं, स्वत:चं छोटेपण स्वीकारत, लोक त्या साधूंपुढे नतमस्तक होऊन उभे राहत. त्या वेळी ते महान त्यागी पुरुष उजवा हात उंचावून त्यांना मोठ्या गौरवानं आशीर्वाद देत. घटकाभरापूर्वी कफनी वाळत घालण्यावरून हाणामारी करायला निघालेले दोघंही असलेच 'संन्यासी' होते. गौतम बेचैन झाला. त्याच्या अंत:करणात प्रचंड क्षोभ निर्माण झाला. दांडीवर कपडा वाळत घालण्यासारखी किरकोळ बाब सोडून न देऊ शकणाऱ्या, असल्या क्षुद्र मुद्याला आपल्या प्रतिष्ठेचा आणि अधिकाराचा प्रश्न बनवणाऱ्या लोकांना या तपोभूमीचाच हिस्सा मानायचा ही गोष्ट गौतमच्या मनाला बोचत होती, त्रासदायक वाटत होती. धर्मानंदजींनी त्या दोघांना आश्रमाबाहेर का काढलं नाही? अशा क्षुद्र माणसांना रामानंदजींनी काय म्हणून आपल्यात सामावून घ्यावं? का राहू द्यावं इथे?

ऋतुचक्र आपल्या गतीनं चालत होतं; परंतु गौतमच्या अंतरंगात फिरणाऱ्या चक्राला खूपच जास्त वेग आला होता. रामानंदजींची व्याख्यानं तो रोज ऐकत होता. नव्यानं दीक्षा घेणाऱ्या साधूंना व्याख्यानाच्या शेवटी ते कोणत्या ना कोणत्या मंत्राचा उपदेश करत. संसार आणि संन्यास दोन्हीतील सार-असार प्रभावीपणे विशद करून सांगत. एकाग्रचित्त होऊन स्वामीजींचे भाषण ऐकत असल्याचं भासवणाऱ्या त्या

साधूंकडे गौतम डोळे फाडून पाहत राही. कोणाच्याच चेहऱ्यावर कसलेच भाव उमटत नाहीत, हे कसं? त्यांचे चेहरे इतके कसे निर्विकार? रामानंदजींचं बोलणे गंभीर असू दे, हलकंफुलकं सौम्य असू दे, दर वेळी यांच्या चेहऱ्यावर तोच तो एकच भाव का असतो? इतर साधूंप्रमाणे गौतमही रामानंदजींचं व्याख्यान रोज ऐकत होता, पण त्याला चैन पडत नव्हतं. रामानंदजी सांगत त्यातलं बरंचसं त्यानं आधी वाचलेलं, ऐकलेलं होतं. त्यावर त्यानं थोडाफार विचार केला होता. रामानंदजी लोकांपुढे जे प्रश्न मांडत तेच प्रश्न मनात घेऊन तो येथवर आला होता; पण त्या प्रश्नांची उत्तरं मात्र अजून कुठेतरी दूरवरच होती. केवळ आपल्या स्वत:च्या व्यथा उगाळत बसायला तो येथपर्यंत आला नव्हता. गजाबापा, भाभी, ती दोन पोरं... त्या साऱ्यांच्या चेहऱ्यावरच्या व्यथा-वेदना तो आपल्यासोबत घेऊन आला होता. सगळ्या प्रश्नांवर तोडगा दाखवणारी वाट मात्र अजून कुठेच नजरेस पडत नव्हती.

आश्रमात रोजच्या रोज लोटणाऱ्या भाविकांच्या लोंढ्यापासून गौतम स्वत:ला दूर ठेवण्याचा प्रयत्न करत असे. त्याउलट, इतर साधू यात्रेकरूंचं आपल्याकडे लक्ष जावं यासाठी हरतऱ्हेचे प्रयत्न करत. आश्रमाच्या मोकळ्या जागेतल्या उंच ओट्यांवर ते आपली आसनं राखून ठेवत. त्या वेळी गौतम गंगेच्या प्रवाहाकडे पाहत किंवा एखाद्या सांदीकोपऱ्यात काहीतरी वाचत बसून राही. स्वत:भोवती असं कवच निर्माण करण्यामागे एक विशेष कारण होतं. आश्रमात येणाऱ्या भाविकांच्या लेखी भगवी वस्त्रं धारण करणारा प्रत्येक जण संत महात्मा होता. प्रपंचातून मुक्त झालेला संन्यासी होता. अशा श्रद्धेनं लोक त्या साधूंना काहीतरी देऊ करत. पैसे, कपडे, फळं, इतर भेटी असं काही ना काही त्यांच्यापुढे ठेवत. देणाऱ्याकडे वस्तू मोजक्याच असत; त्यामुळे मुख्य मार्गावर लक्ष वेधून घेणाऱ्या जागी बसलेल्या साधूंना भेटी मिळत आणि दूरवर आड जागी बसणाऱ्यांना फारशी प्राप्ती होत नसे. त्यामुळे मोक्याची जागा अडवण्यासाठी त्या साधूंमध्ये कडवी हमरीतुमरी होत असे.

क्वचित कधी एखादा यात्रेकरू गौतमजवळ येऊन, मस्तक नमवून काही अर्पण करी त्या वेळी इतरांप्रमाणे अगदी सहजतेने गौतमचा हात आशीर्वाद देण्यासाठी हवेत उंचावला जात नसे. जणू उजवा हात उचलायलाच त्याला फार मोठे कष्ट होत असावेत! असं करणं त्याला अगदी लाजिरवाणं वाटत असे.

अशा अव्यक्त अस्वस्थतेत काळ कंठत असताना एके दिवशी घडलेल्या घटनेनं गौतम आणखीच विचारात पडला. म्हटलं तर गोष्ट अगदी किरकोळ होती. सकाळी दहाचा सुमार असेल. आश्रमाच्या प्रांगणात एक टेम्पो आला. सुखवस्तू दिसणारी पुष्ट शरीराची एक मध्यमवयीन महिला इतर दोघा तिघांसह टेम्पोतून उतरली. ध्यानस्थ असल्यासारखी मुद्रा करून आपापल्या आसनावर बसलेल्या कित्येक साधूंचे डोळे चमकलेले गौतमनं पाहिले. ती स्त्री धर्मानंदजींना म्हणाली,

''स्वामीजी, गुलाबजाम, मालपुवे, पुऱ्या, कचोऱ्या असं भोजन बांधून आणलेली पाकिटं आहेत टेम्पोत. सगळे पदार्थ स्वच्छ, चांगलीचुंगली सामग्री वापरून, स्वयंपाक्याकडून करवून घेतलेले आहेत. तुम्ही मदत केलीत तर आसपासच्या सगळ्या साधू- संतांना आजच्या आज हे अन्न पोहोचवता येईल. एवढी कृपा करा. मला फारशी माहिती नाही त्यामुळे गंगाकाठच्या सगळ्यांना भोजन कुठे, कसं पोहोचतं करायचं ते सांगायला तुम्ही एखादा माहीतगार साधू आमच्यासोबत द्याल तर मोठे उपकार होतील.''

धर्मानंदजींनी सगळ्यात आधी, आश्रमातल्या सगळ्यांना एकाच वेळी दोन दोन पुडकी मिळतील अशी सोय करून ठेवली. आश्रमातल्या स्वयंपाकघरातील स्वयंपाकाची तयारी बंद करून टाकली. प्रत्येकाला दोन पुडकी देण्यामागचं कारण गौतमच्या लक्षात येईना. एकेक पाकीटच एवढं मोठं होतं, की तेवढ्यावर सहज भागलं असतं. मोठ्या खुशीत दोन हातात दोन पाकिटं घेऊन चाललेल्या एका साधूकडून त्याच्या मनातल्या प्रश्नाला आपोआपच उत्तर मिळालं. ''काही म्हणा, धर्मानंदजी भलतेच हुशार हं! आश्रमाच्या संध्याकाळच्या जेवणाचा खर्च वाचला! अन् साधूंना दोन्ही वेळेला मालपुआ न मिठाई...मेजवानीच मिळाली!

लक्ष्मण झुल्याच्या आणि स्वर्गाश्रमाच्या आजूबाजूच्या कुटींमध्ये पुष्कळ साधू राहत होते. त्या सगळ्यांना भोजन पोहोचवण्यासाठी त्या स्त्रीला मदत करायचं काम धर्मानंदजींनी गौतमवर सोपवलं. गौतम त्यांच्यासोबत गेला. लक्ष्मणझुला ओलांडून स्वर्गाश्रमाच्या भागात पोहोचेपर्यंत जेवणाची वेळ झाली होती. ओळीनं असणाऱ्या कुटींमध्ये राहणाऱ्या, आसपास मोकळ्यावर राहणाऱ्या सगळ्या साधूंना त्या भाविक स्त्रीनं गौतमच्या मदतीनं पाकिटं द्यायला सुरुवात केली. ती स्त्री प्रत्येकापाशी जाई, मस्तक नमवून प्रणाम करून एकेक पाकीट प्रत्येकाच्या पुढे करी. गौतमनं पाहिलं, आपल्या आश्रमातल्या साधूंच्या डोळ्यांत दिसली तशीच चमक भोजनाचं पाकीट घेणाऱ्या प्रत्येक साधूच्या डोळ्यात दिसत होती. त्याला वाटलं, ही सगळी माणसं खरंच का आपल्याप्रमाणे कसल्या ना कसल्या प्रश्नाचं उत्तर शोधायला, मनातला गोंधळ दूर करून घ्यायला आपापलं घरदार सोडून आली असतील? काय असतील त्यांचे प्रश्न? काय असतील त्यांच्या अडचणी?... आणि ते जे कोणते प्रश्न त्यांना पडले असतील त्यांची उत्तरं अशा प्रकारे भोजनाची प्रतीक्षा करत इथे बसून सापडतील?

मध्यान्हीचा सूर्य आकाशात तळपत होता. उन्हाचा कहर वाढला होता. ती धार्मिक, श्रद्धाळू बाई घामानं थबथबली होती. आपल्या परलोकीच्या प्रवासाची पुण्यशिदोरी बांधण्यासाठी गौतमच्या मदतीनं मोठ्या उत्साहानं झटत होती. तिच्या सोबतची नोकरमाणसं टेम्पोमधून एकामागून एक अन्नाची टोपली काढत होती.

एव्हाना तिकडचे साधू आपापली जागा सोडून त्यांच्यामागे गोळा झाले होते. एकही साधू भोजनाविना राहू नये यासाठी ती स्त्री जातीनं लक्ष घालत होती.

दोन-तीन तास सतत उभं राहून, परिश्रम करून थकून गेल्याचं त्या स्त्रीच्या चेहऱ्यावर स्पष्ट दिसून येत होतं. ती स्त्री गोंधळून गेली होती.

''मैया! तपोभूमी आहे ही! एक तप सोडलं तर बाकी सगळं कितीही असलं तरी कमीच पडणार! अजिबात संकोच करू नका तुम्ही! समोरच्या टेकडीपर्यंत जाऊ, तेथवर जेवढं पोहोचेल तेवढं पोहोचेल. त्यानंतर तुम्ही खुशाल परत फिरा.'' त्यांची काळजी ओळखून गौतमनं व्यवहारी सल्ला दिला.

तसं केल्याविना दुसरा पर्यायच नव्हता. होती तेवढी पाकिटं टोपल्यांत भरून गौतम त्या स्त्रीबरोबर टेकडीजवळच्या एका झोपडीवजा छपरीपाशी गेला. चार-पाच फूट रुंद आणि सात-आठ फूट लांब असेल नसेल, जमिनीवर गवत अंथरलेलं, त्यावर उजव्या हाताची उशी करून एक साधू निजला होता. त्याचं नेमकं वय सांगता येणं कठीण होतं. कुटीच्या दाराला आडोसा म्हणून बांधलेला तरटाचा तुकडा बाजूला करून त्या स्त्रीनं आपल्याजवळचं अन्नाचं पाकीट साधूच्या पायाशी ठेवून साधूला प्रणाम केला.

''यह क्या लाई मैया?'' चेहऱ्यावरची रेषाही न हलवता त्यानं गंभीर आवाजात विचारलं.

''भोजन है महाराज, आशीर्वाद दीजिए!'' तिनं नम्रपणे म्हटलं.

''आशीर्वाद गंगामैयाका लिजिए! और भोजन तो मैंने कर लिया!'' अर्ध्या मिटल्या डोळ्यांनी साधू म्हणाला.

''कोई बात नहीं महाराज,'' स्त्रीनं अधिकच नम्रपणे म्हटलं. ''यह भोजनसामग्री खराब होनेवाली नहीं है! रख लिजिए, शाम के वक्त काम आएगी!''

साधूच्या चेहऱ्यावर एकाएकी विचित्र चमक प्रकटली. उजव्या हाताचं उसं त्यानं जरासं उंच केलं. त्याचा चेहरा किंचितसा दिसू लागला. त्याच्या ओठांवर अनोखं स्मित झळकलं.

''अगर शाम की फिकर करनी थी तो फिर यहाँ क्यों आता मैया? यह वापस ले जाइए! किसी और को दे दीजिए!''

एखादं दृश्य आयुष्यात पहिल्यांदाच पाहिल्यावर व्हावं तसा गौतम अगदी थक्क होऊन पाहत राहिला.

या काळात गौतमला आपल्या घराची, कुटुंबाची, आपल्या माणसांची आठवण येतच नव्हती असं नाही. त्यांच्या आठवणीनं अधूनमधून त्याच्या हृदयात एक बारीकशी कळ उठत होती. एवढंच नव्हे तर आपण उगाच शून्यातून काहीतरी शोधायचा व्यर्थ खटाटोप करत तर नाही ना, असा विचारही त्याच्या मनात डोकावून जात होता. आपण अंधारात उडी घेतली आहे याबद्दल त्याच्या मनात संदेह नव्हता. जो प्रश्न त्याला सतत छळत होता, त्या प्रश्नाचं निराकरण होईलच अशी मुळात त्याला खात्री नव्हती, परंतु घरात बसून राहून त्यावर समाधानकारक इलाज निश्चितच सापडला नसता असंही त्याला वाटत होतं. हे असं घर सोडून निघून जाणं, जागोजागी हिंडायची ही धडपड, हे सगळं आपण केवळ आपल्या स्वार्थासाठी, आपल्या एकट्याच्या हितासाठी करत नाही याबद्दल मात्र त्याची खात्री होती. आजवर न उमजलेल्या प्रश्नाचं उत्तर हवं होतं हे खरंच; पण खरोखरच जर उत्तर गवसलं तर गजाबापाचं दुःख, भाभींची व्यथा, त्या अश्राप पोरांचा आक्रोशसुद्धा थोडा तरी हलका होईल असं त्याला वाटत होतं. घरीच राहिलो असतो तर काय झालं असतं? फारतर चार पैसे कमावून गजाबापांच्या हातावर ठेवता आले असते; परंतु तेवढ्यानं सर्व व्यथा संपल्या असत्या? मिळाला असता कायमचा उपाय? अन् लहानपणापासून वारंवार सतत कानांवर पडणारे ते शब्द!... 'सगळी ईश्वराची माया' ...तेच तर मुळात त्याच्या गळी उतरत नव्हते. हीच का ती ईश्वराची माया? अशी? यालाच ईश्वराची माया म्हणत असतील तर मग असली माया ईश्वर निर्माण करतोच कशासाठी?

गौतमला कळत नव्हतं.

त्याच वेळी भगीरथाचा विचार गौतमच्या मनात सतत घोळत होता.

अग्नीची प्रखर तप्तता जाणून घेण्यासाठी आपण साक्षात आगीत प्रवेश करायला तयार आहोत; पण भगीरथ? तो स्वतःच या आगीचं इंधन बनून तटस्थपणे हा सगळा खेळ बघतो आहे! भगीरथाच्या वागण्यात इतर काही असो की नसो, अपार निष्ठा होती यात संशय नाही; पण तेवढं पुरेसं आहे? या निष्ठेमुळे मूळ समस्येवर

उपाय सापडेल? कोणत्याही प्रश्नावर 'निष्ठा' एवढाच जर उपाय असता तर मग गजाबापांच्या किंवा भाभींच्या निष्ठेमध्ये उणीव होती थोडीच? त्यांची निष्ठा कुणाहीपेक्षा कमी कुठे होती? असं असूनही त्या 'ईश्वराच्या माये'ची झळ त्यांना पोहोचली होतीच ना? का?

अशा विचारांतच एकामागून एक दिवस निघून जात होते. गौतमला त्याचाही कंटाळा येऊ लागला. अभ्यास सुरू होता, ज्ञानचर्चा सुरू होत्या, व्याख्यानं सुरूच होती...या सगळ्यात गोंगाटच कानी अधिक पडतोय, सूर गवसत नाहीये असं त्याला वाटत होतं.

अशातच एके दिवशी धर्मानंदजींनी त्याला आपल्याकडे बोलावून घेतलं.

"गौतम," धर्मानंदजींनी प्रसन्न चेहऱ्यानं म्हटलं, "तू मोठा नशीबवान आहेस रे बाबा! गुरुजींची मोठीच कृपा झाली आहे तुझ्यावर!"

गौतमला नवल वाटलं. गुरुजी म्हणजे रामानंदजी. या आश्रमाचे मुख्य महंत स्वामी, सर्वेसर्वा! एक ज्ञानी पुरुष अशी रामानंदजींची प्रतिमा होतीच; पण चमत्कार करणारे साधक म्हणूनदेखील त्यांची प्रतिमा चहूकडे पसरली होती हे गौतमच्या ध्यानात आलं होतं.

"आश्रमाचं फार मोठ्या जबाबदारीचं एक काम तुला सोपवायचं गुरुजींनी ठरवलं आहे." एखादं गुपित सांगावं तसं धर्मानंदजी अगदी हलक्या आवाजात सावकाश बोलत होते.

काही न कळून गौतम बावळटासारखा त्यांच्या तोंडाकडे पाहू लागला. काम करण्याच्या उद्देशानं तो इथे आला नव्हताच; त्याचं काम व्हावं यासाठी आला होता. 'गुरुजींचं काम करून देण्यानं आपलं स्वत:चं काम होईल का?' असा त्याला प्रश्न पडला...आणि मुख्य म्हणजे गुरुजी कोणतं काम त्याच्यावर सोपवू पाहत होते?

"आपल्या आश्रमाच्या जमिनीबद्दल शेजारच्या मठाच्या महंतांशी असलेला झगडा आता कोर्टात गेला आहे. तो मठ झालाच मुळात आपल्या आश्रमानंतर! त्या मठाचे महंत आणि ट्रस्टी आपल्या आश्रमाच्या जमिनीवर दावा सांगत आहेत. सरकारी रेकॉर्ड्स तपासणं सुरू आहे आणि कोर्टात केस केली आहे. आपल्या वकिलांकडून तू या केसबद्दल समजावून घ्यावंस आणि यापुढे ही केस तू सांभाळावीस अशी गुरुजींची इच्छा आहे. तू शिकला- सवरलेला आहेस. गुरुजींच्या डोळ्यात भरला आहेस. आज वकील यायचेत. ते आले की तुला बोलावून घेईन." धर्मानंदजींनी सविस्तर समजावलं.

कोर्टकचेऱ्याच्या कसल्याही कामाशी गौतमची तोंडओळखसुद्धा नव्हती. शेजार-शेजारच्या दोन आश्रमांतल्या संत- महंतांमध्येसुद्धा जमिनीच्या वारभर तुकड्याच्या मालकीवरून भांडणं असू शकतात ही गोष्ट त्याला अगदी अनपेक्षित होती. थोड्या

दिवसांपूर्वी त्या अनोळखी बाईंबरोबर स्वर्गाश्रमातल्या कुटींमध्ये राहणाऱ्या साधूंना भोजनसामग्री पोहोचवायला गेला असतानाची घटना गौतमला एकाएकी आठवली. भोजन नाकारताना एका साधूनं म्हटलं होतं, "अगर शाम की फिकर करनी थी तो फिर यहाँ क्यों आता मैया?" दोन वेळच्या उदरभरणाची चिंता न करणारा तो खरा साधू! पण इथे? इथे पोटापाण्याचा प्रश्न नव्हता; तर कोर्टकचेऱ्या अन् जमिनीच्या मालकी हक्काचा मामला होता. असल्या मामल्यात पडायचं आणि त्यालाच गुरुजींची 'अपार कृपा' म्हणवून घ्यायचं...या असल्या 'कृपे'च्या शोधात तो इथे आला होता का?

गौतमच्या चेहऱ्यावर कोणताच भाव उमटला नाही. धर्मानंदजींची सूचना त्यानं धुडकावून लावली नाही. धर्मानंदजींचं बोलणं त्यानं शांतपणे ऐकून घेतलं. दुपारी धर्मानंदजींच्या कुटीमध्ये वकील आल्यावर त्याला बोलावणं आलं. त्यानं ते स्वीकारलं. जमिनींच्या नकाशांच्या प्रती, ढीगभर कागद, फाइलींचे गठ्ठे, साक्षीदारांचे जबाब... सगळं तपासण्यात कितीतरी तास निघून गेले. दुसऱ्या दिवशी हे कोर्टात सादर करायचं होतं आणि गुंता हा एवढा भला मोठा! एक रामानंदजींचं काय ते अनेक वर्षांपासून इथे राहणारे! या जमिनीबद्दल सर्वाधिक माहिती तेच देऊ शकले असते; त्यामुळे त्यांना कोर्टात हजर राहावंच लागलं असतं. वकिलांनी उपस्थित केलेल्या असंख्य प्रश्नांची उत्तरं देता देता रामानंदजींची व्याख्यानाची रोजची वेळ निघून गेली. शिष्यांना द्यायच्या धर्मोपदेशाची वेळही हुकली.

त्या रात्री गौतमला खूप उशिरापर्यंत झोप लागली नाही. आश्रमाजवळून वाहणाऱ्या गंगेच्या प्रवाहाचा खळखळ आवाज तो मध्यरात्रीपर्यंत ऐकत राहिला. त्या वाहत्या प्रवाहाचा आवाज त्याला नेहमीसारखा वाटला नाही. गंगेचा असा ध्वनी आज आपण प्रथमच ऐकत आहोत असं त्याला वाटलं.

कोर्ट-कचेरीच्या कामात तो नकळतच अधिकाधिक रुतत गेला. वेठीला धरल्यागत, त्याचा बहुतेक सर्व वेळ वकील अन् कोर्ट यातच जाऊ लागला. व्याख्यानं ऐकणं, धर्मोपदेश, त्यानंतरची प्रश्नोत्तरं यातल्या कशाला त्याला हजर राहता येईना. इच्छा असो की नसो, खटल्याच्या कटकटीपायी त्याला कायद्याचा अभ्यास करावा लागत होता आणि त्याला हवा तो अभ्यास करायला जमत नव्हतं. डोंगरावरच्या पावसाच्या पाण्याच्या लोंढ्यानं नदीचा प्रवाह गढूळ व्हावा तसं झालं होतं. कायद्याच्या एखाद्या जाडजूड बाडाच्या एखाद्या जीर्ण पानावर बोट ठेवून वकील गौतमचं लक्ष वेधत, त्या वेळी तो क्षणभर शून्यमनस्क होऊन जाई. वकिलानं विचारलेल्या प्रश्नाला हां हूं करताना त्याला स्वत:चाच आवाज सर्वस्वी अनोळखी वाटायला लागला होता.

आश्रमातल्या मोकळ्या जागेवर बांधलेल्या दोरीवर आपली कफनी वाळत घालण्यावरून दोघा साधूंमध्ये झालेली बाचाबाची धर्मानंदजींनी चुटकीसरशी सोडवली

होती खरी; पण ती फाटल्या वस्त्राला ठिगळ मारावं तशी तेवढ्यापुरती! त्या दिवसापासून ते दोघं एकमेकांवर नाराज होते. नाराजी हळूहळू वाढत होती. आता ते एकमेकांना पाण्यात पाहू लागले होते. कुणी कोणाला हार जात नव्हता. परिणामी, दोघांच्या निंदानालस्त्या करणं, दुसऱ्यांचे कान भरणं असल्या गोष्टींमध्ये इतर साधूंना गंमत वाटत होती. काही साधू उघडपणे याच्या किंवा त्याच्या पक्षाचे असल्याप्रमाणे वागत होते. उठता बसताना, खाता झोपताना आपापल्या पक्षाच्या दोन-चार साधूंसोबत टोळकं करून राहत होते. साधूंमध्ये असे छोटे छोटे गट होत असल्याचं गौतमला दिसत होतं. या सगळ्यापासून स्वत:ला दूर ठेवण्याचा तो कटाक्षानं प्रयत्न करत होता. ना कुणाचं समर्थन, ना कुणाला विरोध; मात्र असं अलिप्त राहताना कधी कधी त्याला वाटे, सत्याचं समर्थन न करणं, असत्याला विरोधही न करणं हे अधर्माचरण आहे. तटस्थ राहण्याच्या या धडपडीत आपल्या हातून असं अधर्माचरण तर घडत नाही ना? कुठे कुठे सत्याचा प्रत्यय येत होता आणि कुठे असत्याचं दर्शनही होत होतं...! तटस्थ न राहावं तर कोणत्या तरी एका पक्षाची बाजू घ्यावी लागणार! गौतमला ते टाळायचं होतं. या क्षुल्लक भानगडींपासून स्वत:ला दूर ठेवण्याचा आटोकाट प्रयत्न तो करत होता. दोन्ही गट त्याला आपल्यापेक्षा वेगळा मानत होते आणि 'वेगळा' म्हणजे विरोधक असाच अर्थ काढत होते. गौतमही कोणत्याच गटात स्वारस्य दाखवत नसल्याने त्या समजुतीला पुष्टी मिळत होती. परिणामी, गौतमला सर्वांनी बहिष्कृत केल्यात जमा होतं.

काय करावं ते गौतमला सुचत नव्हतं.

अशातच एके दिवशी, एकमेकांवर डूख धरून असलेल्या त्या दोघा साधूंचं पुन्हा एकदा भांडण जुंपलं. निमित्त क्षुल्लकच होतं. आश्रमाच्या मुख्य रस्त्याच्या प्रवेशद्वाराजवळच्या ओट्यावर बसण्यावरून दोघांमध्ये जुंपली होती. त्या विशिष्ट जागेला थोडंसं महत्त्व होतं. कोणत्याही बाजूच्या दरवाजातून आश्रमात येणाऱ्याला या ओट्यावरच्या बैठकीजवळून जावं लागे, त्यामुळे आलेल्या यात्रेकरूच्या उचंबळून आलेल्या श्रद्धाळूपणाचा लाभ या जागेवर बसणाऱ्याला सर्वांत अधिक होत असे. थोडक्यात, यात्रेकरूंकडून मिळणाऱ्या भेटी पदरात पाडून घेण्यासाठी हा सगळा प्रच्छन्न खटाटोप होता.

या वेळची बाचाबाची थोडक्यावर थांबली नाही. आपण या बैठकीवर भल्या पहाटेच आपलं आसन घालून ठेवलं होतं असं पहिल्या साधूचं म्हणणं होतं. सगळे प्रातर्विधी आटोपून तिथे यायला उशीर झाला म्हणून काय झालं? त्याचं आसन तर तिथेच होतं ना? त्यामुळे आजच्या दिवसापुरती तरी ती जागा त्याचीच होती. दुसऱ्या साधूला त्याचं म्हणणं अजिबात मान्य नव्हतं. अशा रीतीनं आधीपासून जागा राखून ठेवता येणार नाही असं त्याचं ठाम मत होतं. हे म्हणजे 'धिटाई खाई मिठाई' असं

झालं. असं कुठे असतं का? त्यामुळे आधीपासून स्वत:ची जागा राखून ठेवून उशिरा येणाऱ्या साधूच्या जागेवर तो बसला होता. जरा वेळानं पहिला साधू आला. त्यानं हे पाहिलं आणि त्याचं पित्त खवळलं.

सुरुवात 'मी- तू' करत झाली, पण पुढे वादावादी तीव्र होत गेली. आश्रमातल्या नित्याच्या वापरातल्या शब्दांऐवजी नवनव्या भलभलत्या शब्दांची एकमेकांवर चिखलफेक सुरू झाली. उघडपणे नसले तरी मनातल्या मनात इतर सगळे साधू या ना त्या पक्षाचे होते; एकमेकांवर जळफळत होते. तेही आता भांडाभांडीत उतरले. पाहता पाहता भांडण विकोपाला गेलं. भडकाच उडाला. एकच धिंगाणा माजला.

सुदैवाने नेमक्या त्याच वेळी स्वत: रामानंदगुरुजी बाहेर आले. रामानंद गुरुजींना पाहताच हे भांडखोर टोळकं जरा वरमलं. रामानंदजींनी रागीट चेहऱ्यानं दरडावलं तसे ते सगळे निष्प्रभ झाल्यागत शांत झाले. धर्मानंदजींना कळलं तसे ते धावत आले. त्यांनी मामला आपल्या हाती घेतला. सगळं ठाकठीक करायचे प्रयत्न केले. सर्वांची समजूत घातली. प्रश्न मार्गी लागल्यासारखं वाटलं, तरीसुद्धा नंतर किती तरी वेळ दबक्या आवाजात कुजबुज ऐकू येतच होती.

सगळा गोंधळ चालू होता त्या वेळी दर्शनार्थींची गर्दी हातातल्या भेटी तशाच धरून आश्रमाच्या दारात थबकली होती. आश्चर्यचकित होऊन, डोळे फाडफाडून चाललेला प्रकार बघत होती. हळूहळू ती गर्दीसुद्धा पांगली.

त्या एकूण प्रकाराचा गौतम प्रत्यक्ष साक्षीदार होता. गेली दहा-वीस मिनिटे गडबड-गोंधळ, आरडाओरडा होत होता. त्या दरम्यान अत्यंत निरपेक्ष अलिप्तपणे तो तिथे उभा होता. धर्मानंदजींच्या ते ध्यानात आलं होतं.

दुपारी भोजनानंतर विश्रांतीच्या वेळी धर्मानंदजी गौतमला भेटायला आले. आडवं पडून गौतम काहीतरी वाचत होता. धर्मानंदजींचं येणं त्याला अनपेक्षित होतं. धर्मानंदजी असे आपणहून कोणाकडे जात नसत. दुसऱ्यांना आपल्याकडे बोलावून घेत. आज त्याउलट घडलेलं पाहून गौतमला नवल वाटलं. लगबगीनं उठून त्यानं धर्मानंदजींना प्रणाम केला; आसन ग्रहण करण्याची विनंती केली. आसनावर बसण्याऐवजी धर्मानंदजी त्याच्या जवळ आले. गौतमच्या खांद्यावर त्यांनी हात ठेवला.

''एक गोष्ट सांगायची होती तुला.'' गंभीर स्वरात ते हलकेच म्हणाले.

''मलादेखील तुम्हाला एक गोष्ट विचारायची आहे स्वामीजी!'' गौतम नकळत बोलून गेला. कित्येक दिवसांपासून मनात घोळत असलेली गोष्ट अचानक बाहेर पडलीच!

''ठीक आहे. आधी तू विचारून घे. नंतर माझं ऐक.'' अजिबात विचलित न होता धर्मानंदजी उद्गारले.

''आज सकाळी इथे जे घडलं ते मन क्षुब्ध करणारं तर होतंच; पण त्यापेक्षाही

महत्त्वाचं म्हणजे आश्रमाच्या दर्शनाला येणाऱ्यांच्या दृष्टीनं पाहिलं तर या आश्रमाला, या तपोभूमीला, यात्राधामाला कलंक लावण्याजोगं होतं.''

''माहीत आहे मला!''

''ते दोघं साधू आणि त्यांचे थोडेसे साथीदार या सगळ्याच्या मुळाशी आहेत. कित्येक दिवसांपासून त्यांच्यात खदखदतंय हे!''

''तेही मला ठाऊक आहे!''

''...आणि तरीसुद्धा या पवित्र भूमीला कलंक लावणारं त्यांचं वर्तन तुम्ही अन् गुरुजी खपवून कसं घेता हेच मला समजत नाही. असल्या लोकांना तुम्ही आश्रमातून काढून का टाकत नाही? असल्या दोन-चार साधूंना आश्रमातून हाकलून दिलं तर...''

''...तर आश्रमाची किंवा गुरुजींची प्रतिष्ठा वाढण्याऐवजी कमी होण्याची भीती आहे.'' गौतमचं बोलणं अर्ध्यातून तोडत धर्मानंदजी म्हणाले.

''ते कसं?'' गौतमच्या स्वरात आश्चर्य प्रगटलं.

''तेच सांगायला आलो होतो. ऐक... आणि मी सांगतोय ते कोणापाशीही बोलू नकोस.'' धर्मानंदजी गौतमच्या अगदी निकट आले. कानात एखादं गुपित सांगावं तसं म्हणाले, ''सध्या गुरुजी केवळ मंडलेश्वर आहेत; पण लवकरच महामंडलेश्वर होतील..''

''चांगलं आहे की... पण त्याचा आजच्या घटनेशी काय संबंध?''

''आहे ना! खूप मोठा संबंध आहे. तू अनुभवी नसलास तरी हुशार आहेस. तुझ्या हुशारीवर गुरुजी प्रसन्न आहेत. गुरुजींचं म्हणणं मलाही पटतंय...''

''कुठलं?''

''महामंडलेश्वर पद प्राप्त झालं रे झालं की लगेच गुरुजींचं स्थान असेल काशी नगरीत! त्यानंतर... सध्याची त्याची मंडलेश्वरपदाची गादी...'' बोलता बोलता धर्मानंदजींनी कसलासा मधुर घोट घ्यावा तसा आवंढा गिळला.

''हे बघ, अगदी गुप्त ठेवायचं बरं का... त्याचं असं आहे, त्यांनी महामंडलेश्वर व्हायचं आणि त्यांची गादी चालवायला मी मंडलेश्वर व्हायचं हे ठरून चुकलंय!''

ही बातमी ऐकून गौतमला खूप आनंद होईल अशी धर्मानंदजींची कल्पना होती; पण तसं झालं नाही. एखादी अगदीच किरकोळ बातमी ऐकावी तसा गौतम धर्मानंदजींकडे बघत राहिला. त्या 'पदारोहणा'मध्ये त्याला काही स्वारस्य नव्हतं.

''आणि बरं का, आश्रमातली गादी मला सोपवली गेली की ताबडतोब माझं आत्ताचं स्थान तुलाच द्यायचं अशी माझी अन् गुरुजींची इच्छा आहे. आश्रमाचा सगळा कारभार तुझ्या हाती येईल. हे ध्यानात ठेवून यापुढे इथे घडणाऱ्या हरेक गोष्टीत लक्ष घाल, जे काय घडेल त्यात मन लावून भाग घे. प्रभू श्रीराम तुझं

कल्याण करील.'' गौतमच्या मस्तकावर आशीर्वाद दिल्यासारखा हात ठेवून धर्मानंदजींनी डोळे मिटून घेतले.

"तरीपण त्याचा आणि या भांडखोर साधूंना हाकलून देण्याचा काय संबंध?'' गौतमनं भाबडेपणानं विचारलं.

"तुला कसं कळत नाही रे! अरे बाबा, गुरुजींना मिळणारं महामंडलेश्वर पद आणि त्यानंतर मला मिळणारी मंडलेश्वर पदवी... यामागे आपल्या आश्रमातल्या शिष्यांची संख्या हेसुद्धा एक कारण आहे. एकदा का गुरुजी महामंडलेश्वर पदावर आरूढ झाले आणि मला आश्रमाची गादी सोपवली गेली की मग आपण दोघं मिळून, काय करायचं ते करूच. तोपर्यंत या साधूंचं सगळं खपवून घेण्यातच शहाणपण आहे. आत्ता या क्षणी त्यांना हाकलून दिलं, तर आपलं नुकसान व्हायचं!'' एखादा गुरुमंत्र द्यावा तसं धर्मानंदजी पुटपुटले.

थोड्या वेळानं धर्मानंदजी निघून गेले. गौतमची अस्वस्थता अनेक पटींनी वाढली. त्याचं मन अगदी खिन्न झालं. त्यानं तत्काळ निर्णय घेऊन टाकला.

गौतम कमालीचा क्षुब्ध झाला होता. ज्याचा ज्याचा त्याग करून तो महिनोन् महिने भटकत होता ते ते सगळं जसंच्या तसं त्याच्यासोबतच राहिलं होतं. बदललं होतं ते केवळ बाह्य आवरण! ज्याचा माग काढत तो येथवर आला होता त्याचा माग लागणं दूरच राहिलं होतं. जीवनाचा खोलवरचा अर्थ शोधता शोधता त्याला दिसून आलं, की 'खोलपणा'च्या नावाखाली होता निव्वळ उथळपणा! उथळ पाण्याच्या या अशा खळखळाटात थापट्या मारण्यासाठी का तो इतका भटकत होता? अंती अशा तऱ्हेचा मंडलेश्वर आणि महामंडलेश्वर व्हायचं असतं तर, त्यापेक्षा आपल्या घरीच होता ते काय वाईट होतं? त्याला काहीच 'व्हायचं' नव्हतं. त्याला काहीतरी जाणून घ्यायचं होतं, समजून घ्यायचं होतं. चित्ताला कसली तरी उणीव भासत होती, काहीतरी उमजत नव्हतं म्हणून त्यानं या अनोळखी वाटेवर पाऊल ठेवलं होतं, परंतु इथे तर सगळं तेच होतं. तिथे निदानपक्षी ते स्वाभाविक तरी होतं, इथे त्यापेक्षाही विकृत स्वरूपात दिसत होतं. प्रापंचिक जगरहाटीत ते निदान उघड उघड, स्पष्ट तरी होतं. इथे संन्यासाच्या दडप्याखाली सगळं प्रच्छन्न होतं, प्रच्छन्न ठेवलं जात होतं.

छे, आता अधिक काळ इथे राहणं शक्य नाही. इथे राहायचं म्हणजे या दलदलीत आणखी खोल रुतत जायचं! सोपवलेल्या कोर्टकचेऱ्यांच्या कामाचा गौतमला कंटाळा आला होता. इथून पुढे त्याला वरचा हुद्दा मिळणार होता. धर्मानंदजी मंडलेश्वर होताक्षणीच आश्रमाचा कारभार त्याच्या हाती येणार होता; पण कारभार म्हणजे काय? कारभार म्हणजे ओली कफनी वाळत घालण्यावरून बाचाबाची करणाऱ्या साधूंकडे लक्ष देणं, दान-देणग्या पदरात पाडून घेण्यासाठी दरवाजाजवळची जागा मिळावी म्हणून शिवीगाळी करायला मागेपुढे न पाहणाऱ्या या धेंडांना सांभाळणं... चेल्यांची संख्या हाच आपला गौरव मानणाऱ्या या टोळीबाज आश्रमाचा कारभार पाहत राहणं त्याला कदापि शक्य नाही.

त्याच रात्री, सगळीकडे सामसूम झाल्यावर गौतम आश्रम सोडून निघाला.

...जायचं कुठे ते ठरलं होतं! इतके दिवस हृषीकेशला गंगेकाठी राहिल्यामुळे तो प्रदेश गौतमला बराचसा परिचित होता. दूरदूरहून वारंवार आश्रमात येणाऱ्या

प्रवाशांमध्ये कित्येक साधू, संत-महात्मे येत. त्यातल्या कित्येकांशी त्याचा परिचय होता. त्यातले कोणी कोणी हिमालयाच्या पर्वतराशींमध्येच सदैव परिभ्रमण करत असत हे गौतमला ठाऊक होतं. हृषीकेशच्या आश्रमातून दूरवरच्या पर्वतरांगांत हिंडायला निघाला असता, अमर्याद पसरलेल्या गिरिमालेशी कधी कधी त्याचं मैत्र जुळून आलं होतं. या कडेकपारी, ही गिरिशिखरं शतकानुशतकं, कदाचित युगानुयुगं इथे अशीच अविचल, अकंपित उभी असतील. गौतमला वाटलं- या पर्वतरांगांतून, या गिरिशिखरांतून आपला प्रवास पुढे चालू ठेवायची हीच वेळ आहे. आपल्या प्रश्नांची उत्तरं हिमालयाच्या या तीर्थक्षेत्रांजवळच असतील, कुणी सांगावं!

डोंगरकड्यांच्या वाटेनं तो काळजीपूर्वक एक एक पाऊल टाकू लागला. गौतम वाट चालत होता आणि हिमालय आपलं अफाट सौंदर्य, आपली अथांग खोली उलगडून ठेवत होता. हिमालयाचं ते सौंदर्य, ते अगम्य गूढत्व गौतम रोमारोमानं पिऊन घेऊ लागला. वाटेत मुक्काम करायची ठिकाणं सापडली की तिथे रात्री अंग टाकण्यापुरतं थांबून पुढे जात राहिला. मधेच कधीतरी एखाद्या धर्मशाळेत, कधी एखाद्या आश्रमात अथवा कुटीत चार-दोन दिवस राहू लागला. दिवसामागून दिवस जात होते. प्रवास कष्टमय असला तरी त्यातून मिळणारा आनंद कमी नाही याची त्याला प्रचिती येत होती. प्रवासकालातल्या या दिवसांत तपस्वी म्हणता येईल अशा वेगवेगळ्या प्रकारच्या साधूंशी त्याचा परिचय झाला होता.

उत्तर काशीनजीक त्याची एका अजब साधूशी गाठ पडली.

आपल्या समस्येची उकल करून दाखवणाऱ्या संताचा शोध घ्यायची त्याची इच्छा अधिकाधिक तीव्र होत होती. प्रत्येक ठिकाणी अशा साधूच्या शोधात त्याची नजर भिरभिरत होती. जवळपास एखाद्या साधकाचं वास्तव्य आहे, असं कळायचा अवकाश, वाट बदलून तो त्या दिशेनं चालू लागत होता पण... हे करताना त्याला समाधान मिळत नव्हतं, आनंद होत नव्हता. गोपालस्वामी आणि रामानंदजींसारख्यांच्या अनुभवानं हळूहळू त्याचं मन निबर होत चाललं होतं.

पर्वतराशींनी वेढलेलं उत्तर काशी. चारी बाजूंना असंख्य वाहते झरे. त्यातल्या एका झऱ्याकाठी, जरा उंचावर मौनीबाबांचा आश्रम होता. 'मौनीबाबा परम साधक आहेत. सदैव मौन पाळतात, कधीही एक शब्दसुद्धा उच्चारत नाहीत, कधी कधी ध्यानावस्थेत असताना त्यांच्या तोंडून केवळ निसटता हुंकार तेवढा बाहेर पडतो आणि हा हुंकार म्हणजेच त्यांचा परमेश्वराशी चाललेला संवाद असतो. ते ईश्वराशी संवाद साधत असतात. त्या वेळी त्यांच्याभोवती तेजोवलय निर्माण होतं. जे खरोखरच अत्यंत भाग्यवान असतात त्यांनाच त्या आभामंडलाचं दर्शन घडतं. कारण त्याची निश्चित अशी वेळ ठरलेली नसते, शिवाय ते तेजोवलय केवल क्षण, दोन क्षणच टिकतं. त्या तेजोवलयाच्या दर्शनाच्या ओढीनं असंख्य भाविकांचा, श्रद्धाळूंचा,

यात्रेकरूंचा, साधूंचा तिथे सतत ओघ सुरू असतो. सारे पापणी न हलवता मौनीबाबांवर नजर लावून बसलेले असतात. असं दर्शन आम्हाला घडलं आहे, असं छातीठोकपणे सांगणाऱ्यांची उणीव नाही. ते दुर्लभ दर्शन या भाग्यवंतांना घडलं. आपणच काय ते राहून गेलो, अशा अपराधी भावनेनं ग्रासलेले अनेक श्रद्धाळू त्या रोमांचक दर्शनाची प्रतीक्षा करत आपल्या हृदयाच्या खलात पुन्हा एकदा श्रद्धा घोटू लागतात...!

गौतम हे सर्व ऐकून होता.

देहावरच्या भगव्या वस्त्रांमुळे गौतमचा मार्ग सुकर होत होता. सरतेशेवटी तो मौनीबाबांच्या आश्रमात पोहोचला. व्याघ्रचर्म अंथरलेल्या एका चौरंगावर मौनीबाबा बसले होते. काया उंचीपुरी आणि कमावलेली. कोणताच भाव प्रकट होऊ न देणारा निर्लेप चेहरा. लोक त्यांच्या आसनापाशी जाऊन जमिनीवर मस्तक टेकवत. मौनीबाबा केव्हातरी उजवा हात उंचावून आपल्या मस्तकाची आशीर्वादसूचक किंचितशी हालचाल करत. कधी अगदी निश्चल बसून राहत. त्यांचे अगदी जवळचे दोन-चार शिष्य त्यांच्या आसनालगत बसले होते. चौरंगानजीक धुनी पेटलेली होती. धूम्ररेखांनी वातावरण भरून गेलं होतं.

आभामंडलाच्या अन् तेजोवलयाच्या कहाण्या ऐकून गौतमचं कुतूहल जागृत झालं होतं; आश्चर्यही वाटलं होतं. आत्तापर्यंत केलेल्या आश्चर्यकारक गोष्टी प्रत्यक्ष पाहायची हीच संधी आहे असं त्याला वाटू लागलं. त्या तेजोवलयाचं खरोखरच दर्शन घडलं तर सतत अस्वस्थ राहणाऱ्या चित्तवृत्तींना थोडी स्वस्थता लाभण्याची शक्यता आहे, असंही त्याला वाटू लागलं. न जाणो, जो आभामंडल प्रकटवू शकतो, तो आपल्याला योग्य मार्गही दाखवू शकेल!

गौतमनं काही काळ तिथे थांबायचं ठरवलं.

हातानं इशारा करून मौनीबाबांनी आपल्या जवळच बसलेल्या एका शिष्याला काहीतरी सूचना केली. शिष्यानं सूचना तत्काळ अमलात आणली. गौतमला काही कळायच्या आतच तो शिष्य गौतमकडे आला.

"बाबा म्हणताहेत, तुम्ही भोजन केलंत का?" त्यानं विचारलं.

प्रश्न दुसऱ्याच कोणाला विचारला आहे असं गौतमला क्षणभर वाटलं. उत्तर देण्याऐवजी तो इकडेतिकडे बघू लागला. त्याच्या शेजारी उभ्या असलेल्या साधूनं तोच प्रश्न त्याला विचारला.

"बाबा तुम्हाला विचारताहेत- तुम्ही भोजन केलं का?"

गौतमला अपार आश्चर्य वाटलं. आपल्याला भूक लागली आहे हे मौनीबाबांना कसं कळलं? इथे एवढी माणसं बसली आहेत, उभी आहेत त्यातले पुष्कळसे यात्रेकरू आहेत; सगळ्यांमधून बाबांनी आपल्यालाच कसं वेगळं काढलं? त्याला खरोखरच खूप भूक लागली होती, पण...

गौतमला उत्तर सुचलं नाही.

"चला, आश्रमाच्या स्वयंपाकघरातून प्रसाद ग्रहण करून घ्या..."

काहीशा अधिकारवाणीनं तो साधू म्हणाला. गौतमनं बाबांना हात जोडले, मस्तक नमवलं. बाबांनी त्याची दखल घेतली नाही. होते तसेच बसून राहिले; जणू गौतमला त्यांनी बघितलंच नव्हतं. साधूच्या पाठोपाठ गौतम स्वयंपाकघरात गेला.

'तेजोवलय बघायचं राहूनच गेलं; पण आता त्या तेजोवलयाचं दर्शन घेतल्याविना येथून जाणे नाही,' अशा विचारानं तेजोवलयाची प्रतीक्षा करत गौतम तेथेच राहिला.

अविरत प्रतीक्षेनंतरही मौनीबाबांच्या आभामंडलाचं दर्शन घडत नव्हतं. घोळके करून बाबांभोवती उभं राहून वाट बघणारी माणसं तेवढी बदलत होती. हातांच्या इशाऱ्यानं मौनीबाबांचा आपल्या शिष्यांशी सतत संवाद सुरू होता. बाबांच्या इशाऱ्यांना त्यांचे शिष्य बोलून उत्तर देत होते. त्यांच्या उत्तरांच्या आधारे गौतम बाबांचे इशारे समजून घ्यायचा प्रयत्न करत होता. जन्मत: मुके व बहिरे असणारे लोक हातवारे करून अगदी सहजपणे एकमेकांशी संवाद करताना त्यानं पाहिले होते; परंतु मौनीबाबांचे इशारे तसे नव्हते. त्यांत काहीतरी अगम्य वाटत होतं. जन्मत: वाचा नसणाऱ्यांची हातवारे करणं, खाणाखुणा करणं हीच भाषा होती. त्यांना संवादाची गरज होती. मौनीबाबांचं नाव गौतमनं प्रथम ऐकलं, तेव्हापासून त्याच्या मनात बाबांची एक विशिष्ट प्रतिमा तयार झाली होती. त्याला वाटलं होतं, बाबा अगदी निश्चल बसून राहत असतील; पण प्रत्यक्षात तसं नव्हतं. बाबा सगळी दिनकर्मं करत होते. संवादही भरपूर करत होते. मधेच केव्हातरी एखादा विनोद केल्यासारखे हसत होते. कधी कधी त्यांच्या इशाऱ्यांच्या भाषेतून एक प्रकारचं भय उत्पन्न होऊन शिष्यगणांवर दडपण आल्याचं भासत होतं. कधी त्यांच्या हातांच्या हालचालीतून मृदुलतेचा भास होत होता. गौतमला सतत एक प्रश्न सतावत होता- असे तऱ्हेतऱ्हेचे संवाद करतच जगायचं असेल, तर मग परमेश्वरानं दिलेल्या वाणीचाच उपयोग करणं काय वाईट? ज्यांची वाचा गेली आहे त्या दुर्दैवी जीवांना खुणांचा उपयोग करण्यावाचून दुसरा पर्याय नाही, पण मौनीबाबांनी का करावं असं? मौन म्हणजे फक्त प्रत्यक्ष संवादापासून अलिप्त राहणं एवढाच अर्थ मानला तरच मौनीबाबांच्या वागण्याची संगती लागत होती.

गौतम ना कोणाशी बोलत होता, ना चर्चा करत होता. अगदी गरजेपुरतं बोलून, एरवी मुकाट्यानं तिथे बसून राहत होता. ते तेजोवलय मात्र प्रकट होत नव्हतं ते नव्हतंच!

आश्रमाच्या जवळच एक घनदाट वनराई होती. येणाऱ्या-जाणाऱ्यांना त्या वनराजीचं विशेष महत्त्व वाटायचं. त्या वनराईतल्या एका जीर्ण मंदिराच्या प्रांगणात एक साधू अनेक वर्षे एकाच अवस्थेत बसून तपश्चर्या करत होते. त्या साधूच्या

दर्शनासाठी गौतम एकदा तिथे गेला. त्याच्या आश्चर्याला सीमा उरली नाही. दोन्ही पाय गुडघ्यात दुमडून, एका हाताचा टेकू घेऊन हे साधूमहाराज एका गादीवर बसले होते. त्यांचा दुसरा हात खालवर झुकलेल्या जवळच्याच फांदीवर विसावला होता. दोन्ही हात, दोन्ही पाय अगदी कृश होते, परंतु कमरेच्यावरचा देह मात्र निरोगीच नव्हे तर चांगला तगडा दिसत होता. त्यांच्या चेहऱ्यावर कसलीही बेचैनी नव्हती; उलटपक्षी डोळ्यांत आनंदी भाव दिसून येत होते. ओठांवर हसू झळकत होतं. त्यांच्या गादीसमोर काही साधू आणि स्थानिक वाटणारी चार-पाच माणसं बसली होती. तिथे फुलं आणि पूजेचं सामान पसरलं होतं. दिव्याची वात नुकतीच विझल्यासारखा वास सुटला होता. गौतमनं दीर्घ श्वास घेतला. गादीलगत एका पात्रात यात्रेकरूंनी अर्पण केलेल्या भेटी, नाणी, नोटा वगैरेंचा लहानसा ढीग जमलेला दिसत होता. त्यात हळूहळू पण सतत भर पडत होती. भाविकांची गर्दी नसली तरी अखंड ये-जा होती. मौनीबाबांभोवती जसे जथेच्या जथे जमलेले असत तसे मात्र इथे नव्हते.

"याच अवस्थेत बाबा केव्हापासून तपश्चर्या करताहेत?" तिथल्या गावातला वाटणाऱ्या एका माणसाला गौतमनं हळूच विचारलं.

"इथे गावातच राहतो मी...," तो उत्तरला. "अठ्ठ्याहत्तर वर्षांचं वय आहे माझं. कळायला लागलं तेव्हापास्न मी बाबांना याच अवस्थेत असेच बसलेले बघत आलोय. साधं हलतानादेखील कधी पायलं नाहीये."

"...पण त्यांचं जेवणखाण..."

"जेवतात की दोनदा पोटभर! सगळं काही खातात. याच स्थितीत त्यांचे भक्त त्यांना जेवू घालतात, महाराज जेवून घेतात."

"पण पुरेसा आहार घेत असतील तर...मग...नैसर्गिक विधी वगैरे...? या अशा अवस्थेत..?"

"काय ते? काय म्हटलंत?" गौतमच्या भाबडेपणाची कीव करत तो माणूस म्हणाला, "अहो, बाबांची सुषुम्ना नाडी जागृत झालीये. ज्याची सुषुम्ना नाडी जागृत झालेली असते त्याला कसले आलेत विधी न् बिधी! सगळी इंद्रियं ताब्यात असतात त्यांच्या!"

गौतमनं पुढे आणखी काही विचारलं नाही. त्या माणसाच्या सांगण्यानं गौतमचं समाधान झालं नव्हतं, तरी त्यानं वाद घातला नाही. त्याच्या मनात विचार मात्र येतच राहिले- 'त्या माणसानं मांडलेल्या गणिताप्रमाणे पाहिलं तर, गेली कित्येक दशकं... कदाचित शंभर एक वर्षं किंवा त्याहून अधिक काळ हा महात्मा इथे असाच बसून असेल? रात्र न् दिवस कडाक्याची थंडी, वारा- ऊन-पाऊस झेलत इथे काळ कंठला असेल. शरीरच काय मन, भावना, विचार सगळं एकतर पार दुर्बल झालं

असेल किंवा मग पार गोठून गेलं असेल, नाहीसंच झालं असेल. हे सगळं सहन करून, त्याच्या बदल्यात त्यांनी काय मिळवलं असेल हा प्रश्न गौतमच्या मनात पुन्हा पुन्हा उद्भवू लागला. 'समजा, या महात्म्यानं मिळवलंच असेल काही, पण त्यामुळे इथे त्यांच्याभोवती जमणाऱ्यांना त्याचा काय लाभ झाला असेल? ते इथे असे का बसून राहत असतील? कशासाठी? त्यांच्या दृष्टीनं हे एक केवळ प्रेक्षणीय दृश्य असेल का? एक आश्चर्य फक्त? केवळ एक रोमांचक कहाणी?'

त्या दृश्याचा साक्षीदार होऊन फार काळ केवळ बघत राहणं गौतमला जमेना. तो मौनीबाबांच्या आश्रमाकडे परतला.

मौनीबाबा मधूनच केव्हातरी ध्यानमुद्रा धारण करत. भल्या पहाटे ब्राह्म मुहूर्तावर ते तीनएक तास ध्यानस्थ बसत. त्या वेळी दर्शनासाठी कोणी येत नसे. खूप दिवस गौतम या वेळीसुद्धा बाबांपाशी जात असे. चहूकडे हाडं गोठवणारी थंडी असो, भरीला पाऊस पडत असो. कुडकुडत राहून गौतम त्या आभामंडलाची वाट बघत असे. क्वचित कधी बाबा त्याच्याकडे बघत तेव्हा गौतम त्यांना नमन करी; परंतु बाबांनी अजूनपर्यंत कुठल्याही प्रकारची प्रतिक्रिया मात्र अजिबात दर्शवली नव्हती.

हे मौनीबाबा, एकाच अवस्थेत वर्षानुवर्षे देहदमन करत बसलेले हे तपस्वी महाराज, आपणहून ज्यांना सोडून निघून आलो होतो ते रामानंदजी अन् धर्मानंदजी, फार कशाला, ज्यांच्यावर श्रद्धेचा इमला उभारून घरादाराचा त्याग केला ते गोपालस्वामी... हे सगळेच्या सगळे म्हणजे वेगळी आवरणं पांघरलेलं परंतु मुळात एकच, एकसमान असलेलं काही आहे असं का वाटू लागलं होतं? यातून आपल्या हाती काही लागणार आहे का? की आपणही या सगळ्याचाच अंशमात्र होणार आहोत? आणखी एक वेगळं आवरण?

त्यांच्यातलाच एक बनण्याच्या नुसत्या कल्पनेनं गौतमचा थरकाप झाला. त्याला गजाबापा आठवले. भाभींची आठवण झाली. ती दोन अजाण पोरं आठवली...

यांची स्मृती मनात जपून ठेवत त्यानं गृहत्याग केला होता. या साधूंचंही तसंच असेल का? काय असेल त्यांना पडलेला प्रश्न? आता इतक्या वर्षांनंतर तरी त्यांना सापडलं असेल का उत्तर? असेल सापडलं?

प्रश्नामागून प्रश्न उत्पन्न होत होते. गौतमला वेढून टाकत होते. विशेष काही न घडता दिवस निघून जात होते. मौनीबाबांच्या आभामंडलाचं दर्शन अजूनही घडत नव्हतं!

बदलत्या ऋतुचक्राची चाहूलही लागू नये अशी हुडहुडी भरवणारी कडाक्याची थंडी आणि त्यातच रोज पडणारा पाऊस... असे दिवस चालले होते. गौतम ज्याची आतुरतेने वाट पाहत होता त्या मौनीबाबांच्या आभामंडलाचं दर्शन त्याला अजून झालं नव्हतं. त्याचा बहुतेक सगळा वेळ आश्रमात किंवा आश्रमाच्या आसपास व्यतीत होत होता. तिथं त्याला हरतऱ्हेचे, वेगळे तपस्वी दिसायचे. त्यांची काया बहुतांशी कृश होती; त्यांची शारीरिक क्षमतासुद्धा कमी असल्याचं गौतमच्या निदर्शनास आलं होतं. काही स्वामी मात्र आखाड्यात कुस्ती खेळणाऱ्या पहिलवानासारखे सुदृढ दिसत होते. असे धष्टपुष्ट स्वामी त्या कृश तपस्व्यांप्रमाणे एका जागी बसून देहदमन करून त्यायोगे ईश्वरप्राप्तीचा मार्ग शोधत नव्हते. त्या तपस्व्यांना पाहून केव्हा केव्हा गौतमचं विचारचक्र सुरू होई. त्याला वाटे, तपोबलामुळे माणूस तप्तवर्णी- कांचनवर्णी व्हावा हे अधिक योग्य म्हणावं की कृश व्हावा हे योग्य समजावं? तप केल्यानं माणूस कसा ओजस्वी दिसला पाहिजे; त्याउलट हे तपस्वी असे कृश का बरं दिसत असतील? ...की हताशपणाची झाक उतरल्यामुळे माझ्याच दृष्टीला सगळं वाकडं दिसतंय असं तर नाही? असले विचार मनात येताच गौतम ते दाबून टाकी.

पहाडांवर विसावलेल्या उत्तर काशी गावाला भागीरथीनं जणू आपल्या कडेवर घेतलं असावं, असं वाटत होतं. गौतम स्नानासाठी रोज नदीवर जाई. उत्तरेहून दक्षिण दिशेला वाहणारी भागीरथी इथे प्रथमच उत्तराभिमुख झाली आहे. जणूकाही आपला प्रवाहच बदलण्यासाठी तिनं इथे असं आपलं मुख उत्तरेकडे वळवून घेतलं आहे- म्हणून तर ही उत्तर काशी!

असाच एकदा रोजच्या स्नानासाठी गेला असताना गौतमला आत्मानंदजी भेटले. आत्मानंदजींची शरीरयष्टी सहा फुटांहून अधिक, चांगली उंचनीच. देह व्यायामानं कसलेला. चेहऱ्यावर एक प्रकारचं आक्रमक तेज. त्यांच्या खांद्यावरच्या पिशवीत रोजच्या गरजेच्या वस्तूंसोबत बरीचशी पुस्तकं आणि वर्तमानपत्रं होती. त्यांच्या बोलण्या-चालण्यातून ज्ञानाचा जणू ओघच प्रकट होत होता. ज्ञानमार्ग हाच

ईश्वरप्राप्तीचा एकमेव मार्ग आहे असं ते मोठ्या आवेशानं प्रतिपादन करत होते. आपल्या सोबत ते शिष्यांचं लटांबर घेऊन फिरत नव्हते. प्रवासात सदैव एकटेच असत; परंतु प्रत्येक मुक्कामावर त्यांच्या वक्तृत्वामुळे आणि ज्ञानामुळे लोक त्यांच्याकडे आकर्षिले जात. त्यांच्या मुक्कामाच्या जागी त्यांचं बोलणं ऐकण्यासाठी लोकांची गर्दी होत असे.

गेले तीन- चार दिवस ते मौनीबाबांच्या आश्रमात आले होते. आश्रमातल्या सर्व लोकांना ते ओळखत होते, त्यावरून त्यांची ही नेहमीची परिचित जागा असावी हे स्पष्ट होत होतं. स्वामी आत्मानंदजींच्या हातात पुस्तकं आणि वर्तमानपत्रं बघून गौतमचे डोळे चमकले. मौनीबाबांच्या आश्रमात त्यानं या दोन गोष्टी कधीच पाहिल्या नव्हत्या.

त्या दिवशी भल्या पहाटे गौतम भागीरथी स्नानासाठी डोंगरवाट ओलांडून निघाला होता; त्याच वेळी त्याला आत्मानंदजी भेटले. नदीतीरावर एके जागी दोघं स्नानासाठी थांबले. दुसरं कोणीच तिथे नव्हतं. एव्हाना गौतमला उत्तरेच्या थंडीची बऱ्यापैकी सवय झाली असली तरी भागीरथीच्या खळाळत्या प्रवाहाच्या थंडगार पाण्यात तो जेमतेम काही क्षणच राहू शकत असे. रोजच्याप्रमाणे गौतमनं स्नान झटपट उरकलं. आत्मानंदजींकडे त्याचं लक्ष गेलं. तो चकित होऊन बघत राहिला. भल्या मोठ्या जाडजूड गादीवर निवांत झोपावं तसे ते गंगेच्या त्या जोमानं वाहणाऱ्या प्रवाहावर मांडी घातल्या अवस्थेत शांतपणे उताणे पहुडले होते. खूप वेळ गौतम त्यांच्याकडे बघत होता. नंतर, प्रवाहाच्या विरुद्ध दिशेला आत्मानंदजींनी आपला देह किनाऱ्याकडे वळवला. गंगेनंही जणू त्यांच्या कमावलेल्या शरीरापुढं मस्तक नमवून त्यांना वाट करून दिली. आत्मानंदजी काठावर आले. एखाद्यापुढे बिनशर्त हार मानवी, तसं गौतमनं त्यांना वाकून वंदन केलं. स्वत:च्या मजबूत शरीरयष्टीबद्दल आजपर्यंत त्याचं विशेष चांगलं मत होतं. आज या क्षणी मात्र हिमालयाशेजारी उभ्या असलेल्या गिरनारापेक्षा त्याचं फारसं महत्त्व नाही, असं त्याला वाटलं. आशीर्वाद देण्यासाठी आत्मानंदजींनी हात उंचावला. पाठोपाठ खणखणीत दमदार आवाजात विचारलं, ''नवखा दिसतोस. याआधी कधी पाहिलं नाही तुला!''

''जी! नवखाच म्हणायचा... तरीपण बराच काळ झालाय!''

''असेल, असेल. खूप दिवसांनंतर माझं येणं झालंय इकडे पण... इथे राहून तू करतो काय आहेस? मौनीबाबांनी तुला शिष्य म्हणून स्वीकारलं आहे का?''

''...अं ...तसं काही नाही झालं अजून तरी...''

''मग कशासाठी राहतो आहेस इथे? काही खास प्रयोजन? विशिष्ट हेतू? की तपश्चर्या करतो आहेस?''

''तसं विशेष असं काही नाही पण... मौनीबाबा समाधी अवस्थेत परमात्म्याशी संवाद साधतात असं ऐकलंय...''

"हं...!" आत्मानंदजींच्या ओठांवर स्मित उमटलं.

"ज्या वेळी हा संवाद घडत असतो त्या वेळी त्यांच्या देहाभोवती परमात्म्याचे तेजकिरण फाकलेले दिसतात म्हणे! त्या आभामंडलाच्या दर्शनासाठीच मी इथे राहिलोय. आपण...आपण घेतलंय ते दर्शन?" गौतमनं उत्सुकतेनं विचारलं.

आत्मानंदजींच्या चेहऱ्यावर एक अगम्य भाव उमटला. ओठ मुडपले गेले. आश्रमाकडे जाणाऱ्या वाटेनं चालता चालता त्यांनी गौतमच्या खांद्यावर हात ठेवला.

"किती रे भोळा तू! अरे बाबा, आपली तेजकिरणं खुशाल इकडे तिकडे कोठेही फैलावून देण्याइतका परमात्मा स्वस्त आहे का रे?"

"म्हणजे... म्हणजे तुम्ही... म्हणताय काय?" गोंधळलेल्या गौतमच्या तोंडून प्रश्न निघाला.

"मला जे म्हणायचं आहे ते अगदी स्वच्छ, स्पष्ट आहे." गौतमच्या भाबडेपणाची कीव करत आत्मानंदजी उत्तरले. "गेली चाळीस वर्षं मी उभा देश हिंडतो आहे. कैलास आणि मानसरोवरासारख्या दुर्गम तीर्थस्थानी काळ कंठला आहे. शेकडो वेळा मला संतसमागम घडला आहे. अजून एकदाही मला ईश्वरदर्शन झालेलं नाही. ईश्वराचं दर्शन होत नसतं रे! परमात्मा म्हणजे एक अनुभव आहे, साक्षात्कार आहे. त्याला डोळ्यांनी नाही; मनानं पाहता येतं! परमात्म्याची प्राप्ती करून घ्यायची असेल तर आधी असल्या आभामंडलाच्या मायेतून मुक्त हो पोरा!" एवढं बोलून, जणू धावत असावेत इतक्या जलद गतीनं आत्मानंदजी पहाडी पायवाट चढू लागले.

गौतमला हे सगळं अगदी नवीन होतं. तो थक्क झाला. स्वामीजींच्या चालण्याशी गती जुळवून घेण्यासाठी धावू लागला. स्वामीजींच्या बोलण्यातून एकच अर्थ निघत होता- मौनीबाबांच्या आभामंडलाच्या कहाणीवर त्यांचा अजिबात विश्वास नव्हता! म्हणजे तो दावा मुद्दलात खोटाच होता म्हणायचा!

"पण... असं असेल तर मग स्वत:च्या डोळ्यांनी आम्ही ते दर्शन घेतलं आहे म्हणणाऱ्यांचं काय? ते खोटं कसं असेल? आम्हाला असं दर्शन घडलंय म्हणणारे कितीतरी भेटले आहेत मला!" त्यानं मनातली शंका बोलून दाखवली.

"तुला झालं आहे का दर्शन?" एका उतारावर अचानक थांबून आत्मानंदजींनी म्हटलं. "न... नाही. अजूनही ते भाग्य मला लाभलं नाही."

"ते भाग्य तुला आत्ता या क्षणी मिळवून देतो...चल!" आत्मानंदजींनी गौतमवर नजर रोखून म्हटलं. गौतमला नवल वाटलं. इतक्या भेदक नजरेनं आत्मानंदजी त्याच्याकडे का बघत असावेत?

"बोल बेटा! तुझं आराध्य दैवत कोणतं? कोणाची पूजा करतोस तू?"

आत्मानंदजींचा आवाज एखाद्या गुहेतून येणाऱ्या प्रतिध्वनीसारखा वाटत होता. गौतमला आठवलं. गोपालस्वामींच्या आश्रमातल्या मंदिरात श्रीकृष्णाची पूजा होत

असे. रामानंदजींपाशी वास्तव्य असताना श्रीराम हे आराध्यदैवत होतं. मौनीबाबांच्या आश्रमात भगवान महादेवाची प्रतिष्ठापना होती. एकाच जागी बसून राहिलेल्या त्या तपस्व्याच्या मठात हनुमानाच्या प्रचंड मूर्तीची पूजा व्हायची आणि... आणि...

एकाएकी त्याला स्वत:चं घर आठवलं. गजाबापा रोज सकाळी ठाकोरजीपुढे प्रसाद ठेवत असत. ठाकोरजी म्हणजे लंगडा बाळकृष्ण! रांगता बाळकृष्ण. गजाबापा लालजीला नैवेद्य दाखवायचे अन् मग तो प्रसाद सगळ्यांना वाटून टाकायचे. त्याला अंधुकसं आठवत होतं- आपली आईसुद्धा त्या रांगत्या बाळकृष्णाची पूजा करायची. लहानग्या गौतमला आपल्यापाशी बसवून नमस्कार करायला शिकवायची. म्हणायची, 'देवाला म्हणावं, खूप सुखात ठेव!' बाळ गौतम कधीतरी असं म्हणायचासुद्धा! सुख म्हणजे काय हे समजत नसलं तरी बोलून टाकायचा. मिळालं का ते सुख?

"चल, आटप. सांग लवकर तुझं आराध्य दैवत..."

"बाळकृष्ण...लालजी...ठाकोरजी." गौतमच्या तोंडून शब्द नकळत बाहेर पडले. कोणीतरी जणू त्याच्याकडून वदवून घेतलं होतं.

"तिकडे बघ. उंच आकाशात पसरलेल्या ढगांवर दृष्टी रोख." पूर्वेकडे हात करून बोटानं दाखवत आत्मानंदजी म्हणाले. त्या ढगांमधोमध उगवत्या सूर्याच्या तांबड्या किरणांची आभा दिसते आहे, तीवर नजर स्थिर कर."

गौतम अवाक् झाला. पर्वतशिखरांभोवती विहरणाऱ्या ढगांकडे त्यानं दृष्टी टाकली. दूरवरच्या पर्वतरांगांमधून प्रभातकाळचा सूर्य या ढगांना कुरवाळत होता. ढगांचे असे आकार त्यानं पाहिले नव्हते. आपल्या घरच्या पूजेतली ठाकोरजींची मूर्ती त्याला आठवली. त्या ढगांमध्ये, त्या तांबूस सोनेरी किरणांचा आकार त्या मूर्तीसारखाच दिसत होता का? गजाबापा लाल-पांढऱ्या फुलांची पूजा करत, तशीच फुलं या ढगांमध्ये कुठून आली? गौतमनं दीर्घ श्वास घेतला. नुकत्याच लावलेल्या उदबत्तीचा सुवास हवेतून येतोय का? ठाकोरजींच्या आरतीच्या वेळेची घंटेची किणकिण इथे कुठून आली? पापणीही न लववता गौतम अगदी निश्चल उभा राहिला.

"पुरे बेटा!" आत्मानंदजींचा विशाल तळवा त्याच्या डोळ्यांपुढे आडवा आला.

"परमात्म्याचं दर्शन क्षणभरापुरतंच असतं."

गौतम थरारला. अतिशय अद्‌भुत अनुभव होता तो.

एका क्षणापूर्वी तो सर्व काही विसरला होता. आकाशात दिसणाऱ्या ठाकोरजींच्या मूर्तीकडेच त्याचं लक्ष लागलं होतं. ठाकोरजींच्या प्रतिमेसदृश आकृती त्याला दिसली. हे सत्य होतं, की आत्ता त्याच्या डोळ्यांपुढे आडवा हात धरून उभे असलेले आत्मानंदजी हे सत्य होतं? त्याच्यापासून शेकडो मैल दूर असलेली ठाकोरजींची मूर्ती त्यानं आता इथे, विराट आकाशातल्या पर्वतशिखरांमध्ये पाहिली... हे काय होतं?

"स्वामीजी! स्वामीजी!!" गौतम उद्गारला. "या इथे अगदी आत्ता माझ्या डोळ्यांसमोर ठाकोरजींचं लालजीस्वरूप साकार झालं होतं. आमच्या घरात, देव्हाऱ्यात, सिंहासनावर बसलेले आहेत तसं... अगदी तसंच... तेच... तेच होते... ठाकोरजी. आता का दिसत नाहीत?"

"तो क्षण संपला, निघून गेला." लहान मुलाची समजूत घालावी तसं हसत हसत आत्मानंदजींनी म्हटलं, "प्रत्येक दर्शनाचा एक ठरावीक विशिष्ट क्षण असतो रे. तो क्षण नेमका तुम्हाला कळला तरच ते दर्शन संभवतं. मौनीबाबांच्या आभामंडलाला असा क्षण प्राप्त होईल तेव्हा..."

"पण मी पाहिलं ते सत्य होतं की भ्रम?"

"या क्षणी तुझ्यासमोर हे पर्वत आहेत, नदीचा हा प्रवाह आहे, आत्मानंदजींचा देह आहे... हे जेवढं सत्य आहे तसं... तुला झालेलं दर्शनही तेवढंच सत्य आहे."

"हा पर्वत, ही नदी, तुमचा देह हे सगळं पहिल्यासारखं, जसंच्या तसं अजूनही आहे. ठाकोरजी मात्र अंतर्धान पावले. त्यांचं दर्शन आता होत नाहीये. हे कसं?"

"सत्य आणि माया एकाच नाण्याच्या दोन बाजूंसारख्या आहेत. सत्य जाणून घेण्यासाठी माया स्वीकारावी लागते. मायेला दूर लोटून देऊन सत्य प्राप्त होत नसतं."

गौतमच्या मस्तकात विचारांचं काहूर माजलं. आत्मानंदजींचा शब्दन्शब्द त्याच्या अस्तित्वाच्या अणुरेणूंना स्पर्श करत होता. "मला काही कळत नाहीये स्वामी!" गौतम एकाएकी स्वामीजींच्या चरणावर कोसळला. "कित्येक वर्षांपासून अंतरात एक बेचैनी बाळगून जगतोय मी. ती बेचैनी दूर करायचा मार्ग दाखवा मला...स्वामी!"

"अरे वेड्या," आत्मानंदजी अत्यंत सहजपणे म्हणाले, "आपली दिशा प्रत्येकाने स्वतःच शोधायची असते. दुसरा कोणी त्याला मदत नाही करू शकत!" गौतमच्या मस्तकावर हात ठेवून त्यांनी म्हटलं, "इतिहास, भूगोल, गणित असे विषय दुसऱ्याकडून शिकता येतात. ईश्वराला जाणून घ्यायचा मार्ग स्वतःलाच शोधावा लागतो रे! पद्मासन घालून डोळे मिटून घेणारा प्रत्येक जण बुद्ध होत नसतो आणि केवळ उपास करकरून, देह झिजवून कृश होणारा प्रत्येक जण महावीर बनत नसतो. कृष्णाच्या अधरावर टेकलेल्या बासरीतून चराचराला मोहित करणारे सूर प्रकट होतात म्हणून तीच बासरी तुझ्या-माझ्या ओठांवर तशी शोभणार नाही. चल उठ, परमेश्वर तुझं कल्याण करो."

"ईश्वरप्राप्तीचा तो क्षण ओळखायचा कसा, स्वामीजी?" उठता उठता त्यानं जणू शेवटचा प्रश्न विचारून घेतला.

"अगदी सोपं आहे! ज्या क्षणी चित्तवृत्तीमध्ये आनंदाचे तरंग उठतील तो क्षण परमेश्वराच्या सान्निध्याचा असतो."

"पण तसा तर ऐहिक सुखातही आनंद होतो, नाही का?" गौतमनं शंका व्यक्त केली.

"नाही. तो आनंद नसतो. ती मौज असते. ऐहिक अथवा शारीरिक सुखातून मिळते ती मौज! मौज ही वरवरची, पृष्ठतलावरची अनुभूती आहे. आनंद अंतरंगात प्रकटत असतो. मौजमजेत तुम्ही इतरांना भागीदार करून घेऊ शकता. आनंदाचा प्रदेश एकेकट्याचा असतो." आपलं बोलणं संपवल्यागत आत्मानंदजी चालू लागले. स्वामीजींच्या गतीनं चालणं आपल्याला शक्य नाही असं गौतमला वाटलं. आपल्यासोबत गौतम आहे याची दखल न घेताच आत्मानंदजी पुढे पुढे जात राहिले, त्यांनी मागे वळूनसुद्धा पाहिलं नाही.

गौतम मौनीबाबांच्या आश्रमात पोहोचला तेव्हा तेथे विलक्षण शांतता पसरली होती. कित्येक साधू, भाविक हात जोडून, मस्तक नमवून मौनीबाबांच्या आसनापासून लांब उभे होते. प्रत्येकाच्या चेहऱ्यावर विस्मयजन्य आनंद झळकत होता. मौनीबाबा आपल्या आसनावर ध्यानस्थ बसले होते. यांपैकी कशाकडेच लक्ष न देता आत्मानंदजी मात्र तसेच सरळ निघून गेले. गौतमच्या ते ध्यानात आलं. गौतम तेथेच थांबला.

"अहाहा! किती अद्भुत!" गौतमला पाहून एक साधू त्याच्या कानाशी कुजबुजला.

"अशी तेजकिरणं या आधी मी कधीच बघितली नव्हती." त्याच्या चेहऱ्यावर आनंदाचा पूर लोटला होता.

"काय, म्हणता काय?" आजचा दिवस एकामागून एक आश्चर्याचे धक्के बसण्याचा होता की काय! आत्मानंदजींसोबत आपण ज्या क्षणी ठाकोरजींचं दर्शन घेत होतो, नेमक्या त्याच वेळी मौनीबाबांनी इथे परमात्म्याशी संवाद साधला असेल का? तेच तेजोवलय, त्या तेजकिरणांनी निर्मिलेलं आभामंडल या सर्वांनी प्रत्यक्ष पाहिलं असेल का?

"तुम्ही राहून गेलात हो!" गौतमला सहानुभूती दाखवत तो साधू म्हणाला,

"बाबांच्या मस्तकाभोवती आज आभामंडल प्रकट झालं. हे असं, आत्ता थोड्या वेळापूर्वीच आम्ही पाहिलं. कुठे होतात कुठे तुम्ही? कुठे गेला होतात?"

"मी कुठेच गेलो नव्हतो." काही क्षणांपूर्वी आत्मानंदजींनी करवून दिलेला अनुभव त्याला स्मरला. "सत्य आणि माया एकाच नाण्याच्या दोन बाजूंसारख्या आहेत." आत्मानंदजींच्या शब्दांचा ध्वनी अजूनही त्याच्या कानांत गुंजत होता.

संध्याकाळी गौतम आत्मानंदजींच्या निवासात गेला तेव्हा त्याला आश्चर्याचा आणखी एक धक्का बसला. आत्मानंदजी दुपारीच आश्रम सोडून पुढच्या प्रवासाला निघून गेले होते.

दुसऱ्या दिवशी गौतमनेही मौनीबाबांचा आश्रम सोडला... आणि उत्तर काशीही!

जोशी मठाजवळ आला तसा गौतम थांबला. जोशीमठ! बदरीधामचं जणू प्रवेशद्वार! गेले कित्येक दिवस त्याचा प्रवास अखंड सुरू होता. रात्रीच्या निवाऱ्यापुरतं थांबण्याखेरीज अधिक काळ तो कुठेच थांबला नव्हता. थंडीचा कडाका आणि अविश्रांत प्रवास यामुळे तो अतिशय दमला होता. देहच थकला होता असं नव्हे तर एव्हाना त्याला मानसिक थकवा जाणवू लागला होता. घर सोडून जणू युग लोटलं होतं. या एवढ्या काळात काय साधलं? मुठीत उन्ह पकडून ठेवायचे प्रयास सगळे! जोशीमठात राहायचं त्यानं ठरवलं.

जोशीमठ म्हणजे आदि शंकराचार्यांचं परमधाम! इथं राहूनच जगद्‌गुरूंनी प्रख्यात 'प्रस्थानत्रयी'ची रचना केली. ज्या वृक्षाखाली बसून त्यांनी ते लेखन केलं असं म्हणतात त्या वृक्षाचं गौतमने दर्शन घेतलं. त्या विशाल वृक्षाचा बुंधा कोणीतरी कोरून काढल्यासारखा पोकळ होता. वरचा सगळा वृक्ष जसा काही, बुंध्याऐवजी आजूबाजूच्या आधारांमुळे टिकून राहिला होता. गोवर्धन पर्वताला गोपाळांनी आपापल्या काठ्यांचा आधार द्यावा तसं दिसत होतं. भक्तिभावानं, परम श्रद्धेनं गौतम त्या जागी बराच वेळ थांबला.

खरं तर जोशीमठ हे शब्द ऐकून त्याला हसू आलं होतं. आदिगुरूंचा हा ज्योतिर्मठ पण लोकांनी बोलीभाषेत त्याला जोशीमठ करून टाकलं होतं. ज्योतिर्मठ म्हटलं तर कोणाला ओळख पटत नव्हती. जोशीमठ सगळ्यांना माहीत होतं. ते काय असेल ते असो; आदिगुरूंच्या गादीचं दर्शन घेऊन मगच पुढे जायचं गौतमनं ठरवलं.

'आदिगुरूंची गादी' हे शब्द कानांवर पडले तेव्हासुद्धा त्याला कससंच झालं. आदिगुरू आयुष्यभर भ्रमण करत होते. असं 'गादी'वर आसनं मांडून कधी राहिले असतील का? एका भव्य प्रवेशद्वाराशी गौतम थांबला. द्वाराच्या आत गेलं की आदिगुरूंची 'गादी' होती.

''महाराज!'' जवळून जाणाऱ्या एका साधूनं त्याच्या कानात हलकेच म्हटलं.

''आत गेल्यावर उजवीकडे वळा. उजवीकडच्या आश्रमात मूळची अस्सल गादी आहे. प्राचीन आणि पवित्र मंदिर ते आहे.''

"असं?" गौतम बावचळून बघू लागला.

तेवढं बोलून तो साधू केव्हाच निघून गेला होता.

आत जाऊन गौतम उजवीकडे वळला.

"स्वामी! प्रथमच आलात आहात वाटतं दर्शनाला!" कमरेला गोणपाट गुंडाळलेल्या एका माणसानं गौतमच्या अगदी जवळ येत म्हटलं.

"खरंय! पहिल्यांदाच येतोय इथे!" गौतम अडखळत म्हणाला.

"तरीच उजवीकडे वळलात! आदिगुरूंची अस्सल गादी तिकडच्या मंदिरात नाहीये. तिथे आहे ती बदललेली, नकली. अस्सल गादीचं दर्शन डाव्या बाजूच्या आश्रमात घडेल. तिकडे बघा, त्या तिथे. पलीकडे. तिकडे जा...तिकडे!" त्या गोणपाटधाऱ्यानं हात लांब करून दाखवत म्हटलं.

गौतमला कमालीचं आश्चर्य वाटलं. घडीभरापूर्वी भेटलेला साधू उजवीकडची गादी अस्सल असल्याचा निर्वाळा देत होता तिलाच हा नकली म्हणत होता आणि डावीकडचंच स्थान अस्सल आहे असं छाती ठोकून म्हणत होता. आदिगुरूंची गादी...तिच्यातही असली न् नकली असा प्रकार असू शकतो? डावीकडे जावं की उजवीकडे, त्याला उमजेना.

"त्याचं काय आहे," गौतमच्या मनातला गोंधळ आपल्या लक्षात आला आहे, अशा थाटात तो गोणपाटधारी त्याला म्हणाला, "या आधीचे गादीपती शंकराचार्य ब्रह्मविलीन झाल्यानंतर त्यांच्या वारसदाराबद्दल कोर्ट-कचेऱ्या चालू आहेत. खरे वारसदार असणारे गुरू याच बाजूला असतात पण भाविक चुकून त्या बाजूला ओढले जातात."

एवढ्या कडाक्याच्या थंडीत आपल्याला घाम फुटतो आहे की काय असं गौतमला वाटू लागलं. ज्योतिर्मठाचा जोशीमठ कसा काय झाला या प्रश्नाचं एव्हाना निराकरण झालं होतं. उत्तरच मिळालं असावं तसा तो पाठ फिरवून चालू लागला. गोणपाटधारी त्याच्याकडे बघतच राहिला.

गौतम बाहेर निघून गेला.

"अरे, अरे महाराज... इथवर येऊन असे दर्शन न घेताच परत चाललात?" गोणपाटधाऱ्यानं चकित होऊन विचारलं. आता कोणाचेच शब्द गौतमच्या कानात शिरत नव्हते.

जोशीमठाभोवतालच्या प्रदेशात गौतम बराच काळ हिंडत राहिला. हिमालयाची बर्फाच्छादित शिखरं तिथून स्पष्ट दिसत होती. कधी कधी आकाश निरभ्र झालं की तळपत्या उन्हानं तो बर्फमय पृष्ठभाग वाहत्या चांदीच्या प्रवाहासारखा भासत असे. एखाद्या रात्री स्वच्छ आकाशात ती बर्फाच्छादित शिखरं स्वयंप्रकाशी होऊन चमकू लागत आणि ऐन मध्यरात्री सूर्यप्रकाश असल्याचा भ्रम उत्पन्न करत.

अशाच एके रात्री गौतम हिमशिखरांची शोभा पाहत होता. गौतम राहत होता त्या अतिथिभवनाच्या रखवालदारानं त्याला म्हटलं, ''स्वामीजी! असं रात्री तासन् तास शिखराकडे पाहत राहाल तर कधीतरी शिवजींचा अपराध घडेल तुमच्याकडून बरं!''

''अपराध? कसला?''

''तुम्ही नवखे आहात इथे. अहो, ही देवभूमी आहे देवभूमी. इथे या पहाडांवर मध्यरात्री अप्सरा उतरून येतात, नृत्य करायला. भगवान शंकर आणि पार्वतीमातासुद्धा येतात, विहार करायला. एखाद्या अभागी माणसानं हे चुकून जरी पाहिलं स्वत:च्या डोळ्यांनी, तर तो लगेच अपराधी ठरतो. म्हणजे सांगतो तुम्हाला, दोन्ही डोळ्यांतलं तेजच जातं निघून. ताबडतोब. म्हणजे काय, सांगतो तुम्हाला, आंधळाच होतो तो. पार आंधळा. तुम्हाला सांगतो, माझे चुलत आजोबा- म्हणजे ते माझ्या आजोबांचे भाऊ- ते झाले ना आंधळे! असेच. सांगतो तुम्हाला, त्यानंतर वेड़े झाले. ठार वेडे. तसेच मेले शेवटी! वेडे. आजसुद्धा सांगतो तुम्हाला, अशा आंधळ्या न् वेड्या झालेल्या गोमती आजी आहेत की या गावात! नाही म्हणजे आपलं तुम्हाला सांगून ठेवलं. अप्सरांचा नाच सुरू झाला ना, की त्यांच्या पैजणांची रुणझुण तेवढी ऐकायची, कानांनी! डोळे उचलून बघायचं नाही बरं, अजिबात!''

रखवालदारानं मोठ्या चवीनं सगळं वर्णन करून सांगितलं.

गौतमनं अप्सरांबद्दल ऐकलं होतं. अप्सरा कशा दिसत असतील त्याची कल्पना करून पाहिली होती...परंतु या अप्सरा हिमालयाच्या शिखरांवर नृत्य करत असतील अशा दृश्याची कल्पना मात्र त्यानं केली नव्हती. शिवपार्वतीचं निवासस्थान कैलास पर्वत! मानसरोवर! त्या देवयुग्मानं विहार करायला तिथून इथे का यावं ते त्याला कळेना... आणि त्या देवयुग्माचं दर्शन झालंच तर त्यामुळे एखाद्याचं अवघं जीवन धन्य होईल, त्याची दुर्दशा का होईल? या प्रश्नांची उत्तरं रखवालदाराकडून मिळणं शक्य नव्हतं. आपल्या मनातल्या शंका आहेत तिथेच बऱ्या आहेत असं गौतमला वाटलं. बोलून दाखवल्या तर हा रखवालदार आपल्याला अप्सरा-नृत्य न बघताच वेडा झालेला समजायचा!

एके दिवशी गौतमला दिसलं, बदरीधामला जाणाऱ्या मुख्य मार्गापासून फुटून, पहाडात शिरलेल्या एका अरुंद पायवाटेवरून दोन-तीन सरकारी जीपा जपून निघाल्या होत्या. जीपांमध्ये बरेचसे गणवेशधारी पोलीस होते. गौतम उतरला होता ती धर्मशाळा या वाटेवरच होती. धर्मशाळेच्या इमारतीत नेहमीपेक्षा वेगळी ये-जा दिसू लागली. काही खोल्या उघडल्या गेल्या. साफसफाई झाली. तिथेदेखील पोलीस दिसत होते.

''हे सगळं काय चाललंय हो? इतके सारे पोलीस इथे कशाला आलेत?'' त्यानं नवलानं रखवालदाराला विचारलं.

“हरदेवसिंगजींची स्वारी दोन- तीन दिवसांतच टाटबाबांच्या दर्शनाला येईलसं वाटतंय...”

दोन्ही नावं गौतमला अनोळखी होती.

“हरदेवसिंग म्हणजे कोण? आणि हे टाटबाबा कोण नवीनच?”

“अरे देवा, तुम्हाला काही म्हणता काहीच ठाऊक नाही म्हणायचं! अहो, हरदेवसिंगजींना न ओळखणारा माणूस या मुलखात राहूच शकत नाही. हरदेवसिंगजींचा प्रतापच आहे तसा! हा पहाडी मुलूख म्हणजे मायभूमी आहे त्यांची अन् ते सध्या राज्याचे गृहमंत्री आहेत, गृहमंत्री! ते मुळात गृहमंत्री झाले तेच या टाटबाबांच्या आशीर्वादामुळे! टाटबाबांची कृपा झाली अन् हरदेवसिंगांचं घोडं गंगेत न्हालं.”

“अन् हे टाटबाबा...”

“फार मोठे सिद्धपुरुष आहेत हा! इथून सात किलोमीटरवर त्या तिकडे, पलीकडे त्या पहाडीवर दाट जंगलात राहतात. कायमचे. तुम्हाला सांगतो, बाहेर येतच नाहीत. कधीच नाही. काळभैरव प्रसन्न आहे त्यांच्यावर. तुम्हाला सांगतो, तीनशे वर्षांपूर्वी इथे एक दरी होती म्हणतात. खोल दरी. टाटबाबांनी म्हणे काळभैरवाच्या कृपेनं त्या दरीच्या मधोमध तो तिथला पहाड असा वर काढला खेचून! त्या पहाडावर मैलभर पसरलेला भला मोठा वटवृक्ष उभा केला. रातोरात. तुम्हाला सांगतो, त्या वटवृक्षाच्या फांदीवर राहतात हे... टाटबाबा. तिथेच. त्या फांदीवरून खाली उतरून बाबांनी जमिनीवर पाय म्हणून ठेवला नाहीये. एकदासुद्धा. ज्याच्यावर त्यांची कृपा होते की नाही, त्याच्या डोक्यावर उजव्या पायाचा अंगठा मारतात. एकदा का त्या अंगठ्याचा प्रसाद मिळाला, की त्या माणसाचं दळींदर पळालंच म्हणून समजा. तुम्हाला सांगतो, हरदेवसिंगांना बाबांच्या अंगठ्याचा स्पर्श झाला म्हणे, न् तेव्हापास्नंच त्यांचं भाग्य फळफळलंय बघा!”

“काय सांगताय काय? सलग तीनशे वर्षं एकाच फांदीवर...”

“मोठे चमत्कार करून दाखवणारे आहेत टाटबाबा. हा! रोज सकाळी ताज्या ब्रह्मकमळानं पूजा करतात भैरवाची. ते ब्रह्मकमळ पार तिकडून मानसरोवरातून येतं त्यांच्यापाशी. तुम्हाला सांगतो, आदल्या दिवशीच्या पूजेतल्या ब्रह्मकमळाला नमस्कार करायलादेखील माणसं गर्दी करतात. बघाल तेव्हाच कळेल. हा!”

गौतमला वाटलं, अशा टाटबाबांचं दर्शन एकदा तरी करायलाच हवं.

“पण हे ‘टाटबाबा’ नाव पडलं कसं?”

“एवढे मोठे सिद्धपुरुष आहेत पण केवळ लज्जारक्षणापुरता गोणपाटाचा एक तुकडा तेवढा कमरेला गुंडाळतात. इतर काही म्हणजे काही वस्त्र नसतं अंगावर. गोणपाट नेसतात ना, म्हणून इकडचे सगळे लोक त्यांना टाटबाबा म्हणतात. तुम्हाला सांगतो, त्यांचे शिष्यसुद्धा सगळेच्या सगळे फक्त गोणपाटच नेसतात.”

गौतमला आठवलं. जोशीमठाच्या आदि शंकराचार्यांच्या गादीच्या दर्शनाच्या वेळी अशाच एका गोणपाटधारी साधूची गाठ पडली होती. तो या बाबांचा शिष्य असेल का? तसं असेल तर मग... टाटबाबासुद्धा शंकराचार्यांच्या गादीच्या विवादातलेच एक...

मनात आल्याक्षणीच गौतमनं ते विचार झटकून टाकले.

त्या दिवशी दुपारी गौतम टाटबाबांचा आश्रम म्हणून ओळखल्या जाणाऱ्या पर्वतशिखरापाशी पोहोचला. वाट अगदी दुर्गम होती. पायी चालणं मोठं जिकिरीचं होतं. जीपसुद्धा एखादा अनुभवी, कुशल ड्रायव्हरच चालवू शकेल अशी अरुंद वाट होती. लगतच्या दऱ्या इतक्या अक्राळविक्राळ, खोल होत्या की एखाद्या घाबरटाला पाहताक्षणी भोवळ यावी. त्या दऱ्यांमध्ये गिरक्या घेणाऱ्या नदीच्या प्रवाहाच्या नुसत्या आवाजानं भीती दुणावत होती. त्या सुप्रसिद्ध वटवृक्षाजवळ गौतम पोहोचतो न पोहोचतो तोच साध्या कपड्यांतल्या दोन पोलिसांनी त्याला हटकलं.

''स्वामीजी! आजच्या दिवस तुम्ही तिकडे पलीकडे राहा. आज टाटाबाबांचं दर्शन घेता येणार नाही.'' एकानं काहीसं सौम्यपणे परंतु अधिकारवाणीनं म्हटलं.

''काय झालंय हो? आज म्हणे टाटबाबांच्या दर्शनाला गृहमंत्री हरदेवसिंग येणार आहेत...''

''अरे! म्हणजे महाराज तुम्हाला ठाऊक आहे तर!'' एकानं बिलंदरपणे हसत म्हटलं. ''अहो, मंत्रीजी येणार आहेत म्हणूनच टाटबाबा तुम्हाला दर्शन देणार नाहीत!''

''मंत्रीजी किती वेळ थांबणार आहेत हो?''

''ते कसं सांगणार? जोपर्यंत टाटबाबा वडाच्या वरच्या फांदीवरून उतरून त्यांच्या उजव्या पायाची लाथ मंत्रीजींच्या डोक्यावर मारत नाहीत तोपर्यंत मंत्रीजी डोकं खाली झुकवून तिथेच उभे राहणार आणि तोपर्यंत तुम्ही तिकडे जाऊ शकणार नाही अन् आम्ही पण इथून हलणार नाही. कळलं?'' तो दबक्या आवाजात पुटपुटला.

''मंत्रीजींची फार श्रद्धा आहे का हो?''

''फार चौकशा करू नका हो स्वामीजी! काही तथ्य नाही त्यात. निवडणुका जवळ आल्यात आणि हरदेवसिंगजी मुख्य प्रधान व्हायची स्वप्नं बघताहेत. गेल्या निवडणुकीच्या वेळी टाटबाबांनी लाथ मारली न् हरदेवसिंग गृहमंत्री बनले. आता या खेपेला कृपा झाली की मुख्यमंत्रिपद पदरात पाडून घ्यायची सगळी तरतूद झालीये!''

यावर गौतमनं पुढे काही म्हटलं नाही. गप्प राहिला. ज्यांनी तीनतीनशे वर्षे तपश्चर्या, साधना केलीये असं लोक म्हणतात, ते टाटबाबा एका क्षुल्लक मंत्रिपदासाठी आपलं सामर्थ्य खर्ची घालतात हे ऐकून त्याच्या मनात पुन्हा एकदा विषादाची लाट

उसळली. तीनशे वर्षांची साधना आणि काळभैरवासारखी प्रचंड शक्ती अशा क्षुद्र प्राप्तीसाठी वापरली जात असेल तर ती सिद्धी प्राप्त करण्याजोगी आहे असं तरी कसं म्हणता येईल?

गौतम तिथून थोड्या अंतरावर एका शिलाखंडाआड जमिनीवर बसला.

तो विचारचक्रात गुरफटून गेला. या भागात हरदेवसिंगांचं नाव सगळ्यांना चांगलं परिचित होतं; त्यांच्या नावाचा दबदबा त्याला जाणवला होता. त्यांना मिळालेला मानमरातब हे टाटबाबांच्या कृपेचं फळ होतं असंच सगळे मानत होते. टाटबाबांविषयी कोणाच्याही मनात कसलीही शंका नव्हती; कसलाही प्रश्न नव्हता. ही अशी इतकी श्रद्धा मनात कुठून अवतरत असेल? त्या श्रद्धेला खतपाणी कशानं मिळत असेल? गौतमला असे प्रश्न भंडावू लागले. आपण इतकं दिवसेंदिवस हिंडलो, फिरलो, आपल्या मनात अशा श्रद्धेची पालवी का बरं फुटत नाही?

जरा वेळानं गौतमनं पाहिलं, हलकासा घरघर आवाज करत, पहाडातल्या अरुंद वाटेवरून तीन जीप गाड्या अतिशय काळजीपूर्वक आश्रमात शिरत होत्या. आजूबाजूला उभे असलेले सर्व जण एकदम दक्ष झाले. हरदेवसिंगांची स्वारी आली होती. दूर अंतरावर शिळेआडून गौतमला स्पष्ट दिसत होतं.

एक गर्द डहाळी अशी काही खाली वाकली होती, की सूर्यकिरणांनाच काय, हवेलाही तिथवर पोहोचायला वाकडंतिकडं वळून यावं लागेल! त्या डेरेदार फांदीखाली येऊन जीप थंड झाली. हरदेवसिंग खाली उतरले. खादीच्या झब्बा-पायजम्यात त्यांचा थोराड देह मोठा रुबाबदार दिसत होता. उतरताक्षणी त्यांनी डहाळीच्या दिशेनं आकाशाकडे पाहून मस्तक नमवून वंदन केलं; नंतर साष्टांग दंडवत घालत असावेत तसे जमिनीवर आडवे झाले. पुन्हा उठून उभे राहिले. एका साधूनं पुढे केलेल्या द्रोणातलं कसलसं द्रावण त्यांनी पिऊन टाकलं. त्या द्रावणाचा उग्रपणा क्षणभर त्यांच्या चेहऱ्यावर उमटून गेला. त्यानंतर त्यांनी स्नान केलं. खादीची वस्त्रं उतरवली. गोणपाट गुंडाळून घेतलं. हे सगळं गौतमला गमतीदार वाटत होतं. गोणपाटधारी गृहमंत्र्यांचा एखादा फोटो काढता आला असता तर...

गोणपाटधारी गृहमंत्री, मुख्यमंत्री होण्याच्या लालसेनं अर्धनग्न अवस्थेत मस्तक नमवून उभे होते आणि टाटबाबांच्या लाथेची प्रतीक्षा करत होते.

गौतमला फार काळ ते दृश्य बघवेना. काळोख पडायला आला होता. तो उठला.

पाठ फिरवून चालू लागला.

तीनशे वर्षे तपश्चर्या करणाऱ्या आणि आपल्या उजव्या पायाच्या एका लाथेसरशी एखाद्याच्या भाग्याचे दरवाजे उघडायला समर्थ असणाऱ्या टाटबाबांना मागे सोडून गौतम बदरीधामाच्या शिवेवर पोहोचला तेव्हा दिवस चांगलाच वर आला होता; परंतु हवा मात्र बर्फासारखी थंडगार होती. बदरीधामच्या अनेक डोंगरमाथ्यांवर बांधलेल्या इमारती सुबक कुटींसारख्या सुंदर दिसत होत्या. पार तळाशी असलेले दगडगोटे लख्ख पाहता येतील अशा स्वच्छ, बिलोरी जळानं उसळणाऱ्या खळाळत्या अलकनंदेचा प्रवाह डावीकडच्या खोऱ्यातून वाहत होता. दूरवर पसरलेल्या गगनचुंबी शिखरांवर हिम चमचमत होतं. अद्यापपावेतो हिममुक्त असलेल्या शिखरांवर, हजारो फूट उंचावर ठिपक्यांसारखी भासणारी माणसं आणि गुरंढोरं हिंडत फिरत होती. अलकनंदेच्या प्रवाहाच्या एका वळणापाशी एका विशाल खडकाजवळ येऊन तो उभा राहिला. रस्त्याच्या कडेनं मोटारींचे ताफेच्या ताफे थांबले होते. स्त्री-पुरुषांचे जथे काहीतरी बघत उभे होते. आनंद आणि विस्मय यांचं अजब मिश्रण त्यांच्या चेहऱ्यावर दिसत होतं. काहीतरी पाहण्याची धडपड करणाऱ्या त्या माणसांची एक भिंतच तयार झाली होती. गौतमचं कुतूहल जागृत झालं. जवळच्या एका शिळेवर चढून तो पाहण्याचा प्रयत्न करू लागला. जवळच काही साधूदेखील मोठ्या आवडीने ते दृश्य बघत होते.

अलकनंदेच्या प्रवाहाजवळ पसरलेल्या पांढुरक्या, गुळगुळीत दगडगोट्यांवर सुदृढ देहाचा एक साधू साष्टांग दंडवत घालताना दृष्टीस पडत होता. त्यानं रेशमी वस्त्रं परिधान केली होती. सतत वेगवेगळ्या प्रकारे तो साष्टांग नमस्कार घालत होता आणि त्याच्याभोवती मांडून ठेवलेले तीन-चार कॅमेरे त्याची प्रत्येक वेगळी 'पोज' टिपून घेत होते. गौतम लक्षपूर्वक पाहू लागला. छायाचित्र नीटनेटकं आणि आपल्याला हवं तसंच यावं म्हणून एक जण कॅमेरामनला आणि त्या साधूला सूचना देत होता. फिल्मच्या शूटिंगबद्दल गौतमनं ऐकलं होतं, पण शूटिंग स्वत: कधी बघितलं नव्हतं. साधूची भूमिका करणाऱ्या एखाद्या अभिनेत्याचं चित्रपटातलं एखादं दृश्य चित्रित होत असावं, असं त्याला वाटलं. साष्टांग नमस्कार घालण्याचं दृश्य पूर्ण

झालं असावं, कारण तो ताम्रवर्णी-देहधारी साधू आता अलकनंदेचं आणि हिमालयाचं ध्यान करत असल्याचा अभिनय करू लागला होता. हात जोडून, डोळे मिटून, पद्मासन घालून त्यानं वेगवेगळी छायाचित्रं काढायला लावली. कधी रुद्राक्षाची माळ गळ्यात घातली तर काही वेळा शाल लपेटून घेतली.

"हे काय चाललंय हो? आणि हे महात्मा कोण बरं?" गौतमनं जिज्ञासेनं विचारलं.

"फार मोठे प्रवचनकार आहेत हे बापू. साक्षात सरस्वती त्यांच्या जिभेवर नाचते. श्रीगणेशानंसुद्धा चारही वरदहस्त ठेवलेत त्यांच्यावर!" कोण्या जाणकारानं माहिती पुरवली.

"असं का! पण का हो, या शूटिंगचा अन् त्यांच्या प्रवचनांचा काय संबंध?"

"बापूंच्या प्रवचनाच्या जाहिराती देशभरातल्या वर्तमानपत्रांत छापल्या जातात. त्यांत बापूंची छायाचित्रं असतात. यापुढच्या जाहिरातींमध्ये हिमालयात आराधना करत असलेल्या बापूंची छायाचित्रं छापली जातील. तेवढ्याचसाठी बापू आपल्या लवाजम्यासकट इथवर आले आहेत." जाणकारानं संपूर्ण माहिती देऊन टाकली.

बापूंचं नाव गौतमला अपरिचित नव्हतं. क्वचित कधीतरी त्यानं बापूंची अशी तऱ्हतऱ्हेची छायाचित्रं असलेल्या जाहिराती पाहिल्या होत्या. ती छायाचित्रं बघताना त्याच्या मनावर ठसलेली बापूंची प्रतिमा हे शूटिंग पाहताक्षणी समूळ नष्ट झाली. अलकनंदातटी परमात्म्याची आराधना करत बसलेल्या बापूंचं वर्तमानपत्रात छापून आलेलं छायाचित्र पाहिल्यावर आता आपल्याला काय वाटेल?... परंतु ज्यांनी हे शूटिंग पाहिलं नसेल त्यांच्या मनात उमटणारी बापूंची प्रतिमा किती भक्तिभावमय असेल...!

गौतमला गोपालस्वामींची आठवण झाली. त्यांच्या मोहक वाणीला भुलून तो इतक्या वर्षांपूर्वी घरदार त्यागून निघाला होता ना! पुष्करधामचा त्यांचा प्रासादसमान भव्य आश्रम, त्यांची राहणी, त्यांची जीवनशैली सारं काही गौतमच्या डोळ्यांपुढून तरळून गेलं. गोपालस्वामींच्या जातकुळीच्या लोकांची कुठेच उणीव नाही, असं त्याला प्रकर्षानं वाटून गेलं. उंच शिळेवरून खाली उतरून त्यानं बदरीधामची वाट धरली.

जरा पुढे जातो न जातो तोच त्याला एका गुहेचं प्रवेशद्वार दिसलं. दोन पर्वतांमधून कोरून काढल्यासारखी ती गुहा दिसत होती. प्रवेशद्वाराजवळ एका उंच वृक्षावर बांधलेल्या बांबूवर एक ध्वजा फडकत होती. वृक्षाला पार होता. पारावर दगडात कोरलेली मारुतीची मूर्ती होती. मूर्तीवर शेंदूराचा लेप चढवलेला दिसत होता. जवळच दुसऱ्या दगडावर अक्षरं कोरली होती- बजरंग गुंफा!

गौतम घटकाभर पाराजवळ थांबला. मारुतीला नमस्कार करून गुंफेच्या दाराकडे

बघू लागला. दार लहानसं असलं तरी आतलं दृश्य स्पष्टपणे दिसत होतं. तिथून धूर बाहेर येत होता.

"जय रामजी की!" त्यानं बाहेरूनच साद घातली. 'साधू' जमातीबद्दल एव्हाना त्याला बऱ्याच गोष्टी माहीत झाल्या होत्या.

"जय रामजी की बाबा!" गुंफेच्या भिंतीवर आपटत आपटत प्रतिध्वनी बाहेर आला. आवाज एवढा बुलंद होता!... गौतमला वाटलं, गुहेतून येणारा धूरसुद्धा थरथरतोय!

"साधू का स्वागत हो! अंदर आओ बाबा!" जणू गुंफेनंच त्याला आमंत्रण दिलं.

"रामजींच्या या मठीमध्ये घासभर अन्न आणि दोन हात जमीन प्रत्येक जिवाला मिळत असते."

धुराच्या लोटांमधून वाट काढत गौतम गुहेत शिरला. आत प्रकाश अंधूक होता. जपून पावलं टाकत, डोकं कुठे आपटणार नाही याची काळजी घेत तो पुढे गेला. एकाएकी थांबला. थोड्या अंतरावर एका धुनीपाशी दोन-चार साधू चिलीम ओढत बसले होते. धुनीतून निघणाऱ्या धुरानं गुंफा भरून गेली होती. डोळे बारीक करून तो पाहू लागला. त्याच्या डोळ्यांची आग होत होती.

"जय रामजी की!" धुनीजवळून दोन-तीन घोगरे आवाज घुमले. "थंडीतून येतोयस बच्चा! टेक इथे, हा शिवप्रसाद घे जरासा!" थोराड बांध्याच्या एका तगड्या साधूनं त्याच्यापुढे चिलीम धरली.

चिलीम, गांजा ओढणाऱ्या साधूंची गौतमला नवलाई नव्हती. त्यानं कित्येकदा हे दृश्य पाहिलं होतं; परंतु स्वत: हे पदार्थ कधी घेतले नव्हते. शिवशंकरासारख्या देवाधिदेवाच्या नावाशी असले अमली पदार्थ कसे काय जोडले गेले असतील हे कोडं त्याला कधी सुटलं नव्हतं. भगवान शंकर अवधूत होते, त्यांनी विष गिळलं होतं, ते स्मशानातले देव होते, असं जरी असलं तरी या मादक पदार्थांशी त्यांचा संबंध जोडून टाकण्याचा, हा माणसानं लावलेला शोध म्हणजे त्याच्या लेखी एक महान आश्चर्य होतं.

"क्षमा करा महाराज," धुनीजवळ एका ओंडक्यावर बसत गौतम म्हणाला, "चिलीम... गांजा... मी पीत नाही."

"अरे!" सगळी गुंफा हसण्याच्या गडगडाटानं दणाणून गेली. "मग साधू बनलास कशासाठी रे बेटा?" प्रश्नाला उत्तराची अपेक्षा नव्हतीच. गौतम गप्प राहिला.

"बिरजू!" हाताची घडी घालून शेजारी बसलेल्या एका धष्टपुष्ट तरुण साधूला त्या साधूनं म्हटलं, "आपल्या दारी अतिथी आहेत. चिलीम पीत नसतील तर त्यांना ती चहाची पानं उकळून द्या. थंडी वाढत्येय. जरा ऊब येईल तेवढ्यानं..."

बिरजू उठला. चहाची पानं आणायला एका शिळेमागे गेला.

"कुठून आलास बेटा? कुठे राहिला आहेस?" एका वृद्ध साधूनं आपुलकीनं विचारलं.

"राहायचं ठिकाण अजून शोधायचं आहे महाराज. बदरीधामला प्रथमच येतोय."

"ही गुंफा म्हणजे सुद्धा रामजीचं धामच आहे. साक्षात बजरंगबली पहारा देताहेत. पाहा, वाटलं तुला तर इथेच कर मुक्काम!"

इतके दिवस गौतमची भ्रमंती सुरू होती, पण अशा गडद काळोख्या गुहेत राहायची वेळ त्याच्यावर कधीच आली नव्हती. त्यानं इकडे तिकडे नजर फिरवली. गुहा लहानसहान वाटत नव्हती. आत आणखी खोल असावी.

"मेहेरबानी तुमची महाराज."

"मेहेरबानी रामजीची."

चहाची पानं आणायला गेलेला बिरजू परत आला. धुनीतली लाकडं सारखी करत त्यानं एका तपेलीत पाणी उकळायला ठेवलं. त्यात गवतासारखी दिसणारी कसलीतरी लांब लांब पानं टाकली. जरा वेळानं पेय तयार झालं. एका द्रोणातून बिरजूनं ते गरम पेय गौतमसमोर ठेवलं. गौतमनं एक घोट घेतला. एका वेगळ्याच मधुर स्वादानं त्याचं तोंड भरून गेलं. पानांच्या वासानं नाक भरून गेलं.

"पिऊन टाक बेटा. तहान, भूक सगळं भागेल. अशी चहाची पानं फक्त हिमालयातच सापडतात. अवघ्या बदरीधामात केवळ या बजरंग गुहेच्या पहाडावरच काय ते असं झाड आहे. हे झाड दैवी आहे. त्याच्या वाळक्या काष्ठातून प्रकाशाच्या ठिणग्या उडतात. पाहशील तू स्वत:च्या डोळ्यांनी!" साधूनं गौतमला समजावून सांगितलं.

द्रोणातलं पेय गौतमनं एका दमात पिऊन टाकलं.

त्या पेयाचं माधुर्य अनोखं होतं. धुनीतला जाळ विझत आला होता. धुरानं डोळे चुरचुरत होते. एकाएकी त्याला पेंग आली. झोपावंसं वाटू लागलं.

"बेटा!" साधूचा आवाज दूर कुठून तरी येत आहे असं वाटत होतं. "झोप येत असेल तर आतल्या त्या उंच खडकावर निवांत झोप. मऊ आहे तो खडक आणि पांघरूण तिथेच आहे.

गौतमला वाटलं, बोलावं काहीतरी, पण त्याच्या तोंडून शब्दच फुटेना. त्याला झोपायला सांगितलं होतं तो भाग गुंफेच्या उजवीकडे खोदून काढलेल्या पोटमाळ्यासारखा दिसत होता. तिथे अंधार अधिकच गडद होता. गौतम उठला. पोटमाळ्यासारख्या भागात चढला. अंथरलेल्या कांबळ्यावर निजला. डोळा केव्हा लागला कळलंही नाही.

बजरंग गुंफेत राहणाऱ्या त्या साधूचं नाव होतं चिंतामणिदास. चिंतामणिदासांना

बदरीधाममधले सगळे जण 'रहस्यमय साधू' म्हणून ओळखायचे. गेली किती वर्षं या गुहेत त्यांचं वास्तव्य होतं याबद्दल बदरीधाममधल्या वृद्धांचंही एकमत नव्हतं. कोणी म्हणे, 'चाळीस वर्षांपूर्वी विशीतल्या एका तरुण साधूनं हा पहाड खोदून गुंफा बनवली होती आणि तिथंच तो राहू लागला. दरवर्षी सहा महिने हा साधू कोठेतरी अदृश्य होत असे. सहा महिन्यांनंतर गेला तसाच अचानक पुन्हा गुहेत प्रकट होत असे. त्याच्यासोबत राहणारे साधू मात्र अधूनमधून बदलत असत.'

त्याउलट कोणी म्हणे, 'आम्हाला कळायला लागलं तेव्हापासून पाहत आहोत, चिंतामणिदास इथे राहत आहेत. आहेत तसेच आहेत तेव्हापासून. हिमालयाचा पर्वतन्पर्वत त्यांनी पायाखाली घातला आहे. सात-सात वेळा कैलासाची न् मानसरोवराची वारी करून आलेत.' साधू महाराजांचं वय किती असेल याबद्दल कोणालाच कसलाच अंदाज नव्हता.

काही जण तर असंही म्हणत की, साक्षात प्रभू रामचंद्रांनी स्वत: दर्शन देऊन चिंतामणिदासांना या गुंफेत वास्तव्य करायची आज्ञा केली होती. मधेच केव्हातरी एकदा त्यांच्यावर परदेशी गुप्तहेर असल्याचा आळ आला होता. सुरुवातीला त्यांनी हसून त्याकडे दुर्लक्ष केलं, पण नंतर आळ घेणाऱ्यांचा असा समाचार घेतला की त्यांनाच शरम वाटली.

चिंतामणिदासांच्या बोलण्यातून कधीकधी अगदी बारकाव्यांसह शास्त्रीय सिद्धान्ताचे उल्लेख होत, तर कधी अर्थशास्त्रांच्या नियमांची चर्चा होई. वेदवेदान्ताच्या गहन गोष्टी ते क्वचितच करत. चिलीम ओढताना त्यांच्या चेहऱ्यावर एक अवर्णनीय आनंद पसरत असे. रोज मध्यरात्री ते पहाडी भागातून फिरून येत त्या वेळी ते स्वत:सोबत कोणाला येऊ देत नसत. पूर्ण तीन तास लोटल्यानंतर दिवस उजळायला प्रारंभ होता होताच परत येत. या तीन तासांत ते काय करतात, कुठे जातात कोणालाच ठाऊक नव्हतं. हाडं गोठवणारी थंडी असो, की अव्याहत कोसळणारा मुसळधार पाऊस असो, चिंतामणिदासांच्या या नेमात कधीच बदल होत नसे.

आपल्या सोबतच्या साधूंसह चिंतामणिदासांचं भोजन बहुतांशी बदरीधामाच्या अन्नछत्रात होत असे. कधी काळी कोणी अतिथी येऊन ठेपले तर तेवढ्यापुरतं अन्न रांधण्याइतपत सामग्री गुहेत असे. अंथरूण- पांघरूण, भांडीकुंडी अशी सोय गुहेत होती. या सगळ्या सोयी कोण पुरवतं. साधनसामग्री कुठून येते याबद्दल मात्र अनेक मतं होती.

बदरीधाम भागातल्या लोकांमध्ये चिंतामणिदासांबद्दल आदराची भावना असल्याचं गौतमच्या खूप लवकर लक्षात आलं. त्यांची कोणाशी विशेष अशी घसट नसली तरी लोक मोठ्या आदरानं त्यांचं नाव घेत. त्यात एक प्रकारचं गूढही तेवढंच मिसळलेलं होतं. ही गोष्ट गौतमच्या नजरेतून निसटली नव्हती. त्यांच्याभोवती

शिष्य, अनुयायी, भक्त अशा कोणाचा वेढा नसायचा. अगाध ज्ञानानं डोळे दिपवून टाकणारी अमोघ वाणी त्यांच्यापाशी नव्हती. मेल्या मुडद्यात प्राण फुंकून त्याला पुन्हा जिवंत करायची, दैवी चमत्कार करायच्या सामर्थ्याची भाषा ते करत नसत; तरीसुद्धा एखाद्या बालकासारखी निरागस सरलता आणि प्रसन्न मुद्रा यामुळे त्यांच्याबद्दल विलक्षण आकर्षण वाटत असे हेही खरंच!

चिंतामणिदास गौतमला रोज आपल्यासोबत नेत. बदरीधामच्या भोवतालच्या प्रदेशाशी जणू त्याचा परिचय करून देत.

"तिकडे... ती... ऋग्वेदधारा..." अलकनंदेच्या वरच्या भागातल्या एका पर्वतावरून कोसळणाऱ्या नयनरम्य विशाल जलराशीपाशी उभं राहून चिंतामणिदासांनी म्हटलं, "शेकडो, हजारो वर्षांपूर्वी ऋषींनी सर्वप्रथम जिथे बसून चिंतन केलं तेच हे स्थान. मानवजातीच्या ज्ञानाचा पहिलावहिला अंकुर इथे उगवला..."

"- आणि ती यजुर्वेदधारा," पाहताक्षणी रोमांचित व्हावं अशा दुसऱ्या एका जलधारेपाशी थांबून चिंतामणिदासांनी गौतमचं लक्ष वेधलं. "ऋषींना घडलेल्या दर्शनाचं असंच आणखी एक पवित्र स्थळ. या जलधारांमधून आजही वेदांच्या ऋचांचा घोष ऐकू येतो, ती भाषा तेवढी समजून घेता यायला हवी!"

"- आणि ती पाहा व्यास गुंफा," अशाच एका पर्वतापाशी थांबून चिंतामणिदास अत्यंत भावुक स्वरात उद्गारले. "इथेच कुठल्याशा वृक्षाखाली बसून महर्षी वेदव्यासांनी महाभारताची रचना केली असेल."

नकळतच गौतमचे हात जोडले गेले. मस्तक झुकलं.

"तिकडची ती भव्य शिळा पाहिलीस का?" एका खळाळत्या प्रवाहाशी थांबून चिंतामणिदासांनी म्हटलं. गौतम स्तिमित होऊन बघत राहिला.

"उजवीकडे प्रकटलेली सरस्वती. डावीकडे वाहते आहे अलकनंदा. स्वर्गारोहणाच्या वेळी पांडव इथूनच गेले होते म्हणतात. त्या वेळी नदीचं पात्र ओलांडण्यासाठी भीमानं ही शिळा इथे ठेवली होती, म्हणून तिला म्हणतात भीम- शिळा!"

एखाद्या वेगळ्याच सृष्टीत विहार करत आहोत, असं गौतमला वाटू लागलं. मुग्ध होऊन तो भोवताली नजर फिरवू लागला.

त्या सृष्टीत विहरत असताना एका क्षणी, फार पूर्वीपासून मनात कोंडून ठेवलेली अस्वस्थता अचानक उसळून आली.

"खरं जग कोणतं आहे स्वामी? गजाबापा, शंकरभाई, भाभी या साऱ्यांसोबत जगत होतो ते? की गेली कित्येक वर्षं निरुद्देश भटकंतीप्रमाणे भासत होतं ते? की मग आत्ता या क्षणी तुमच्या समवेत ज्याचं दर्शन घडतंय ते जग खरं आहे? कोणती सृष्टी कोणतं जग, कोण खरं? सत्य काय न माया काय तेच कळत नाही."

"नजरेसमोर दृश्यमान होणारी सृष्टी हीच एक मोठी माया आहे आणि माया

समजून जिच्याकडे पाठ फिरवावी तीच परम सृष्टी आहे. सृष्टी आणि माया दोन परस्परविरोधी भाव नाहीतच बेटा. एकाच गोष्टीच्या प्राप्तीच्या त्या दोन बाजू आहेत.'' चिंतामणिदास म्हणाले.

''हेच गूढ मला उकलून दाखवा स्वामी!'' नम्रपणे गौतम म्हणला. गौतमला वाटलं, जे शोधत आपण निघालो आहोत तो शोध आता या इथे संपलाच बहुतेक!

''यात गूढ-बिढ काही नाही,'' चिंतामणिदासांनी हलकेच स्मित केलं. ''सगळ्या कोड्यांची उत्तरं निसर्गाकडे तयारच असतात.''

चिंतामणिदासांनी बोटानं दाखवलेल्या दिशेकडे गौतमनं दृष्टी टाकली. चहूकडे फिकट राखाडी ढगांनी वेढलेली पर्वतशिखरं दृष्टीस पडत होती.

''ती दोन शिखरं ओळखू येतात का?'' एके ठिकाणी तर्जनी स्थिरावत चिंतामणिदास म्हणाले. गौतमनं तिकडे पाहिलं. दोन पहाड किंचितसं वाकून परस्परांच्या शिखरांकडे झुकले होते.

''निव्वळ दोन पहाड नाहीत ते. साक्षात नर आणि नारायण आहेत. ही नर-नारायणांची प्रतीकं आहेत. खरं म्हणजे दोन्ही पर्वतांची टोकं एकमेकांपासून खूप दूर आहेत; परंतु प्रतिक्षणी ती टोकं एकमेकांकडे झुकत आहेत. भविष्यकाळातल्या कोण्या एका क्षणी ती एकरूप होऊन जातील. ज्या दिवशी नर-नारायणाचं मिलन होईल त्या दिवशी इथे वास्तव्य करून राहिलेले भगवान बदरीनाथ आपणहून स्थलांतर करतील. नर-नारायणांच्या असण्यामुळेच या स्थानाला महत्त्व आहे. परस्पर मिलन घडल्यावर नर-नारायण निरोप घेतील आणि म्हणूनच बदरीधामाचं स्थलांतर होईल...''

चिंतामणिदासांच्या तोंडून जणू आकाशवाणी होत आहे; ते आपल्याशी नव्हे, तर स्वत:शीच बोलत आहेत असं गौतमला वाटलं.

''दक्षिण दिशेला खाली बघ गौतम! तो तिथं जोशीमठ. जोशीमठाजवळच्या पहाडाकडे नजर टाक. तो पहाड म्हणजेच भविष्यकाळातला बदरी! भविष्य आधीच घडलेलं असतं. इथून स्थानांतर करून बदरीनाथ तिकडे जातील. हे पहाड नर-नारायणात विलीन होतील. स्वयं नर आणि नारायणही लोप पावतील.''

''...पण ...पण असं का? कशासाठी? नर-नारायणांनीसुद्धा कालगतीला वश व्हावं...'' गौतम चरकला. आपल्या कुटुंबातल्या कालवश झालेल्या अनेक स्वजनांचं त्याला स्मरण झालं. एकापाठोपाठ एक सगळे... सगळे जण निघून गेले. उरले ते नाइलाजानं एकमेकांना सांगत राहिले... 'बाबांनो, सगळी ईश्वराची माया बरं, ईश्वराची माया!...' आणि इथे... स्वयं नर-नारायणांनी स्वत:च कालवश व्हावं...

''खरं आहे! कालपुरुषाच्या लेखी ना कोणी गौतम... ना कोणी चिंतामणी... ना कोणी नर... ना कोणी नारायण! ही सगळी नावं बेटा, आपण दिलीत. कालपुरुष

कोणाची कसलीच दखल घेत नसतो. तो अविचलपणे स्वत:चं काम करत राहतो.''

"तसं असेल तर माणसानं केलेली सत्कृत्य, दुष्कृत्य हे सगळं निरर्थक म्हणायचं?'' आजवर केलेल्या भटकंतीच्या, पायपिटीच्या शेवटच्या टप्प्यावर आपण येऊन पोहोचलो आहोत असं गौतमला वाटू लागलं.

"सत्कृत्य काय किंवा दुष्कृत्य काय, माणसानं स्वत:ला केंद्रस्थानी ठेवून रचलेल्या केवळ व्याख्या आहेत सगळ्या. जे तुला सत्कृत्य वाटतं त्यालाच दुसरा कोणी दुष्कृत्य म्हणेल. स्वाभाविक आहे ते. प्रत्येक जण आपापल्या समजुती- नुसार आपापले हित लक्षात घेऊन एखाद्या गोष्टीला त्या त्या वेळी सत्कृत्य किंवा दुष्कृत्य ठरवत असतो. कालपुरुष म्हणजे केवळ वर्तमान नव्हे. म्हणूनच तुमच्या समजुतीनुसार आणि तुमच्या हिताच्या दृष्टीने केलेल्या कृत्याची तो दखल घेत नसतो. तो पराकोटीचा निर्विकार असतो. त्याच्या वाट्याला आलेलं कर्म एकच- कशाचीही दखल घेतल्याविना आपल्या प्रवाहाच्या तटावर जे कोणतं दृश्य निर्माण होईल त्याचं प्रतिबिंब झेलत राहायचं. सरोवरात केवळ सूर्य-चंद्राचच प्रतिबिंब पडत नसतं. किनाऱ्यावरची घाणेरडी कुत्री- डुकरंसुद्धा तोंड घालून प्रतिबिंब पाडू शकतात. काळाला त्याची मुळीच पर्वा नसते.''

"मला काहीच कळेनासं झालंय स्वामी! अगदी बुचकळ्यात पडलोय. ही माझी भ्रमंती शेवटी निष्फळच राहणार का?'' असहायपणे गौतम उद्गारला.

"सफळता, निष्फळता हेही पुन्हा, शेवटी कालपुरुषाच्या दृष्टीने नगण्यच आहे. त्या कालपुरुषाचा स्वीकार कर गौतम. त्याला मान्य करून टाकणं हेच तुझ्या भ्रमंतीचं, तुझ्या अवस्थेचं निराकरण आहे. कालगती स्वीकारणं हाच तुझ्या आजवरच्या भटकत राहण्यावरचा, तुझ्या अस्वस्थ चित्तावरचा उपाय आहे. तुझ्या वाट्याला आलेल्या कार्याप्रती अपेक्षारहित निष्ठा ठेवलीस तर ती निष्ठाच तुला या अस्वस्थतेतून, या अशांतीतून बाहेर काढू शकेल. साक्षात नर-नारायणसुद्धा कालपुरुषाची उपेक्षा करू शकत नसतील, तेही कालगती स्वीकारून विलयाला जाणार असतील तर गौतम, तुझा पाड तो काय रे?'' असं म्हणून चिंतामणिदास खळखळून हसू लागले.

इतक्या गंभीर क्षणी एखाद्या बालकाप्रमाणे इतकं निरागस हसू? चिंतामणिदासांना हे कसं काय जमतं? त्या हास्याच्या खळाळत्या ओघात गौतम चिंब भिजत होता.

एका विलक्षण हळुवारपणाचा त्याला प्रत्यय येत होता. हलकं हलकं वाटत होतं.

रात्री खूप उशिरापर्यंत गौतमला झोप लागली नाही. जरा कुठे डोळे पेंगुळतात तोच चिंतामणिदासांच्या शब्दांचे पडसाद कानी येत, सतत जोरजोरानं कानांवर आदळू लागत आणि जड झालेले डोळे खाडकन उघडत. नर-नारायणाची शिखरं जणू आत्ताच जुळणार, बदरीनाथ या क्षणी स्थलांतराला निघणार असं वाटून त्याचा थरकाप होई. 'कालपुरुषापुढे स्वयं नरनारायणाचाही पाड लागत नसतो, कालपुरुष कोणाचीच, कसलीही दखल घेत नसतो' हे चिंतामणिदासांचे शब्द त्याच्या चित्तावर ठसले होते. आपल्या वाट्याला आलेलं कर्म तटस्थपणे स्वीकारणं म्हणजेच कालपुरुषाला स्वीकारणं ही गोष्ट विजेसारखी लख्खकन चमकून अंधार उजळून टाकत होती.

गौतमला कशीबशी डुलकी लागली; पण भल्या पहाटेच कसल्याशा आवाजानं त्याला जाग आली. धो धो वाहणाऱ्या नळाच्या आवाजात दोन-चार माणसांच्या बोलण्याचे आवाज मिसळले होते. थोडा वेळ त्या आवाजांकडे दुर्लक्ष करत तो पडून राहिला; पण लगेच चमकून उठला. त्या सगळ्या गलबल्यात एक स्वर स्त्रीचा होता असं त्याला वाटलं. स्त्री? इथे? कशी काय? त्यानं कान टवकारले. लक्ष देऊन तो ऐकू लागला. शंका सार्थ होती. कोण्या स्त्रीचाच आवाज होता. गौतम ताडकन उठला. थंडीनं कुडकुडत बाहेर नळाशी आला. वाहत्या नळावर हात-पाय- तोंड धुणाऱ्या दोघा-चौघांपैकी एक स्त्री होती. सगळ्यांच्या अंगावर भरपूर लोकरी वस्त्रं होती. ब्रीफकेस, पिशव्या असं त्यांचं सामान शेजारीच एका बाजूला पडलं होतं.

गौतम पुढे आला तसं त्यांचं गौतमकडे लक्ष गेलं. सगळ्यांच्या नजरेत प्रश्नचिन्ह होतं. गौतमही डोळ्यांनीच प्रश्न विचारत त्यांच्याकडे पाहू लागला.

"जय रामजी की महाराज!" त्यांच्यातल्या स्त्रीनं पुढाकार घेऊन म्हटलं. हात जोडून मस्तक जरासं झुकवलं.

"जय रामजी की मैया! कुठून आलात? बदरीधामच्या यात्रेला निघालात वाटतं?"

"होय महाराज. एका परीनं यात्राच म्हणायची. स्वामी चिंतामणिदासांबद्दल

ऐकलं बरंचसं, त्यांचं दर्शन घडावसं वाटतंय...'' शिरावरून, चेहऱ्यावरून लपेटलेलं वस्त्र दूर करत त्या स्त्रीनं उत्तर दिलं.

स्त्रीनं साठी ओलांडली असावी. वार्धक्यानं चेहऱ्यावर हात-पाय पसरायला सुरुवात केली होती. त्याला साजेशी प्रगल्भता मुखावर जाणवत होती.

''सर्व जण आधी आत या. पलीकडे मोकळी जागा आहे. तिथे जरा विश्रांती घ्या. तोवर मी तुमच्यासाठी फराळाची काही सोय होते का बघतो. नित्यकर्म आटोपून स्वामी चिंतामणिदास लवकरच मंदिरात जायला निघतील. त्या वेळी तुम्ही त्यांना भेटू शकाल.''

गौतमनं चटकन निर्णय घेऊन टाकला. सगळ्यांना घेऊन तो गुहेच्या आत गेला.

''इकडे येण्यामागे एक विशिष्ट प्रयोजन आहे महाराज!'' प्राथमिक औपचारिकतेतून मोकळीक मिळाल्यानंतर त्या स्त्रीनं गौतमकडे बोलणं काढलं. चिंतामणिदास अजून बाहेर आले नव्हते. इतर साधूंनी आपापली नित्यकर्म आटोपून घेतली होती. एक दोघे मंदिराच्या ओट्यावर पूजे-अर्चेत गुंतले होते. आतल्या बाजूला धुनी पेटली होती. धुराचे लोट हळूहळू चहूकडे पसरत होते.

''कहो मैया, माझ्याकडून होण्यासारखं काही असेल तर...''

''चिंतामणिदासांबद्दल काही ठाऊक आहे का तुम्हाला?''

गौतम चमकला. प्रश्नाचा रोख त्याला कळेना. बुचकळ्यात पडून तो बघत राहिला.

''त्याचं काय आहे स्वामी,'' गौतम गोंधळलेला पाहून त्यांच्यातल्या एका प्रौढ माणसानं म्हटलं, ''या माझ्या आत्या. त्यांचा एकुलता एक पुत्र वीसएक वर्षांपूर्वी हरवला आहे.''

''हरवला आहे? वीस वर्षांपूर्वी?'' चकित होऊन गौतम म्हणाला.

''हो. वीस वर्षांपूर्वी यांचा मुलगा इंजिनीअरिंग कॉलेजात दुसऱ्या वर्षात शिकत होता. हा पाहा त्याचा फोटो!'' असं म्हणून त्यांनी आपल्या ब्रीफकेसमधून एक फोटो काढून गौतमला दाखवला. गौतम त्या फोटोकडे टक लावून बघू लागला. ऐन विशीतलं तारुण्य त्या व्यक्तीच्या चेहऱ्यावर झळकत होतं.

''तुम्ही... तुम्ही कुठे पाहिलाय का हा चेहरा... महाराज?'' या वेळी त्या स्त्रीनं अधीरतेनं म्हटलं. तिच्या स्वरातल्या अधीरतेचा गौतमला अर्थ लागेना.

''वाटत... नाही बघितल्यासारखं!'' जरा विचार करून तो म्हणाला.

''नीट आठवून बघा ना महाराज, कृपा होईल आमच्यावर.'' त्या प्रौढानं विनवलं.

गौतम आठवणी धुंडाळू लागला. डोळे बारीक करून पुन्हा एकदा त्यानं फोटोकडे बघितलं. स्पष्टसं काही आठवत नव्हतं.

"क्षमा असावी. या चेहऱ्याशी मिळताजुळता कुठलाच चेहरा आत्तातरी आठवत नाहीये!"

"अशक्य!" त्या स्त्रीच्या तोंडून उद्गार निघाला.

"थांबा फोई, इतक्या उतावळ्या नका होऊ!" त्या स्त्रीला अर्ध्यातून थांबवत प्रौढ माणसानं म्हटलं. "वीस वर्षांनंतर चेहऱ्यात फरक पडतो. एव्हाना खूप बदलला असेल चेहरा. साम्य आपल्या लक्षात येऊ शकेल, यांना कसं कळणार?" मग गौतमकडे वळून तो म्हणाला, "तुम्हाला स्पष्ट सांगायला हरकत नाही. खरं म्हणजे तुम्हीच आम्हाला मदत करू शकाल..."

"काही फोड करून सांगितलं असतं तर..."

"काल संध्याकाळी आमच्या या आत्याबाईंनी...म्हणजे आम्ही सगळ्यांनी, चिंतामणिदासांना ब्रह्मकुंडाजवळून जाताना आमच्या स्वत:च्या डोळ्यांनी पाहिलंय... तेच सरळ ताठ चालणं... तीच ती तीक्ष्ण नजर... आता तुम्हीच ताडून पाहा. चिंतामणिदासांचा चेहरा वीस वर्षांपूर्वी..."

"म्हणजे? म्हणजे... तुम्हाला काय म्हणायचंय?" दचकून गौतमनं विचारलं.

"वीस वर्षांपूर्वी कॉलेज सोडून कुठेतरी निघून गेलेला आमच्या आत्याबाईंचा हा मुलगा म्हणजेच चिंतामणिदास अशी आमची खात्री पटली आहे. काल रात्री खूप ठिकाणी फिरून, मी या गुंफेबद्दल आणि त्यांच्याबद्दल माहिती मिळवली आहे. आता एकदा भेटून, प्रत्यक्ष पाहून अखेरची खातरजमा करून घ्यायची आहे...!"

"तुमचा काहीतरी गैरसमज झालाय बहुतेक! चिंतामणिदास म्हणजे हिमालयाचंच अपत्य आहे. इथे सगळ्यांच्या मनात त्यांच्याबद्दल नितांत आदर आहे. कित्येक वर्षांपासून इथेच वास्तव्य आहे त्यांचं."

"माझ्या मुलालासुद्धा हिमालयाचं विलक्षण आकर्षण होतं," ती स्त्री सांगू लागली. "तो सतरा वर्षांचा असताना एकदा आम्ही हिमालयात प्रवासाला आलो होतो तेव्हाच या पर्वतराशींनी त्याला वेड लावलं होतं. इथून परतायचंच नव्हतं त्याला. कशीबशी समजूत घालून घरी घेऊन गेलो होतो त्या वेळी. पुढच्या वर्षी हट्टानं पुन्हा हिमालयात गेला. त्याला एकटं सोडायला नको म्हणून मी अन् माझा हा भाचा, आम्ही दोघं त्याच्यासोबत आलो होतो, पण एके दिवशी इथून एवढ्यातच कुठेतरी तो आम्हाला सोडून निघून गेला. एवढी वर्षं आम्ही त्याला शोधतोय. सगळा हिमालय पालथा घातला. एकूण एक तीर्थस्थानं फिरून आलो. काय नाही केलं? माझा मुलगा सापडत नाही तोवर तोंडात घास घालणार नाही मी..." त्या स्त्रीचा कंठ दाटून आला. डोळ्यांतून आसवं वाहू लागली. तिला पुढे बोलवेना.

"काय सांगता? इतकी वर्षे तुम्ही अन्नच नाही घेतलं? कसं शक्य आहे? जिवंत तरी कशा राहिलात मग?" चकित होऊन गौतम एकामागून एक प्रश्न विचारू लागला.

"तुम्ही- आम्ही सहजासहजी समजू शकणार नाही असा गूढ आध्यात्मिक वारसा आमच्या आत्याबाईंच्या घराण्याला लाभला आहे. आत्याचे पती तरुण वयातच निधन पावले. त्यांचे एक गुरू होते. हिमालयातच राहायचे. 'तुझ्या अपत्याच्या रूपात मी तुझ्याकडे येऊन राहणार आहे, असं या गुरूंनी त्यांना सांगून ठेवलं होतं. त्या वेळी त्यांचा विवाहसुद्धा झाला नव्हता...आणि त्यानंतर हे असं झालं. आत्यानं तेव्हापासून अन्न वर्ज्य केलं आहे. गेली वीस वर्षे त्यांनी आपला देह केवळ दुधावर टिकवून ठेवला आहे. एक ना एक दिवस आपला मुलगा निश्चितच सापडेल अशी त्यांची खात्री आहे. या... चिंतामणिदासांची चेहरेपट्टी अशीच आहे, हुबेहूब..."

गौतम विचारमग्न झाला. चिंतामणिदासांबद्दल लोक बरंच वेगवेगळं बोलत. त्यांच्या भूतकाळाबद्दल नेमकी माहिती कोणालाच नव्हती. हिमालयाबद्दल त्यांना असलेलं जबरदस्त आकर्षण गौतमच्या लक्षात आलं होतं. हिमालयाच्या प्रत्येक शिखराबद्दल त्यांना आत्मीयता होती. एकेका शिखराची त्यांना जवळून ओळख होती. वर्षातले सहा महिने ते हिमालयात परिभ्रमण करत असतात, असं गौतमनं ऐकलं होतं. फोटोतल्या चेहऱ्याशी तो चिंतामणिदासांच्या सध्याच्या चेहऱ्याची तुलना करण्याचा प्रयत्न करू लागला. तो पार गोंधळून गेला.

"माझ्या मुलाच्या तळव्यांना काही वेगळाच लालिमा होता. क्वचितच कोणाचे तळवे इतके लालसर असतात," जरा शांत होऊन ती स्त्री सांगू लागली. "काल ब्रह्मकुंडाजवळून जाणाऱ्या चिंतामणिदासांच्या पायांच्या तळव्यांवर माझी सगळ्यात आधी नजर गेली तेव्हाच मी खरं तर चरकले होते. तीच ती गुलाबी पावलं! तोच रंग...इतक्या दुर्गम पहाडात अनवाणी चालूनसुद्धा तो रंग अजूनही जसाच्या तसा आहे...तुम्ही काही म्हणा...तो...तोच माझा हरवलेला मुलगा आहे...माझाच मुलगा आहे तो!"

गौतमला वाटलं, काय परिस्थिती आहे पाहा! या स्त्रीच्या चेहऱ्यावर झळकणारा आत्मविश्वास...मानायलाच हवा!...परंतु चिंतामणिदास...या स्त्रीचा पुत्र? शक्य असेल का ते? एकाकी विधवा मातेचा त्याग करून चिंतामणिदासांनी गृहत्याग केला असेल?

'का नसेल केला?' गौतमच्या कानाशी जणू कोणीतरी ओरडलं. वयोवृद्ध गजाबापा- प्रपंचाचे क्रूर चपेटे खाऊन खाऊन पार कोलमडून गेलेला पिता, अकाली वैधव्यानं उद्ध्वस्त झालेली कोमल भाभी आणि वर आकाश खाली धरती एवढंच उरलं असावं अशी कानकोंडी झालेली दोन अजाण पोरं...हे सगळं सोडून तू

गृहत्याग करू शकतोस ना? मग या विधवा मातेबद्दल सहानुभूती कशाला रे? चिंतामणिदासांनी केलं असेलही; असंच काहीतरी...!

पण कशासाठी?

तेवढ्यात त्याच्या मनात विचार चमकून गेला. जो प्रश्न आपल्याला पडला होता, ज्या प्रश्नाचं उत्तर शोधण्यात इतके दिवस घालवले आपण, इतकं भटकत राहिलो, तोच प्रश्न चिंतामणिदासांना पडला नसणार. आपल्याला पडलेला प्रश्न त्यांनी किती हळुवारपणे सोडवला होता...म्हणजे त्याच प्रश्नानं त्यांना सतावलं नसणार. मग दुसऱ्याच कोणत्या समस्येनं त्यांना ग्रासलं असेल का? की...या बाईंना वाटतंय ते साम्य म्हणजे निव्वळ एक भ्रम आहे?

गौतमचं विचारमंथन फार काळ टिकू शकलं नाही.

गुंफेच्या उजव्या बाजूनं चिंतामणिदास बाहेर आले. त्यांना येताना पाहून गौतम चटकन उठून उभा राहिला; इतर सर्वांचे डोळे चमकले. तेही उठले. लहान बालकासारखं निरागसपणे हसून चिंतामणिदास क्षणभर थांबले. पाहुण्यांवरून दृष्टी फिरवून हलकेच म्हणाले, ''जय श्रीराम!''

''जय श्रीराम!'' गुंफेतून प्रतिध्वनी उमटला.

खाली पाहत चिंतामणिदास मारुतीच्या मंदिराच्या ओट्याजवळ आले. रोजचाच नियम होता. मंदिरातले पूजाविधी आटोपले होते. ओट्यावरच्या एका दगडावर आसन अंथरलेलं होतं. चिंतामणिदास त्यावर बसले. मारुतीच्या मूर्तीला त्यांनी हात जोडले. डोळे मिटून घेतले. मस्तक झुकवून पुटपुटू लागले.

हे सर्व होत असताना ती स्त्री आणि तो प्रौढ पुरुष, दोघांची दृष्टी चिंतामणिदासांवर खिळली होती, हे गौतमच्या ध्यानात आलं. चिंतामणिदासांच्या चेहऱ्यावर किंवा त्यांच्या वागण्यात तिळमात्रही फरक जाणवत नव्हता. आता मात्र ती स्त्री पुढे आली. चिंतामणिदास तिच्याकडे पाहून गोडसं हसले.

''तूच...तूच रे...तूच तो बेटा! किती वर्षांनी पाहिलं तुला...पण म्हणून माझे डोळे मला फसवतील का? ये रे बेटा, आता तुझ्या या जन्मदात्रीचं काळीज निवलं बघ...'' बोलता बोलता तिला रडू कोसळलं. रडत रडत ती चिंतामणिदासांच्या जवळ गेली. त्यांनी काही प्रतिक्रिया दर्शवली नाही. जणू काही घडलंच नाही अशा निश्चलपणे बघत राहिले. केवळ हलकेच पुटपुटले- ''श्रीराम!''

त्या स्त्रीनं चिंतामणिदासांच्या वाढलेल्या जटांना स्पर्श केला. तिची अवघी काया थरथरत होती. डोळे आसवांनी ओथंबले होते.

''होय रे बेटा, माझा हरवलेला मिहिर तो तूच! सांग रे, म्हण- तूच मिहिर आहेस. इतकी वर्षे तुला शोधतेय...'' रडत रडत ती चिंतामणिदासांच्या शिरावरून, पाठीवरून हात फिरवू लागली.

“मैया, या देहाला चिंतामणिदास म्हणतात...त्याचं नाव मिहिर नाही.”

“नको रे असं बोलूस! तू मिहिरच आहेस. तू परत मिळावास म्हणून गेली वीस वर्षं मी तोंडात अन्नाचा कणदेखील घातला नाही...”

“श्रीराम...!” चिंतामणिदासांनी अगदी हलकेच म्हटलं आणि पुन्हा डोळे मिटून घेतले.

वाढलेल्या दाढी-जटांमधून थोडेसेच दिसणारे गाल...डोळ्याखालचा भाग...त्यावर गौतमला किंचितशी थरथर जाणवली... की भास होता तो?

“तोच चेहरा, तीच लालसर पावलं...तू मिहिरच आहेस बाळ! तुला शोधून-शोधून दमले मी. आता कुठे त्या शोधण्याला अंत आलाय तर तू नाही म्हणू नकोस रे. केवळ तुला डोळे भरून बघण्यासाठीच जगत होते मी. तुला घरी परत घेऊन जायचा हट्ट मी धरणार नाही. तू हिमालयातच राहा...खुशाल...पण एकदा, एकदाच मला सांगून टाक...आपल्या तोंडानं म्हणून टाक की...की तू माझा मिहिरच आहेस! माझा हरवलेला मुलगा तो तूच आहेस!”

“मैया, काहीतरी भ्रम होतोय तुमचा. साधूला कसलंच पूर्वजीवन असत नाही. शांतपणे परमात्म्याचं दर्शन घ्या मैया!” चिंतामणिदास म्हणाले. गौतमला नवल वाटलं. ती स्त्री जवळजवळ त्यांना बिलगूनच बसली होती आणि तरीही त्यांच्या चेहऱ्यावरची रेषासुद्धा हलली नव्हती. जवळच असलेली एक शिळा आणि त्यांच्या देहावरून हात फिरवणारी ती स्त्री यांत जणू काही फरकच नव्हता. त्या स्त्रीचा हात जरासा दूर करण्याचा प्रयत्नही नाही?

“तुझी ही पावलं मी कशी विसरेन रे?” चिंतामणिदासांच्या पायांच्या तळव्यांना स्पर्श करत ती स्त्री म्हणाली. “तू हरवलास त्याच दिवसापासून ज्या परमात्म्यानं तुला ही वाट दाखवली त्याच परमात्म्यानं माझ्या अंतःकरणात वास करून मला सांगितलं होतं- एक ना एक दिवस तू मला नक्की सापडशील. माझा मुलगा मला परत मिळेल. माझ्या अंतरीच्या परमात्म्याचा आवाज ओळखूनच मी गेली वीस वर्षे अन्न घेतल्याविना राहिले आहे.”

“श्रीराम...!” चिंतामणिदास पुन्हा एकदा पुटपुटले.

“होय बाळा! हा माझा निर्णय आहे; तो कधीच बदलणार नाही. परमात्म्यानं मला सांगितलेलं कधीच खोटं ठरणार नाही. तू जर माझा मिहिर नसशील तर माझ्या उपवासाचाही शेवट होणार नाही. तू माझा मिहिरच आहेस, हे जर तू मान्य केलं नाहीस तर आता मी परमात्म्याच्या पुढच्या आज्ञेची वाट बघत इथेच बसून राहीन. इथून हलणार नाही.” असं म्हणत ती स्त्री चिंतामणिदासांच्या जवळ मांडी घालून बसली.

गौतमनं पाहिलं- एक अत्यंत कठीण, कसोटीचा क्षण येऊन ठेपला होता.

निश्चल वाटणारी पर्वतशिखरंसुद्धा किंचितशी कंप पावत आहेत असा त्याला भास झाला. आजूबाजूचे सगळे त्या पर्वताचाच भाग असावेत असे अगदी स्थिर, अगदी स्तब्ध उभे होते. संपूर्ण वातावरणात सुन्न स्तब्धता पसरली होती. नि:शब्द काळ सहस्त्र जबडे वासून चारी दिशांना उभा ठाकला होता.

''बिरजू!'' चिंतामणिदासांच्या आवाजानं स्तब्धतेला तडा गेला. बिरजू जवळच होता. तो चिंतामणिदासांच्या अगदी नजीक गेला. चिंतामणिदासांच्या स्वरात गौतमला बदल जाणवला.

''जी.''

''मारुतीसाठी नैवेद्य आण बरं!''

बदरीनाथाच्या दर्शनाला जाण्याआधी चिंतामणिदास रोज मारुतीला नैवेद्य दाखवत. त्यानंतर तो प्रसाद सगळ्यांना वाटून टाकत किंवा आश्रमातल्या स्वयंपाकात मिसळून टाकत. आज यात नवीन काही नव्हतं. बिरजू लगेच निघाला. पुन्हा एकदा सगळीकडे शांतता पसरली.

थोड्या वेळानं नैवेद्याची सामग्री घेऊन बिरजू परतला. नैवेद्याचं पात्र त्यानं चिंतामणिदासांपाशी एका खाटेवर ठेवलं. त्यांनी पात्रावरचं वस्त्र दूर केलं. पात्रातल्या पदार्थांची उनउनीत वाफ पसरू लागली. चिंतामणिदासांनी डोळे मिटले. उजव्या तळहातात पाणी घेतलं. क्षणभर श्वास रोखून निश्चल झाले. वाऱ्याच्या झोतानं त्यांच्या लांब दाढीचे केस फरफरले.

दुसऱ्या क्षणी त्यांनी डोळे उघडून स्पष्ट उच्चार केला, ''श्रीराम.''

एकूण एक नजरा त्यांच्यावर खिळल्या.

पूर्वीच्याच निश्चलपणे त्यांनी प्रसादाच्या पात्रातून एक घास उचलून आपल्या जवळच दृढपणे बसलेल्या त्या स्त्रीच्या मुखाजवळ नेला.

''लीजिए मैया! प्रसाद का स्वीकार कीजिए! मैं...मैं भी तो आपका पुत्र ही हूँ...और ...और आप भी मेरी मैया ही तो है!''

''खरं?'' स्त्रीची काया कंप पावत होती. चिंतामणिदासांनी पुढे केलेल्या घासासकट तिनं त्याचं मनगट दोन्ही हातांनी घट्ट धरलं.

''तू...माझा मिहिर आहेस...बाळा! ईश्वरानं माझ्या शोधाचा अंत आणला म्हणायचा. देवा रे!'' असं म्हणून तिनं तोंड उघडलं. चिंतामणिदासांनी प्रसादाचा घास तिच्या मुखात घातला.

गौतमनं आजूबाजूला पाहिलं. कित्येक डोळे पाणावलेले होते.

''बस्स बेटा! आता तुझ्याकडून मला काही नको.'' प्रसाद घशाखाली सरकवत ती स्त्री म्हणाली. ''आता मी तुझ्या आड येणार नाही. आजवरच्या आयुष्यात परमेश्वर माझ्याकडून जे करवून घेत आला आहे, तेच यापुढेही मी करत राहीन. आता मी

समाधानानं तुझ्या पित्याकडे जाईन आणि म्हणेन, 'तुम्ही आपल्या गुरूला शब्द दिलात, मी त्यात आडवी आले नाही. आपला पुत्र मी हिमालयाहाती सोपवला आहे. बेटा, या पर्वतराशींमध्ये तुला आपल्या परमात्म्याची सुखेनैव प्राप्त होवो असा माझा तुला आशीर्वाद आहे.'' खणखणीत स्वरात त्या स्त्रीचे शब्द ऐकू आले. घडीभरापूर्वी हाच स्वर कंप पावत होता. यावर विश्वास बसणं कठीण होतं. वातावरण अगदी हलकं झालं.

...परंतु गौतमचं मन मात्र अचानक जडशिळ झालं.

तो विचारात बुडाला.

जननीनं आपला पुत्र परत मिळवल्याबद्दल आनंद व्यक्त केला खरा; पण त्याबरोबरच ना ती पुत्राचा मार्ग रोखत होती, ना स्वतःचा मार्ग त्यजत होती. आदल्या दिवशी चिंतामणिदासांनी बोलून दाखवलेले शब्द ही स्त्री प्रत्यक्षात जणू सार्थ करून दाखवत होती. ही दोघं मायलेक असोत की नसोत, त्यांच्या वर्तनात मात्र एक अद्‌भुत साम्य होतं.

हे साम्य म्हणजेच-

सगळ्या अस्वस्थतेचं निरसन अखेरीस कालपुरुषाचा स्वीकार करण्यातच होतं. चिंतामणिदासांनीच त्याचा स्वीकार केला होता. ही स्त्री अत्यंत सहजपणे त्याचा स्वीकार करत होती. दोघांच्याही मनात बेचैनीचा मागमूस उरला नव्हता.

आपला मार्ग अगदी सुस्पष्ट झाल्याचं गौतमच्या लक्षात आलं. गेली कित्येक वर्षं मनाला दोलायमान करून सोडणाऱ्या सगळ्या आंदोलनांचा अंत जवळ आला होता.

त्यानं हात जोडले. डोळे मिटले. मस्तक नमवलं. मनोमन घेतलेल्या निर्णयासाठी जणू तो त्या कालपुरुषाचे आशीर्वाद मागत होता.

फार मोठ्या कालावधीच्या तपस्येनंतर गौतम आपल्या जन्मभूमीकडे परतत होता. चिंतामणिदासांचा आशीर्वाद घेऊन बदरीधाम सोडलं तेव्हा त्याचं मन अगदी मोकळं होतं. हिमालयाच्या पर्वतरांगा दृष्टिआड होऊन सपाट प्रदेश जसजसा मागे पडू लागला तसतसे त्याच्या मनाच्या अवकाशात अनेक विचार ये-जा करू लागले. अहमदाबाद सुटलं आणि त्याच्या परिभ्रमणाच्या शेवटच्या टप्प्यात त्यानं घराकडे जाणारी बस पकडली, त्या वेळी त्याच्या मनात विचारांची एकच गर्दी उसळली होती. बस रस्त्यानं पुढे निघाली. जुन्या आठवणी ताज्या करण्यासाठी गौतम खिडकीबाहेर बघू लागला.

त्यानं बसमध्ये नजर फिरवली. बस पूर्वीसारखीच होती. मोठ्या मुश्किलीनं बंद होणाऱ्या खिडक्या, तुटक्या बैठका...काही बदललं नव्हतं. प्रवाशांच्या तिकिटाचे उरलेले पैसे देण्याऐवजी 'सुटे पैसे नाहीत...नंतर मागून घ्या' असं म्हणणाऱ्या कंडक्टरचा चेहरा तेवढा नवीन होता; बोलणं आणि बोलायची पद्धत जुनीच होती. बसचा रंग बदललेला असला तरी खडखडाट पूर्वीसारखा होता. खच्चून भरलेल्या बसमध्ये गौतमनं चहूकडे पाहिलं. त्याला कोणी ओळखू शकेल असं वाटत नव्हतं कारण वाढलेल्या दाढीच्या, लांब केसांच्या जंजाळातून केवळ डोळ्यांच्या आधारे त्याची ओळख पटणं कठीणच होतं. परंतु आपल्यालाही कोणाची ओळख पटत नाही हे त्याच्या लक्षात आलं. एकूण एक चेहरे नवे तरी होते किंवा इतके बदललेले होते की ओळखीच्या काही खाणाखुणा दिसून येत नव्हत्या.

रस्त्याच्या एका अवघड वळणाशी बसचा वेग जरा मंदावला. गौतमला आठवलं, 'मृत्यूचा सापळा' म्हणून हे वळण कुप्रसिद्ध होतं. इथे नेहमीच लहान-मोठे अपघात घडत. मानवी कवटीची आणि हाडांची चित्र असलेल्या धोकादर्शक पाट्या रस्त्याच्या दोन्ही बाजूंना रोवलेल्या असत. वळणाच्या दोन्हीकडे टेकड्या होत्या. वळण तर होतं; पण त्या पाट्या गायब झाल्या होत्या आणि टेकड्या? टेकड्यांचं नावनिशाण उरलं नव्हतं.

रस्त्याच्या दोन्ही बाजूंना मध्यम आकाराच्या दोन-तीन इमारती होत्या. इमारतीसमोर,

राजप्रासादाबाहेरच्या प्रांगणात झुलणाऱ्या हत्तींसारख्या सरकारी जीपा उभ्या होत्या.

"अरेच्या!" शेजारच्या माणसाला त्यानं एकाएकी म्हटलं, "इथे पूर्वी त्या जीवघेण्या टेकड्या होत्या..."

"टेकड्या? कुठल्या टेकड्या?" त्या माणसानं आश्चर्य व्यक्त केलं.

"तुम्हाला ठाऊक नाही? या वळणाला पूर्वी मृत्यूचा सापळा म्हणायचे. दोन्हीकडच्या टेकड्यांमुळे समोरून येणारं वाहन दिसायचं नाही आणि..."

"काय की बुवा! रोज जातो मी या रस्त्यानं. मला तरी दिसलं नाही असं काही. तुम्हाला भासबिस होत नाही ना महाराज?" त्या माणसानं बेदरकारपणे हसत म्हटलं.

"खरं आहे त्यांचं!" दोघांचं बोलणं ऐकणाऱ्या एका वृद्ध माणसानं मधे पडून म्हटलं. "या वळणाला पूर्वी खरोखरच मृत्यूचा सापळा म्हणत असत. खूप वर्षं झाली त्या गोष्टीला. आता कोणाला आठवतही नाही...आणि नव्या पिढीनं तर पाहिलंही नसेल...पण तुमचं म्हणणं खरं आहे बापू. पूर्वी इकडे येऊन गेला होतात वाटतं!"

गौतमनं त्या वृद्धाच्या चेहऱ्याकडे रोखून पाहिलं. ओळखीच्या कोणत्याही खुणा आढळत नव्हत्या.

"त्या तिकडे, गावाची वेस वळते तिथे एक तलाव होता...तलावाकाठी शंकराचं देऊळ होतं..." एका गावाजवळून बस गेली तेव्हा गौतमनं त्या वृद्धाचं तिकडे लक्ष वेधलं.

"अरे बापू, तुम्ही तर या भागाचे चांगले जाणकार दिसता!" वृद्धानं भारावून म्हटलं. "तो तलाव ना? बुजवला तो. शंकराचं देऊळ पडलं. तिथे आता रसायनाचा कारखाना उभा राहिलाय— घाणेरडे वास सोडणारा. ती पाहा पाटी... कारखान्याची! पडझड झालेलं देऊळ उरलंय कसंबसं. ती बघा ध्वजा... देवळाची!"

गौतम बघू लागला. पुष्कळसं बदललं होतं; पण पुष्कळसं नव्हतंही बदललं. बदललेलं आणि न बदललेलं सगळंच अविचल होतं. जणू कसलीही नोंद न होता तसंच निघून जात होतं. काळ जणू होता तसाच निश्चल होऊन पडला होता!

त्याला वाटलं, काळ म्हणजे वाहता प्रवाह नाहीये; सरोवराच्या जळासारखा स्थिर आहे तो. या स्थिर जळाकाठी उभे असलेले आपण सर्व पुढे निघून गेलो आहोत किंवा मग नामशेष झालो आहोत. सरोवराचं जळ तेवढं कसलाही बदल न होता, जसंच्या तसं हे सगळं बघत बसलं आहे का?

गावातल्या बसस्टॉपवर येऊन बस थांबली. बसस्थानक पूर्णपणे बदललेलं वाटत होतं. सगळं नव्यानं बांधून काढलं असावं. गौतमला आठवलं- जानकीला आणायला तो इथूनच निघाला होता. ज्या दिवशी संध्याकाळी तो जानकीला घेऊन

इथे परतणार होता त्या संध्याकाळी गजाबापा त्यांना घ्यायला याच बसस्टॉपवर आले असतील. आपण आलोच नाही हे पाहून किती निराश झाले असतील...

काय घडलं असेल त्यानंतर?

गजाबापांनी शोध घेतला असेल का?

चिंतामणिदासांना आपला पुत्र मानणारी ती माता त्याच्या डोळ्यापुढे तरळून गेली. मुलगा हरवल्यापासून वीस वर्षे तिनं तोंडात अन्नाचा कण घातला नव्हता आणि तरीसुद्धा ती जिवंत राहिली होती- पुत्राच्या पुनर्प्राप्तीच्या एकमेव आशेमुळे! आपण घरी परतलो नाही, जानकीकडे पोहोचलोच नाही हे कळल्यावर गजाबापांनी काय केलं असेल? त्यांनीही अन्न त्यागलं असेल? चिंतामणिदास त्या स्त्रीचे पुत्र असोत की नसोत, त्यांनी हे पुत्रत्व मान्य करून त्या वृद्धेच्या उपवासाचा अंत घडवून आणला होता. आपण काय करायला हवं?

तो बसस्थानकाच्या बाहेर पडला. त्याची भगवी वस्त्रं, वाढलेली दाढी, खांद्यावर लटकणारी लांब थैली...या सगळ्यामुळे कुत्री त्याच्यावर भुंकू लागली. तो जरासा दचकला.

''घाबरू नका महाराज!'' एकानं धीर देत म्हटलं. ''परक्या माणसावर भुंकतात ती, पण चावत नाहीत. समोरच्या घराच्या मालकिणीची आहेत; पाळलेली, इकडे येणाऱ्या-जाणाऱ्यांना बरोबर ओळखतात. परका कुणी आल्याचं मालकिणीला कळावं म्हणून भुंकतात, एवढंच.''

गौतमच्या चेहऱ्यावर पुसटसं स्मित उमटलं. या गावात, याच धरतीवर आता तो परका, अनोळखी माणूस ठरला होता! कित्येक वर्षांपूर्वी ज्या बसस्टॉपवर थांबून गजाबापांनी तो यावा म्हणून वाट बघत तासन्तास घालवले असतील त्याच जागी ही कुत्री आता भुंकून भुंकून त्याला हाकलून द्यायला निघाली होती का? स्वागत करवून घेण्याचा अधिकार आपण गमावला आहे असं गौतमला वाटू लागलं.

गाव बऱ्यापैकी बदललं होतं. पूर्वी गावाच्या अगदी मध्यातून जाणारा हाय-वे आता कमरेला गुंडाळलेल्या करगोट्यासारखा गावाला वळसा घालून पुढे गेला होता. गावाचं टोक समजला जाणारा भाग आता गावाच्या मधोमध आला होता. सगळे बदल नीट समजून घ्यायचा गौतम प्रयत्न करू लागला. चाळिशीतल्या माणसाच्या चेहऱ्यावर चौदाव्या वर्षीच्या खुणा शोधण्यासारखंच होतं ते.

एकट्या दुकट्या माणसाला भर दुपारीसुद्धा जायला भय वाटावं अशी पडकी इमारत. एकाच वेळी चार चार मृत्यू झालेले... तेही अपमृत्यू!... चारही जणांना दुर्गती मिळाली होती म्हणे- वेळी अवेळी त्यांची भुतं दिसायची. त्या पडीक जागी आता सरकारी कचेऱ्यांचा गजबजाट झाला होता. पडीक कसली, आता गावातली सर्वांत प्रतिष्ठित जागा म्हणवली जात होती. दुर्गतीला पोहोचलेल्या त्या चार

जणांपैकी जास्त दुर्गती झालेल्यांनी त्या चौघांना हाकलून दिलं असेल का? की आपल्यापेक्षाही वाईट अवस्थेतल्या माणसांना पाहून ती चार भुतं आपोआपच शांत झाली असतील?

कोण जाणे!!

क्षणभर गौतम बावचळून गेला. गजाबापाचं घर म्हणून ओळखलं जायचं त्या आपल्या घरी जायला उजवीकडे वळावं की डावीकडे? अजूनपर्यंत त्याला कोणी पुसटशीसुद्धा ओळख दाखवली नव्हती. आपल्याला कोणी ओळखलं नसलं तर नसो, पण आपल्यालाही कोणी ओळखीचं का वाटत नाही? पूर्वी नुसतं घरून बस-स्टॉपपर्यंत जायचं म्हटलं तर तेवढ्यात कितीतरी जण ओळखीचे भेटत!

त्याला भगीरथाची आठवण झाली. इतक्या वर्षांच्या परिभ्रमणात त्याला खूप वेळा भगीरथाची आठवण येत असे. घर सोडून संन्यासाची वाट धरण्याआधी भगीरथाशी झालेलं बोलणं त्याला आठवलं. भगीरथ एका विशिष्ट चक्रात अडकला होता. आता त्यातून बाहेर पडला असेल का? त्याला मुक्त होता आलं असेल का? त्याला आपल्या कुटुंबीयांना सुखी करणं जमलं असेल का?

...आणि समजा, भगीरथानं हेच प्रश्न आपल्याला विचारले तर काय उत्तर देऊ आपण? मुक्तीसाठी आपण स्वीकारलेला मार्गच मुळात चक्र असल्याचं सिद्ध झालं होतं. मग भगीरथाचा मार्ग...

आपल्या गल्लीच्या तोंडाशी येऊन तो थांबला.

गल्लीच्या लांबीरुंदीत काही फरक पडला नव्हता. अगदी तोंडाशी असलेल्या उंच दाराच्या मोठ्या घराच्या भिंती ढासळल्या होत्या. जुन्या वैभवाची यथोगाथा सांगणारा दरवाजा निखळला होता. दाराजवळ अंगणात बांधली जाणारी दुभती गुरंढोरं दृष्टीस पडत नव्हती. एक खरजेलं कुत्रं तेवढं धुळीत लोळत होतं. निखळलेल्या दरवाजाजवळच्या ओट्याजवळ पान-बिडीवाल्यांची हातगाडी लागली होती. बेढब, बेडौल झालेल्या त्या घराची सावली आणि उन्हाची एक तिरीप गल्लीत पसरली होती.

"कोण हवंय महाराज? कोणाकडे जायचंय?" पानवाल्यानं विचारलं. गौतमनं त्याच्याकडे पाहिलं. त्याच वेळी ओट्यावर आडवेतिडवे बसलेले दोघं-चौघं आपल्याकडे रोखून बघत असल्याचं त्याच्या लक्षात आलं. गौतमनं प्रत्येकाकडे नीट पाहिलं. एक जणही ओळखीचा वाटेना. गावातले सोडा, गल्लीतलेसुद्धा सगळेच कसे अनोळखी? जेमतेम शंभर पावलांवर त्याचं घर होतं. बाहेरच्या भिंतींना लावलेला रंग ताजा वाटत होता. दाराजवळच्या पायऱ्या तुटल्या होत्या.

"हे... ते आपलं... ते... गजाबापांचं घर..." त्यानं बोटानं दाखवलं. फावल्या वेळात गजाबापा बहुधा ओट्यावरच बसलेले असत. तुटक्या पायरीच्या जागी एक

ओबडधोबड दगड होता. असल्या दगडावर पाय देऊन गजाबापा घरात जात असतील?

"त्या घरी जायचंय तुम्हाला?" डोळे फाडून गौतमकडे पाहत पानवाल्याने विचारलं.

"होय बाबा!" गौतमनं पाय उचलले.

"थांबा हो महाराज, थांबा, थांबा." आत्तापर्यंत मुकाट्यानं त्याच्याकडे पाहणाऱ्या एकानं ओरडून म्हटलं. "संन्यासी दिसताय. भगवी वस्त्रं चढवलीत..."

"होय...पण त्याचं काय?" गौतमला नवल वाटलं.

"आता त्याचंही काही उरलं नाही महात्मा! सुखेनैव या..." दुसऱ्या एकानं ओठ मुरडत म्हटलं.

गौतमला काही उमजेना. तो गोंधळला. काय म्हणायचंय यांना?

त्याला तिथे उभं राहवेना.

पाठ फिरवून चटचट पावलं उचलत तो गजाबापांच्या घरापाशी आला. अनावर कुतूहलानं ती माणसं अजूनही आपल्याकडे पाहताहेत असं त्याला वाटलं. त्याच्या भगव्या वस्त्रांमुळे वाटणारं ते कुतूहल असेल की मग...

नकोशा वाटणाऱ्या कुशंकेनं त्याचं मन दाटून आलं.

त्यानं बंद दाराची कडी वाजवली.

"कोण?" आतून एका बाईचा आवाज आला. भाभीशिवाय दुसरी कोण बाई असणार घरात? पण...हा आवाज किती अनोळखी वाटत होता! भाभींचा नाहीच जसा- गौतमला वाटलं म्हणावं, 'मी आहे!' पण हा 'मी' कोण? एरवी भाभींनी नुसत्या आवाजावरून ओळखलं असतं; नक्की. पण इतक्या वर्षांनंतर भाभींसारखाच आपला आवाज बदलला असेल तर? केवळ 'मी आहे' एवढ्यावरून भाभींना ओळख कशी पटणार?

काही न बोलता त्यानं पुन्हा एकदा कडी वाजवली.

"अरे, कोण ते? बोलाल की नाही?" आतून नाराजीच्या स्वरातलं वाक्य आलं. पूर्ण वाक्य ऐकल्यावर मात्र गौतमला भाभींच्या आवाजाची ओळख पटली. आवाजापाठोपाठ जमिनीवर पावलांची चाहूल लागली.

"मी...तो...भाभी...मी, ...मी..." 'मी गौतम' असे शब्द त्याच्या तोंडून निघेनात. 'मी गौतम' म्हणेपर्यंत जणू त्याला दम लागला. तेवढं म्हणायच्या आधी दार उघडलं गेलं.

"मी गौतम!" त्यानं वाक्य पूर्ण केलं. बोलता बोलता त्यानं पाहिलं. भाभी दारात उभ्या होत्या. भाभीच होत्या. डोळे, ओठ, गाल, डोक्यावरचे केस, कपाळावरचं हे कुंकू, कपड्यांची तऱ्हा, उभं राहण्याची ढब, रोखून पाहण्याची अदा...हे सगळं

...सगळं पार बदलून गेलं होतं. असल्या कपड्यांत त्यानं भाभींना कधीच पाहिलं नव्हतं. भाभी अशा रीतीनं उभ्या राहत नव्हत्या...कधीच. लहानग्या मुलीसारख्या दिसणाऱ्या भाभी पुष्ट शरीराच्या स्थूल बाईसारख्या दिसत होत्या...आणि तरी, त्या भाभीच होत्या. नि:संशय!

"काय?...काय म्हटलंत?" गौतमचे शब्द कानांवर पडताच भूत पाहावं तसं दचकून, भाभींनी दाराचा आधार घेतला. "तुम्ही...कोण आहात म्हटलं तुम्ही?"

"होय भाभी, मी...मी गौतम. ओळखलं नाहीत मला?" असं म्हणून गौतमनं उंबरठ्यापाशीच भाभींच्या पायांवर डोकं टेकलं.

"गौतम...गौतमभाई...तुम्ही?" भाभी दोन पावलं मागे सरकल्या. "अगंबाई!"

"आत येऊ देणार नाही का भाभी?" गौतमनं हळूच विचारलं.

"असं काय म्हणता गौतमभाई?" भाभी बाजूला होत म्हणाल्या. "स्वत:चं घर सोडून तुम्ही स्वत: गेलात...आता परतलात...कोण नाही म्हणणार तुम्हाला? या, आत या."

गौतम आत आला. भाभींनी दार लावून घेतलं.

गौतमनं चहूकडे पाहिलं.

अंगणात तुळशी वृंदावन नव्हतं. ओसरीच्या भिंतींवरच्या देवादिकांच्या तसबिरी आता तिथे नव्हत्या. बाहेरच्या भिंती रंगवलेल्या होत्या, पण आतल्या भिंतींचे रंग विटले होते, पोपडे निघाले होते.

घरात शिरायच्या दारावर पडदा टांगला होता. पूर्वी नसायचा. उंबरठ्यातूनच थेट आतवरचं दिसायचं.

गजाबापा न् मुलं कुठे दिसत नव्हती.

ओसरीवर गजाबापांची खाट असायची. ते नेहमी तिथे बसायचे. ती खाटही कुठेतरी अदृश्य झाली होती.

"तुम्ही...कशा...कसं चाललंय भाभी?" काय बोलावं ते गौतमला सुचत नव्हतं.

"भाभीची खबर विचारायचं आता इतक्या वर्षांनंतर बरं सुचलं गौतमभाई!"

"पण...तुम्ही इतक्या बदललात कशा काय, भाभी?" भाभींच्या आवाजातला उपरोध ऐकून न ऐकल्यासारखं करत गौतमनं आपल्या मनात घोळत असलेला प्रश्न विचारून टाकला.

"तुमच्यात तरी कमी का बदल झालाय? आता काय...आता सगळंच बदलून गेलंय भाई!"

"बापा कसे आहेत? आणि मुलं?"

"ओह!" सगळेच्या सगळे दात दाखवत भाभी मोठमोठ्यानं हसू लागल्या. भाभींचे दात असे होते? आणि हसत असल्या तरी चेहऱ्यावर आनंद कुठे आहे?

"हंऽऽऽ! बापा अन् मुलं अजून आठवताहेत म्हणायची!" हसणं थांबवून भाभींनी म्हटलं.

"असं का म्हणता भाभी? माझ्या हातून चूक घडली असेल...मी अपराधी असेन...पण...पण तुमच्याकडे क्षमा मागायचा मला अधिकार आहे ना?"

"वा! वा! छान. म्हणजे तुम्ही आपला अधिकार भोगायला आला आहात तर!" भाभी म्हणाल्या. "तुम्हाला एकच काय, अनेक अधिकार आहेत भाई, पण लक्षात ठेवा, जो कर्तव्य बजावतो त्यालाच अधिकार भोगता येतात. कर्तव्याविनाचे अधिकार म्हणजे केवळ कलेवरावरची आभूषणं गौतमभाई! माझ्यापेक्षा तुम्हाला जास्त चांगलं माहीत आहे."

गौतमनं कसलाच प्रतिकार केला नाही.

"भाभी," जरा वेळानं त्यानं पुन्हा विचारलं. "बापा अन् मुलं कुठे आहेत?"

"बापा नाहीत आता, गौतमभाई! तुम्ही गेलात आणि त्यांना अर्धांगवायूचा झटका आला. तीन वर्षं अंथरुणाला खिळून होते. वाचा गेली होती. तीन वर्षं बोलले नाहीत अजिबात. डोळ्यातून पाणी तेवढं वाहत राहायचं सतत. त्यातच डोळे मिटले एक दिवस!"

गौतम स्तंभित होऊन ऐकत राहिला.

"म्हणायला तीन वर्षं काढली खरी, पण पोटात अन्नाचा कणदेखील गेला नाही त्या काळात. खाताच येत नव्हतं," भाभी सविस्तर सांगू लागल्या. "एवढासा चहा, नाही तर दूध. तेही बळंबळं पाजायचं. कसंबसं घशाखाली ढकलायचे. शेवटी शेवटी, शरीर असं काही गळून गेलं होतं...! मूठभर हाडं काय ती शिल्लक राहिली होती."

गौतमचा चेहरा पांढराफटक पडला. चिंतामणिदासांना आपला पुत्र मानणाऱ्या त्या मातेनं वीस वर्षे अन्न त्यागलं होतं. गजाबापा घासभर अन्न खाल्ल्याविनाच मरण पावले. हीसुद्धा ईश्वराची मायाच म्हणायची! चिंतामणिदासांचे बोल त्याला आठवले-

'कालपुरुष कोणाची दखल घेत नसतो.'

गौतमच्या डोळ्यांतून अश्रू ठिबकू लागले.

भाभी बघत होत्या. रडणाऱ्या गौतमला त्यांनी रोखलं नाही, ना काही म्हटलं.

"आणि...मुलं कुठे आहेत भाभी?"

"मुलं? कोणती मुलं? कोणाबद्दल बोलताय गौतमभाई?- जी जबाबदारी माझ्यावर टाकून तुमचे भाई गेले निघून, ती मुलं अनाथाश्रमात वाढताहेत!"

"अनाथाश्रमात? अहो, काय बोलताय काय भाभी?"

"नवल कशाचं वाटतंय भाई? बदफैली, विधवा आईशिवाय ज्यांच्या घरात दुसरं कोणीच नसतं, ती मुलं अनाथाश्रमात नाही तर दुसरीकडे कुठे वाढणार?"

"बदफैली?" गौतम किंचाळला.

"होय बदफैली." भाभी शांतपणे म्हणाल्या. "अंथरुणाला खिळलेले बापा आणि अगदी अजाण पोरं, दुसरीकडे पार एकाकी असहाय तरुण बाई...चार तोंडांना दोन वेळा जेवू घातल्यावाचून सुटका होती का? अन् दोन घास कमवू शकेल असं या देहाविना माझ्याकडे होतंच काय? जे होतं त्याचाच नाइलाजानं व्यापार केला मी..."

कुणा त्रयस्थाबद्दल बोलावं अशा निर्विकारपणे भाभी म्हणाल्या.

"भाभी!" ऐकणं अशक्य होऊन गौतम ओरडला. "हे काय केलंत तुम्ही भाभी?"

"हा प्रश्न तर मला तुम्हाला विचारायचाय गौतमभाई! तुम्हीच सांगा, काय केलंत हे तुम्ही?"

गौतमनं दोन्ही हातांनी डोकं गच्च धरलं.

एखाद्या कोमल पाखरासारखी वाटणारी भाभी एखाद्या रानटी मांजरीसारखी भासू लागली होती. गौतमनं डोळे बंद करून घेतले. थोड्या वेळापूर्वी गल्लीच्या तोंडाशी त्या पानवाल्याच्या तोंडच्या छद्मी शब्दांमागचं गूढ उलगडलं होतं. त्या सगळ्यांना गौतमसुद्धा भाभींच्या या 'व्यापारा'चा भाग वाटला होता.

गौतमचा थरकाप झाला. तो ढसाढसा रडू लागला.

बराच वेळपर्यंत भाभींनी त्याला रडू दिलं.

मग उठून त्यांनी गौतमच्या डोक्यावर हात ठेवला.

"गौतमभाई," भाभी हलकेच म्हणाल्या, "सगळ्यांना सोडून तुम्ही निघून गेलात. एकदा जे त्यागलं त्याकडे मागे वळून पुन्हा पाहणं आता निरर्थक आहे. आणि जे इथे उरलेत त्यांच्या दृष्टीनं आता तुम्ही उरला नाहीत. ईश्वराचीच इच्छा असेल तशी!"

"ईश्वराची इच्छा?" गौतमनं ओठ आवळले. नेहमी नेहमी ईश्वराची इच्छा अशीच कशी असते? त्याचं मन आक्रंदू लागलं.

"इथे आला होतात तेही विसरा. जा. निघून जा गौतमभाई! हे घर, आम्ही... तुमच्या दृष्टीनं आता कशाचंच अस्तित्व उरलं नाहीये. ईश्वराची माया अगम्य आहे... त्याची माया ओळखण्याइतकी आपली कुवतच नाही. जा निघून जा. पुन्हा कधी या घरात...या गल्लीत...या गावातही पाऊल ठेवू नका; आणि कसली ओळखही ठेवू नका." बोलता बोलता पायातलं त्राणच जावं अशी भाभींनी बसकण मारली.

हतबल गौतम नुसताच बघत राहिला.

थोड्या वेळानं गौतम उठला. त्यानं पाठ फिरवली. खरं होतं भाभीचं म्हणणं. आता इथे थांबणं व्यर्थ होतं. कसलंही असो, भाभीच्या आयुष्यानं अगदी वेगळं वळण घेतलं होतं. गौतमच्या तिथे राहण्यानं भाभीच्या जीवनाला आता आणखी वेगळी दिशा मिळण्याची आशा नव्हती. उलट, जे काय थोडं फार उरलं होतं ते-सुद्धा विखरून जायची शक्यता अधिक होती. ती दोघं पोरं...शंकरभाईसारखी दिसायची. आता कशी दिसत असतील? तसं पाहिलं तर भाभीसुद्धा तेव्हा कशा दिसायच्या! आता पार बदलल्या. ओळखणंही कठीण! त्या पोरांचंही असंच झालं असेल का? त्यांच्या चेहऱ्यावरचं शंकरभाईचं साम्य लोपलं असेल का? ओळखू न येण्याइतकं?

निघण्यापूर्वी एकदा भाभींनी आपल्याला हाक मारावी असं गौतमला फार वाटलं. त्याचं पाऊल रेंगाळलं. भिंतीवरचं प्लास्टर जागोजागी उखडलं होतं. तो त्याकडे बघू लागला. कोनाड्यात जळमटं लटकत होती. त्यातच पुस्तकं, वह्या असं काय काय पडून होतं. आपण शिकत असताना आपली पुस्तकं याच कोनाड्यात कशी व्यवस्थित रचलेली असायची. आपलीच असावीत. किती जीर्ण झाली होती!

त्यानं पाऊल उचललं. सावकाश पावलं टाकत तो बाहेर आला. मागे वळून पुन्हा एकदा सगळं नजरेत साठवून घ्यावं असं त्याला फार वाटलं; पण त्यानं मागे पाहिलं नाही. दरवाजा उघडताना आवाज झाला. तो गल्लीत आला. गल्लीच्या तोंडाशी पानवाल्याच्या गाडीजवळ तीन-चार माणसं दरवाजा उघडायची वाटच पाहत असावीत, अशी तिकडे डोळे लावून उभी होती. गौतमनं दरवाजा उघडल्याबरोबर त्यांनी एकमेकांना डोळ्यांनी खुणावलं; जणू गौतम बाहेर येण्याचीच प्रतीक्षा होती. एकानं ओठ मुरडले. दुसरा कुत्सितपणे हसला. तिसरा तोंडातल्या तोंडात काहीतरी पुटपुटला. चौथा कोपऱ्यावरच्या दगडावर जोरात थुंकला. गौतम चरफडला. तो घरात असेतोवर हे सगळे त्याच्याबद्दल काय भलभलतं बोलले असतील; किती अश्लील शेरे मारले असतील...आणि ते सगळं भाभींच्या संदर्भात! ती कल्पनाही

गौतमला असह्य झाली. शिवाय, असं आज पहिल्यांदाच घडलं नसणार. वारंवार कदाचित रोजच घडत असेल.

भाभी म्हणाल्या ते बरोबरच...कशी राहणार मुलं या वातावरणात?

तो मुकाट्यानं गल्लीच्या तोंडापर्यंत आला.

"महाराज! जय रामजी!" पानाच्या गाडीच्या गल्ल्यावर बसलेल्या माणसानं हाळी घातली. बाकीचे खो खो हसू लागले.

भरभर पावलं उचलत गौतम निघाला. ज्या गल्लीत त्यानं पहिली पावलं टाकली, ज्या मातीत लहानाचा मोठा झाला, खेळला बागडला, जिथं गजाबापांचं बोट धरून खुलं आकाश न्याहाळलं...ती धरती, ती माती, ते आकाश...सगळं जसंच्यातसं होतं; पण आता तिथे त्या मातीत, त्या धरतीवर त्याला स्थान उरलं नव्हतं. गौतमचं मन आक्रोश करू लागलं. त्याला वाटलं, हीसुद्धा ईश्वराची माया असेल का? आपल्याला इतकं इतकं आठवतंय ते आकाशाच्या या तुकड्याला, गल्लीतल्या या धुळीला, दोन घरांमधल्या पोकळीतल्या या हवेला...यांना आठवत असेल का? असेल तर आता हे सगळे एकमेकांच्या कानात काय कुजबुजत असतील?

हिमालय सोडून घरी यायला निघाला तेव्हा गौतमच्या मनात ही गल्ली होती, गल्लीच्या टोकाकडचं त्यानं त्यागलेलं हे घर होतं. त्या घरात राहणारे गजाबापा, भाभी, ती दोन पोरं...सगळे त्याच्या मनात होते...आणि भगीरथसुद्धा होता. घर सोडायच्या आदल्या दिवशी संध्याकाळी त्यानं भगीरथाजवळच मन मोकळं केलं होतं. गौतमच्या घर सोडण्यामागचं कारण कुणी समजू शकत असेल तर तो केवळ भगीरथ! गौतमचं म्हणणं त्याला पटत नसलं तरी त्याच्या मनात गौतमबद्दल सहानुभूती होती हे खरंच!

कुठे असेल भगीरथ?

भगीरथाचं सगळं आयुष्य गौतमच्या नजरेपुढे उभं राहिलं.

आजही तो तसंच जगत असेल का?

एकदा भगीरथाला भेटलं तर पाहिजेच!

भगीरथाच्या घराचा रस्ता त्याच्या परिचयाचा होता. खरं म्हणजे गावातल्या कितीतरी गल्ल्या-बोळांतून तो भगीरथासोबत हिंडला होता. त्यांपैकी कुठल्याही गल्लीतून तो भगीरथाच्या घरी अचूक पोहोचला असता!

...परंतु प्रत्यक्षात मात्र जेव्हा तिथे पोहोचला तेव्हा क्षणभर तो गोंधळून गेला. तीच गल्ली, घरही तेच...वळणावरचा चढ, त्याजवळचं मारुतीचं मंदिर, सगळं तसंच होतं. मंदिर जीर्ण झालं होतं. शेजारच्या निंबाच्या उंच फांदीवर बांधलेली ध्वजा फडफडत होती. या मंदिरापुढे गेलं की तिसरं घर...

त्यावेळचं ते एकमजली बैठं घर पार बदललं होतं. वर आणखी दोन मजले चढले होते. तळमजल्यावर दुकानं आणि भोवताली तटासारखी भिंत. भिंतीच्या प्रवेशद्वाराजवळ बांधीव घुमट. नव्यानं दिलेला देखणा रंग.

'अरे वा! भगीरथाचं सगळं छान सुखात चाललेलं दिसतंय,' गौतमला वाटलं. 'नव्यानं घर बांधून काढलंय म्हणजेच...'

दरवाजाजवळ नाव कोरलेली पाटी होती. गौतमनं पाटी बघितली. त्याची नजर पाटीवर खिळून राहिली. क्षणभर श्वास अडकला. डोळे विस्फारले गेले. पाटीवर भगीरथाच्या वडिलांचं नाव नव्हतं. भगीरथाचंही नव्हतं. पाटीवर कोरलेलं नाव भगीरथाच्या धाकट्या भावाचं होतं. त्याच्या पक्कं लक्षात राहिलं होतं ते नाव. ज्यानं वकील व्हावं म्हणून भगीरथानं अविरत, भरभरून मदत केली होती तो, वडिलांविरुद्ध बंड करून घर सोडून गेला होता तो, वडिलांनी ज्याला हाकलून दिला होता तो, सगळ्या घराला अर्थशास्त्राचे नवे नियम शिकवायचा ज्यानं प्रयत्न केला तो... तोच हा भाऊ...धाकटा.

त्याचं नाव या घरावर? कसं काय? आश्चर्यच आहे. म्हणजे भगीरथ अन् त्याचे वडील दुसरीकडे राहायला गेले असतील? आणि बाकीचे? ते इथेच राहत असतील? गौतमच्या मनात अनेक प्रश्न निर्माण झाले. मुख्य दरवाजा ढकलून तो आत शिरला. खालच्या मजल्यावर दुकानं होती. त्यातल्याच एका भागात या वकीलभावानं आपलं ऑफिस थाटलं होतं, हे गौतमच्या लगेच लक्षात आलं. ऑफिसच्या दारावर त्याच्या नावाची पाटी लटकत होती. दाराशी बसलेल्या चौकीदाराला त्यानं सौम्यपणे विचारलं, ''भगीरथ...इथे भगीरथ कुठे राहतात हो?''

''भगीरथ? कोण भगीरथ?'' चौकीदारानं सहजपणे विचारलं. ''इथे कोणी भगीरथ नाही महाराज.''

''भगीरथ नाही राहत? पण...पण घर तर भगीरथचंच आहे.'' गौतमनं चाचरत म्हटलं.

''हा, हा! आलं लक्षात! साहेबांच्या भावाची चौकशी करताय का? आहे... साहेबांना भगीरथ नावाचा एक भाऊ आहे! पण ते इथे नाही राहत आता...''

''इथे नाही राहत? मग कुठे राहतात? हे घर...''

''आता हे घर वकीलसाहेबांच्या मालकीचं आहे. त्यांनीच बनवलं सगळं असं चकाचक, नवं. तुम्हाला नाही माहीत? खूप वर्षांनी येताय जणू!''

''खरंय! खूप वर्षांनी येतोय मी. भगीरथ मित्र आहे माझा.''

''भगीरथभाई त्यांच्या आईसोबत तांबोळीवाड्याच्या त्यांच्या जुन्या गोडाउनच्या घरात राहतात. तिकडे जा तुम्ही.''

''गोडाउनच्या घरात?'' गौतमला आठवलं. डुगडुगत्या, पडायला आलेल्या

इमारतीच्या एका टोकाला दोन खोल्या होत्या. फारशा वापरात नव्हत्या. अडगळीचं सामान पडलेलं असायचं तिथे. कधी काळी कोण्या एखाद्याचा माल ठेवायला जागा देऊन भगीरथाचे वडील दोन पैसे गाठीला बांधत. इतकं चांगलं राहतं घर सोडून भगीरथ आईला घेऊन तिकडे का गेला असेल?

गौतम बाहेर पडला.

तांबोळीवाड्यातल्या त्या जीर्ण इमारतीची आता अधिकच दुर्दशा झाली होती. आसपास कचऱ्याचे ढीग. मधेच कुठे वाढलेलं गवत. ज्या थोड्या घरांत माणसांची जाग होती त्या घरांची अवस्था वाईट होती. तुटकी दारं-खिडक्या, निखळलेलं छप्पर असंच काही. भगीरथाचं ते गोडाउन अगदी टोकाला होतं. तिथे पोहोचल्यावर गौतमनं दार हळूच ढकललं. दार नुसतं लोटलेलं होतं, लगेच उघडलं. खोलीच्या एका कोपऱ्यात, स्टोव्हवरच्या पातेल्यात काहीतरी शिजत होतं. स्टोव्हशेजारी बसलेल्या पुरुषाचा चेहरा गौतमच्या परिचयाचा होता, पण...गौतमच्या छातीत धस्स झालं. इतक्या वर्षांत भगीरथ दुप्पट म्हातारा दिसू लागला होता. गौतम दारातच थबकला.

"कोण?" दारात उभ्या असलेल्या साधूकडे टक लावून बघत भगीरथानं विचारलं.

"भगीरथ, अरे मी गौतम...ओळखलं नाहीस मला?" आत येत गौतमनं विचारलं.

"अरे...गौतम! तू...तू...आज ...इथे अचानक? होतास कुठे इतकी वर्षं? ये बाबा. ये!" हातातला डाव पातेल्यात टाकून भगीरथ उठला. धावत येऊन त्यानं गौतमचा हात धरला आणि भिजल्या स्वरात विचारलं.

"भगीरथ! भाई, काय रे ही तुझी दशा? झालंय काय तुला?...आणि घर सोडून इथे असा का राहतोयस?" गौतम एकामागून एक प्रश्न विचारू लागला.

भगीरथ म्लान हसला. कडेच्या एका साध्या पलंगावर त्यानं गौतमला बसवलं. मग म्हणाला, "ईश्वराची माया समजून घ्यायला तू भरलं घर सोडून गेला होतास ना गौतम? समजली तुला ती माया?"

"पूर्णपणे नाही समजली. समजून घ्यायचा जो जो प्रयत्न करतोय तो तो गुंता वाढतच जातोय."

"मला मात्र इथे राहूनच ती माया पूर्णपणे कळली आहे." भगीरथ हसत होता की रडत होता तेच गौतमला कळेना.

"तुला जे कळलंय ते तुझ्याकडून समजावून घ्यायचंय..."

"ते शिकवता येत नाही रे...आपोआपच समजतं आणि एकदा का ते कळलं की वाटतं, न समजतं तर बरं!"

"शब्दांचा गुंता मी गेली अनेक वर्षे ऐकत आलोय भगीरथ! कंटाळा आलाय मला आता. माझा प्रश्न सरळ साधा आहे. तू इथे का राहतो आहेस? आणि घरचे इतर सगळे..."

"सगळे...म्हणजे एक 'बा' तेवढी माझ्यासोबत राहते किंवा असं म्हण ना, की मी 'बा'सोबत राहतो." एका खाटेवर निजलेल्या कृश देहाकडे नजर टाकत भगीरथनं म्हटलं. गौतमनं तिकडे पाहिलं. वाळक्या काटकीसारखा अत्यंत कृश देह खाटेवर होता. नजर त्या दोघांकडे होती; पण चेहऱ्यावर कसलेच भाव नव्हते. तो निर्विकार चेहरा ओळखू येण्यापलीकडचा होता. गळ्यापर्यंत पांघरलेली चादर. डोक्यावरचे केस विरळ, कोरडे.

"भगीरथ, 'बा'ची अशी दशा..." त्याच्या तोंडून शब्द निघून गेले.

"गेली तीन वर्षं अशीच अंथरुणाला खिळून आहे. पक्षाघातानं अर्धं अंग लुळं पडलंय. कानानं ऐकू येत नाही. बोलते फार थोडं, अस्पष्ट. फक्त मलाच समजतं. दिवसभर डोळ्यातून आसवं गळत असतात, पाहतो मी. ओठ सदैव एकच पुटपुटत असतात-

'परमेश्वरा, सोडव रे बाबा लवकर!'

काही काळ कुणीच बोलेना.

"तुझं...तू लग्न नाही केलंस भगीरथ?"

"केलं होतं, पण पुढे असं झालं की या अशा परिस्थितीत माझ्याबरोबर राहायला माझी बायको तयार नव्हती आणि 'बा' ला अशा अवस्थेत सोडून मी कसा जाणार? शेवटी बायको माहेरी निघून गेली. तिकडेच असते. ज्या दिवशी 'बा'चा मृत्यू होईल किंवा मग मी 'बा'ची काही वेगळी सोय करेन त्या दिवशी ती परत येईल." एखाद्या तिऱ्हाइताबद्दल बोलावं तसं भगीरथानं सांगितलं.

थोड्या वेळापूर्वीपेक्षाही जास्त भयानक शांतता पसरली.

"अरे पण...तुझे वडील, धाकटा भाऊ, तुझं ते घर...सगळ्याचं काय झालं?"

विचारल्याविना गौतमला राहवेना.

"सगळंच्या सगळं एकाच वेळी माहीत करून घ्यायचंय का?" भगीरथनं मघाच्या तटस्थपणे म्हटलं. "ठीक आहे, सांगतो. एकदा सगळं कळून घेतलंस की मग, जमलं तर त्या 'माये'चं रहस्य उलगडायचा प्रयत्न कर जरूर!" भगीरथानं आवंढा गिळला. मग म्हणाला, "वकील होताच धाकटा भाऊ घरातून वेगळा निघाला होता ते तुला ठाऊकच आहे."

गौतम विसरला नव्हता.

"दोघी बहिणी लग्न होऊन सासरी गेल्या. आपापल्या संसारात रमल्या आहेत. नंतर माझं लग्न झालं. बा- बापूजी आणि आम्ही दोघं, सगळे आमच्या त्या घरीच राहत होतो. बापूजी निवृत्त झाले होते. चौघांच्या निर्वाहापुरतं उत्पन्न होतं. धाकट्या

भावाचा आमच्याशी काही संबंध उरला नव्हता. लग्न करून त्यानं आपला वेगळा संसार थाटला होता. हातात चार पैसे खेळत होते.''

डोळे विस्फारून गौतम सगळं ऐकत होता.

''मग बापूजी आजारी पडले. वय झालं होतं. धाकट्या मुलाबद्दलचा त्यांच्या मनातला राग शेवटपर्यंत टिकून होता. अखेरच्या दिवसांत त्यांनी आपलं मृत्युपत्र केलं. मुळात, मृत्युपत्र लिहून ठेवण्याजोगी अशी मोठी मालमत्ता होतीच कुठे? राहतं घर होतं, तेवढंच. बापूजींनी घर माझ्या नावे केलं.''

''होय ना? मग तू इथे का राहतोयस? अन् त्या घराचा ताबा धाकट्याकडे गेला कसा?'' गौतमच्या स्वरात आश्चर्य भरलं होतं.

''ईश्वराची माया जाणून घ्यायची होती ना तुला? तीच माया दिसली बघ इथे,'' पुन्हा एकदा भगीरथ तसंच रडवेलं हसला. पुन्हा तीच भयाण शांतता पसरली.

''बापूजी गेले. 'बा'नं मृत्युपत्राचा विषय काढला, तसा धाकटा लगेच हजर झाला. शेवटी शेवटी बापूजींना भ्रम व्हायचा. धाकट्याला निमित्त मिळालं. 'बापूजींना वेड लागलं होतं, त्यामुळे मृत्युपत्र करायचा त्यांना अधिकारच नव्हता,' असं त्यानं 'बा'ला सांगून टाकलं. खरं काय ते 'बा'ला ठाऊक होतं. ती रडली, भेकली, चिडली...तिनं त्रागा केला...सगळं केलं. धाकट्याचा धडधडीत खोटारडेपणा तिनं जुमानला नाही. धाकटा काही कमी नव्हता. बापूजींच्या शेवटच्या दिवसांत जे डॉक्टर त्यांच्यावर उपचार करत होते, ज्यांनी बापूजींच्या मृत्यूचं प्रमाणपत्र दिलं होतं, त्यांनाच धाकट्यानं फितवलं. 'बापूजींना फार पूर्वीपासून वेड लागलं होतं,' असं सर्टिफिकेट धाकट्यानं त्या डॉक्टरांकडून मिळवलं. 'बा'ला, मला, दोघी बहिणींना...सगळ्यांना पाठवून दिलं.''

भगीरथ बोलायचा थांबला.

''अरेरे! काय सांगतोस! इतकं खोटं?''

''एवढ्यानं काय होतंय, अजून अर्धंच झालंय. इतक्या लवकर एवढा व्याकूळ नको होऊस बरं!'' भगीरथ म्हणाला.

''मृत्युपत्राच्या अंमलबजावणीसाठी कोर्टात जाण्यावाचून गत्यंतर नव्हतं.'' भगीरथ पुढे सांगू लागला, ''मृत्युपत्र अमलात आणाल, तर त्यावर बंदी आणायला कोर्टात जाईन. हे मृत्युपत्रच मुळात खोटं आहे. घरावर मी ताबा मिळवून दाखवेन, अशी त्यानं स्पष्ट धमकी दिली होती. त्या घराच्या बदल्यात गोडाउनचं हे जुनं घर आणि 'बा'च्या निर्वाहापुरती थोडी रक्कम मला द्यायला तो तयार होता.''

''पण तू त्याच्या खोटारडेपणाला विरोध नाही केलास? मृत्युपत्राचा खरेपणा, धाकट्यानं मिळवलेल्या सर्टिफिकिटांचा खोटेपणा हे सगळं मृत्युपत्राच्या वेळचे साक्षीदारसुद्धा सांगू शकले असते.''

“खरंय. नक्कीच सांगितलं असतं त्यांनी. तसं झालं असतं तर ते घरही माझ्याच ताब्यात आलं असतं आणि...‘बा’ला हे अखेरचे दिवस इतक्या भयानक अवस्थेत काढावे लागले नसते. माझी बायको घर सोडून गेली नसती...परंतु त्यासाठी कोर्टाची पायरी चढावी लागली असती. कोर्टाचे दरवाजे ठोठवावे लागले असते...तेच तर शक्य नव्हतं. शक्य नव्हतं, एवढंच नाही; धाकटा ते पूर्णपणे ओळखून होता. म्हणून तर त्यानं आपलं म्हणणं लावून धरलं होतं.”

“मग जायचं ना कोर्टात, का नाही गेलास?”

“कारण...‘बा’ची इच्छा! सामंजस्यानं मार्ग नाहीच निघाला तरी कोर्टात जाऊन घराच्या अब्रूच्या चिंधड्या निदान मीतरी उडवू नयेत अशी ‘बा’ची इच्छा होती. धाकटा लहानपणापासून स्वार्थी आणि मी पहिल्यापासून कुटुंबाचा, आपल्या माणसांच्या भावनांचा विचार करत आलो. बापूजी गेलेच होते. ‘बा’चं वय झालं होतं. मीच आणखी थोडं सहन करावं आणि पडतं घ्यावं असं ‘बा’ला वाटत होतं. प्रकरण कोर्टात गेलं तर या उतारवयात आपल्यावर साक्षीदाराच्या पिंजऱ्यात उभं राहायची पाळी येईल, सख्खा मुलगा आपली उलटतपासणी घेईल. या सगळ्यापेक्षा मरण बरं असं ‘बा’ला वाटलं. तिच्या जिवाला ते फार लागलं. मनात कुढत कुढत शेवटी एक दिवस तिनं अंथरूण धरलं. मला वाटलं, ‘बा’ आता यातून उठत नाही. अंतकाळापर्यंत तिला हाच घोर लागून राहील. ‘बा’चं दुःख, तिची व्यथा दूर करण्यासाठी शेवटी मी तिला वचन दिलं, की मी तिच्या इच्छेविरुद्ध जाणार नाही. ती म्हणेल तसं करेन.”

“काय सांगतोस? एवढा मोठा अन्याय तू कसा सहन केलास? अरे, तुझ्या बहिणींना तरी सांगायचंस.” गौतमनं कळवळून म्हटलं.

“त्या तरी बिचाऱ्या काय करणार? खरं काय आहे ते त्यांना ठाऊक होतंच की! पण त्यांनादेखील ‘बा’चं दुःख बघवत नव्हतं. त्यात धाकट्यानं आणखी एक डाव रचला. एका बहिणीच्या मुलाच्या कॉलेजच्या शिक्षणाची जबाबदारी घेऊन सगळं मार्गी लावून दिलं आणि दुसरीच्या नवऱ्याच्या धंद्यात त्याचा मोठा फायदा करून दिला. उपकाराच्या ओझ्याखाली दबल्या दोघी. त्यांनी मलाच समजावलं, “मोटाभाई, तुम्ही समंजस आहात. कोर्टात जाऊन ‘बापूजींना वेड लागलं होतं’ असं जगजाहीर करण्यापेक्षा तुम्हीच थोडं सहन करा ना! जाऊ द्या; सोडून द्या. तुम्ही गोडाउनच्या घरात जा. फारतर त्या बदल्यात धाकट्याकडून आणखी थोडे पैसे घ्या.”

“अरेरे!” गौतम उद्गारला. त्याला उपनिषदाची आठवण झाली. “सत्याचं मुख नेहमीच सुवर्णानं लिंपलेलं असतं, असं म्हणणारे ऋषी किती द्रष्टे असले पाहिजेत!”

“धाकटा सदैव खोट्याचा आधार घेऊन स्वतःचं हित जपत आला. मी

लहानपणापासून आपल्या माणसांच्या सुखाला प्राधान्य देत आलो. धाकट्यानं आपला स्वभावधर्म सोडला नाही; मी तरी कसा सोडू? हां, पत्नीला सुखी करू शकलो नाही तेवढं एक शल्य आहे मनात; पण हवी ती सगळीच सुखं माणसाला कशी मिळणार? हीसुद्धा ईश्वराच्या मायेचीच एक तऱ्हा आहे अशी मनाची समजूत घालून मी हे प्रकरण मान्य करून टाकलं.''

'सांगायचं तेवढं सांगून झालं, विषय संपला' असं सुचवत असल्यागत भगीरथ उठला. माठातून त्यानं दोन पेले भरून पाणी काढलं. एक पेला गौतमपुढे धरला, दुसऱ्यातून स्वत: घोटभर प्यायला.

गौतमला पुन्हा एकवार धक्का बसला. ती भयाण शांतता चहूकडून आवळायला येत होती.

''समजूतदारपणा दाखवलास, तडजोड केलीस, पण त्यामुळे तू सुखी झालास का?'' विचारल्यावाचून राहवेना म्हणून गौतमनं शेवटी विचारलंच.

''सुख, सुख म्हणतात ना, ते तडजोडीपेक्षा फारसं जास्त क्वचितच असतं,'' भगीरथ म्हणाला. ''मी तडजोड केली आहे! तुला माहीत आहे गौतम, तडजोड करणं, समाधान मानून घेणं याची मला सवय झालीये आता.''

काहीतरी म्हणावं असं गौतमला फार वाटत होतं; परंतु काय म्हणावं ते कळत नव्हतं. शब्दच सुचत नव्हते. त्याला जे म्हणायचं होतं ते व्यक्त करणारे शब्दच जसे त्याला माहीत नव्हते! एखाद्या नवीन शब्दाचा शोध घेत असल्यासारखा तो विस्फारित नेत्रांनी पाहू लागला, आसपासच्या सृष्टीत- त्यानं कधीच पाहिला नव्हता तो गजाबापांचा बाळपणीचा, तरुणपणीचा संघर्ष तिथे होता; गजाबापांची शेवटची वर्षं, शंकरभाई, भाभी, पोरकेपण आलेली ती दोन पोरं आणि...

भगीरथ, भगीरथाचे वडील, त्याचा धाकटा भाऊ, भगीरथाची आई, दोघी बहिणी...

गोपालस्वामींचं आयुष्य, विमानात करायचा योजलेला त्यांचा तो यज्ञ, धर्मानंदजी, रामानंदजी अन् मौनीबाबा...टाटबाबांच्या लत्ताप्रहारानं धन्य होणारे मंत्री महोदय आणि...आत्मानंदजी अन् चिंतामणिदाससुद्धा होते त्या सृष्टीत.

कालपुरुषाच्या वहीत या सगळ्यांची स्वतंत्र खाती असतील का? गौतमच्या मनात प्रश्न उभा राहिला. कालपुरुषानं यांच्यातल्या कोणाचीही काहीही नोंद घेतली नसणार- असंच त्याला वाटलं.

एकाएकी त्याला दशदिशा व्यापून टाकणारं श्रीकृष्णाचं विराट रूप आठवलं. दिगंत व्यापणाऱ्या त्या कृष्णाचं ते वाक्य, दाही दिशांतून ज्याचे प्रतिध्वनी यावेत असं ते परम वाक्य-

'न हि कल्याणकृत कश्चित दुर्गतिं तात गच्छति!'

कृष्ण कधी असत्य भाषण करेल का?

मग, आपण पाहिलं ते असत्य असेल?

-ईश्वराची माया आहे सगळी!

अनेक वर्षांपासून तो हे वाक्य सतत ऐकत आला होता. त्याला कधी ते कळलं नव्हतं. त्याचा अर्थ लागला नव्हता. भगीरथ म्हणत होता, 'मला कळलंय, मला समजलाय अर्थ!' भगीरथाचं म्हणणं खरं असावं असं गौतमला वाटू लागलं. या क्षणी बहुधा आपल्यालासुद्धा त्या गोष्टीचा अर्थ लागतोय असं गौतमला जाणवू लागलं. त्याला कळलं, की- ही गोष्ट कळण्यासारखी नाहीच!

भगीरथानं दचकून गौतमचा हात धरला. थंडगार होता तो. दाही दिशा एक विराट प्रश्नचिन्ह बनून गौतमच्या उघड्या डोळ्यांपुढे पसरल्या होत्या.

राम आणि रावण यांच्या वैचारिक सह-अस्तित्वाची अभिनव पुराणकथा

अयोध्येचा रावण आणि लंकेचा राम

मूळ गुजराती लेखक
दिनकर जोषी

अनुवाद
सुषमा शाळिग्राम

रामकथेच्या नावाने आजमितीला वेगवेगळ्या भाषांत, वेगवेगळ्या प्रदेशांत आणि वेगवेगळ्या धर्मांत मिळून सुमारे तीनेकशे रामायणे उपलब्ध आहेत, असा अंदाज आहे. सोळाव्या वर्षी रामाला वैराग्य येते, राम गृहत्याग करतो, वनवासी होतो आणि नंतर कुलगुरू वसिष्ठ त्याची समजूत घालून, त्याला उपदेश करून जीवनाचा अर्थ समजावून देतात अशी कथा आपल्याकडे प्रसिद्ध म्हणता येईल अशा योगवसिष्ठ रामायणात आहे. कृष्णाच्या रासलीलेने अत्यंत भारावून गेलेल्या लेखणीबहाद्दरांनी रासलीला करणारा रामही रंगवायला कमी केलेले नाही. रामायणाच्या नावाखाली हे सगळे चालत आले आहे.

पुढे जाता, ललित साहित्य म्हटले जातील असे अनेक असामान्य काव्यात्मक ग्रंथही लिहिले गेले आहेत. भवभूती आणि कालिदासही त्यातच आले.

'समग्र रामकथा हीच मुळात निव्वळ पुराणकथा आहे, यात सत्याचा लवलेश नाही, असा कोणी राम कधी झालाच नव्हता आणि अयोध्या म्हणजे उत्तर प्रदेशातील गाव नाहीच,

जावा बेटावरचे जोग्या नावाचे ते एक नगर आहे, थायलंडमधील अयुथ्या (अयोध्या) नावाचे गाव हीच रामजन्मभूमी आहे...' असली विधाने 'पुराव्यांनिशी' करणारेही कमी नाहीत. रामकथा तपासून, पडताळून पाहणे हा प्रस्तुत पुस्तकाचा उद्देश नाहीच. वाल्मीकींची मूळ रामकथा हा माझ्यापुढचा आदर्श आहे. मूळ रामकथेच्या पात्रांची, तिच्या कथानकाची यात भले पुष्टी झाली नसेल, निष्ठापूर्वक समर्थनही नसेल, क्वचित कुठे तिच्यावर नगण्य जुलूम झाला असेल, पण तरीसुद्धा कुठेही कृत्रिम विरोधाभास वाटू नये अशा अकृत्रिम सहजतेने या कथेचे विणकाम करण्याचा हा निष्ठापूर्वक केलेला प्रयास आहे.